AF741900

കുടുംബം, സ്വകാര്യസ്വത്ത്, ഭരണകൂടം എന്നിവയുടെ ഉദ്ഭവം

(സംഗ്രഹം)

Kudumbam, Swakaryaswathu,
Bharanakoodam ennivayude uthbhavam

Engels

Translated
P N Damodaran Pillai

CHINTHA PUBLISHERS
Thiruvananthapuram

First Edition
August 1989

Fifth Edition
February 2018

Sixth Edition
January 2022

Published & Typesetting
Chintha Publishers, Thiruvananthapuram

Printed at
Repro India Ltd, Mumbai.

Cover Design
Vinod Mangoes

ISBN - 978-81-26205-05-9

CR - 3064 / 5743

Email: chinthapublishers@gmail.com
Website: www.chinthapublishers.com

A vertion is available at National Libraries
Kolkata, Mumbai, Chennai and Delhi

Distribution
DESHABHIMANI BOOKHOUSE
H O Thiruvananthapuram 695035

Branch
Head Office Kunnukuzhi • Statue Thiruvananthapuram
KSRTC Bus Terminal Thampanoor • Saphalyam Complex Thiruvananthapuram
KSRTC Bus Station Alappuzha • KSRTC Bus Station Ernakulam
Machingal Lane Thrissur • IG Road Kozhikode
Mavoor Road Kozhikode • NGO Union Building Kannur
Central Bus Terminal Complex Thavakkara Kannur

കുടുംബം, സ്വകാര്യസ്വത്ത്, ഭരണകൂടം എന്നിവയുടെ ഉദ്ഭവം
(സംഗ്രഹം)

എംഗൽസ്

പരിഭാഷ
പി എൻ ദാമോദരൻപിള്ള

ചിന്ത പബ്ലിഷേഴ്സ്
തിരുവനന്തപുരം-695 035

ഉള്ളടക്കം

പ്രസാധകക്കുറിപ്പ്

കുടുംബം, സ്വകാര്യസ്വത്ത്, ഭരണകൂടം എന്നിവയുടെ ഉദ്ഭവം, ഫ്രെഡറിക് എംഗൽസിന്റെ ഏറ്റവും പ്രധാനമായ കൃതികളിൽ ഒന്നാണ്. മോർഗൻ, ബച്ചോഫൻ, കൊവലേവ്സ്കി എന്നിവരുടെ പഠനങ്ങൾ ഉൾക്കൊണ്ടുകൊണ്ടും സ്വന്തം ഗവേഷണപ്രതിഭ പ്രയോഗിച്ചുകൊണ്ടും ഒരു തീസിസിന്റെ രൂപത്തിൽ എതിരാളികളുടെ വാദങ്ങളെ ഖണ്ഡിക്കാനും സ്വന്തം വാദങ്ങളെ ന്യായീകരിക്കാനും ഉതകുന്ന നിരവധി ഉദാഹരണങ്ങളോടുകൂടി എഴുതപ്പെട്ട ഒരു ഗ്രന്ഥമാണിത്. കാടത്തവും അപരിഷ്കൃതാവസ്ഥയും പിന്നിട്ട് നാഗരികതത്വത്തിലേക്ക് നീങ്ങിയ മനുഷ്യൻ സംഘവിവാഹം, പുനലുവൻ കുടുംബം, യുഗ്മ കുടുംബം മുതലായ രൂപങ്ങളിലൂടെ ഇന്നത്തെ ഏക പങ്കാളിത്വകുടുംബ വ്യവസ്ഥയിൽ എങ്ങനെ എത്തിച്ചേർന്നു എന്നും സ്വകാര്യസ്വത്തിന്റെ വളർച്ച ഇതിനെ–തിരിച്ചും–എങ്ങനെ സ്വാധീനിച്ചു എന്നും മെച്ചപ്പെട്ടുവരുന്ന ഉൽപ്പാദനോപകരണങ്ങളും തൽഫലമായുണ്ടായ തൊഴിൽവിഭജനവും ഗണാധിഷ്ഠിത ഗോത്രസാമൂഹ്യവ്യവസ്ഥയെ എങ്ങനെ തകർത്തുവെന്നും ഭരണകൂടം എന്ന പ്രതിഭാസം എങ്ങനെ നിലവിൽവന്നു എന്നും ഗ്രീക്ക്, ജർമൻ, റോമൻ ഗണങ്ങളുടെ ചരിത്രം പരിശോധിച്ച് നിരവധി നിരവധി തെളിവുകളോടെ ഇതിൽ സ്ഥാപിച്ചിരിക്കുന്നു. ഇതിലെ അക്കാദമിയ ശൈലിയും ഉദ്ധരണികളും ഉദാഹരണബാഹുല്യവും സാധാരണ വായനക്കാരനെ സംബന്ധിച്ചിടത്തോളം, മുഖ്യ തീസിസ് മനസിലാക്കുക എന്ന പ്രക്രിയ പ്രയാസമുള്ളതാക്കിത്തീർക്കുന്നു. അതിനാൽ എംഗൽസിന്റെ മുഖ്യതീസിസ് എളുപ്പത്തിൽ മനസിലാകുന്നവിധത്തിൽ സംഗ്രഹിക്കുകയും ലളിതമാക്കുകയും ചെയ്താൽ ഉപയോഗപ്രദമായിരിക്കുമെന്ന അടിസ്ഥാനത്തിലാണ് ഈ സംഗ്രഹം തയ്യാറാക്കിയിട്ടുള്ളത്.

സംഗ്രഹിച്ചിട്ടുണ്ടെങ്കിലും എംഗൽസിന്റെ പ്രധാന വാദങ്ങളോ നിഗമനങ്ങളോ ഒന്നുംതന്നെ വിട്ടുകളഞ്ഞിട്ടില്ല. ചില വിശദീകരണങ്ങളും ഉദ്ധരണികളും ആണ് വിട്ടുകളഞ്ഞിട്ടുള്ളത്. അതുപോലെ ശൈലി സാധാരണക്കാരന് ഏളുപ്പം മനസിലാവുന്നതാക്കുകയും ചെയ്തിട്ടുണ്ട്.

സംഗ്രഹിക്കൽ ഇത്രയും വിദഗ്ധമായി നിർവഹിച്ചത് ശ്രീ പി എൻ ദാമോദരൻ പിള്ളയാണ്. സംഗ്രഹത്തെ മൂലവുമായി ഒത്തുനോക്കുകയും പ്രധാന ആശയങ്ങളൊന്നും വിട്ടുകളയുകയോ വികലപ്പെടുത്തുകയോ ചെയ്തിട്ടില്ലെന്ന് ഉറപ്പുവരുത്തുകയും ചെയ്തത് ശ്രീ കെ ടി സഖറിയാസ് ആണ്. ഈ പുസ്തകത്തിന്റെ ആറാം പതിപ്പ് പുറത്തിറക്കുന്നതിൽ ഞങ്ങൾക്ക് സന്തോഷമുണ്ട്.

ചിന്ത പബ്ലിഷേഴ്സ്

THE ORIGIN
OF THE FAMILY
PRIVATE
PROPERTY
AND
THE STATE
by FREDERICK ENGELS

1

ചരിത്രാതീത സംസ്കാരത്തിലെ ഘട്ടങ്ങൾ

മാനവരാശിയുടെ ചരിത്രാതീത കാലത്തെ അവസ്ഥയെക്കുറിച്ച് നിഷ്കൃഷ്ടമായി പഠനം നടത്തിയ ആദ്യത്തെ വ്യക്തിയാണ് പ്രസിദ്ധ അമേരിക്കൻ നരവംശ ശാസ്ത്രജ്ഞനായ ഹെൻട്രി മോർഗൻ. അത്യപൂർവമായ വൈഭവത്തോടുകൂടി അദ്ദേഹം ക്രോഡീകരിച്ചെടുത്ത അറിവുകൾ ആധികാരികങ്ങളായി നിലകൊള്ളുന്നു. കൂടുതൽ വസ്തുതകളുടെ വെളിച്ചത്തിൽ ചോദ്യം ചെയ്യപ്പെടാത്ത കാലത്തോളം അവ അങ്ങനെ തന്നെ തുടരുകയും ചെയ്യും.

കാടത്തം, അപരിഷ്കൃതാവസ്ഥ, നാഗരികത എന്നീ മൂന്ന് യുഗങ്ങളിൽ ആദ്യത്തെ രണ്ടെണ്ണത്തെക്കുറിച്ച് വിശദമായും മൂന്നാമത്തേതിലേക്കുള്ള പരിവർത്തനദശയെ മാത്രം സംബന്ധിച്ചും മോർഗൻ പഠനം നടത്തുകയുണ്ടായി. ആദ്യത്തെ രണ്ട് യുഗങ്ങളിലോരോന്നിനെയും ഉപജീവനത്തിനായുള്ള ഉൽപ്പാദനോപാധികളുടെ വളർച്ചയുടെ അടിസ്ഥാനത്തിൽ താഴ്ന്ന, മധ്യം, ഉന്നതം എന്നിങ്ങനെ മൂന്ന് ഘട്ടങ്ങളായി അദ്ദേഹം തരംതിരിച്ചു. കാരണം അദ്ദേഹം തന്നെ പറയുന്നു:

> അക്കാര്യത്തിൽ മനുഷ്യൻ പ്രകടിപ്പിച്ച സാമർഥ്യത്തെ ആശ്രയിച്ചാണ് ഭൂമിയിൽ മനുഷ്യരുടെ ആധിപത്യം നിലകൊള്ളുന്നത്. ഭക്ഷ്യോൽപ്പാദനത്തിൻമേൽ പരിപൂർണ നിയന്ത്രണം നേടുവാൻ സാധിച്ചിട്ടുള്ളത് മനുഷ്യർക്ക് മാത്രമാണ്. മാനവ പുരോഗതിയുടെ മഹത്തായ യുഗങ്ങൾ ഏറിയകുറും ഉപജീവന മാർഗങ്ങളുടെ വികാസവുമായി താദാത്മ്യപ്പെട്ടു നിൽക്കുന്നു.

ഇതോടൊന്നിച്ചിണങ്ങി കുടുംബത്തിന്റെ പരിണാമവും നടക്കുന്നു.

1. കാടത്തം

1. *താഴ്ന്നഘട്ടം* മാനവരാശിയുടെ ശൈശവദശയാണ്. ഉഷ്ണമേഖലയിലെയും ശീതോഷ്ണമേഖലയിലെയും വനങ്ങളിൽ തന്നെയായിരുന്നു മനുഷ്യന്റെ വാസം. താമസം ഭാഗികമായിട്ടെങ്കിലും മരങ്ങളിൻമേലായിരിക്കണം. കാരണം, ഹിംസ്രജന്തുക്കൾ നിറഞ്ഞ വനങ്ങളിൽ അങ്ങനെ മാത്രമെ അവനു നിലനിന്നു പോകാൻ കഴിയുമായിരുന്നുള്ളൂ. കായ്കനികളും കിഴങ്ങുകളുമായിരുന്നു ഭക്ഷണം. വാക്കുകൾ ഉച്ചരിക്കാൻ കഴിവുണ്ടായി എന്നതാണ് ഈ കാലഘട്ടത്തിലെ പ്രധാന നേട്ടം. ഈ കാലഘട്ടം അനേകായിരം വർഷം നീണ്ടുനിന്നിട്ടുണ്ടാവണം.

2. *മധ്യഘട്ടം* മത്സ്യത്തേയും അതുപോലുള്ള ജലജീവികളെയും ഭക്ഷണമാക്കുകയും തീ ഉപയോഗിച്ചു തുടങ്ങുകയും ചെയ്യുന്നിടത്താരംഭിക്കുന്നു. നദികളുടെയും സമുദ്രങ്ങളുടെയും തീരങ്ങളിലൂടെ ചുവടുവെച്ചു പുതിയ താവളങ്ങൾ തേടിയ മനുഷ്യൻ, ആ കാടത്തദശയിൽതന്നെ, ഭൂമിയുടെ ഉപരിതലത്തിൽ ഭൂരിഭാഗത്തിലേക്കും പടർന്നുകഴിഞ്ഞിരുന്നു. പ്രാചീന ശിലായുഗത്തിലേതെന്നു വിശേഷിപ്പിക്കപ്പെടുന്ന ശിലായുധങ്ങൾ ഈ കാലഘട്ടത്തിലുള്ളവയാണ്. പുതുതായി കുടിയേറിയ ഭൂവിഭാഗങ്ങളും കണ്ടുപിടുത്തത്തിനുള്ള അടങ്ങാത്ത ത്വരയും ഒപ്പം കല്ലോ മരമോ കൂട്ടിയുരച്ച് തീകത്തിക്കുന്ന വിദ്യയും കൂടിയായപ്പോൾ പുതിയ ഭക്ഷ്യങ്ങൾ ലഭ്യമായി. പലതരം കിഴങ്ങുകളും തീക്കുണ്ഡത്തിലിട്ടു ചുട്ടെടുത്തു കഴിക്കുവാൻ തുടങ്ങി. പോരാത്തതിന് ആദ്യത്തെ ആയുധങ്ങളായ വടിയും കുന്തവും കണ്ടുപിടിച്ചതോടെ, വേട്ടയാടിക്കിട്ടിയ ഇറച്ചിയും ചുട്ടുതിന്നാൻ തുടങ്ങി. എന്നിട്ടും, ആഹാരകാര്യത്തിൽ തുടർച്ചയായി അനിശ്ചിതത്വം നിലനിന്നിരുന്നതിന്റെ ഫലമായിട്ടാവണം ഈ കാലഘട്ടത്തിൽ നരഭോജനം പ്രത്യക്ഷപ്പെട്ടതെന്നു തോന്നുന്നു.

3. *ഉന്നതഘട്ടം* അമ്പും വില്ലും കണ്ടുപിടിച്ചിടത്ത് തുടങ്ങുന്നു. അതോടെ കാട്ടിറച്ചി ഒരു സ്ഥിരം ആഹാരവും വേട്ടയാടൽ ഒരു സാധാരണ തൊഴിലുമായി. ഗ്രാമങ്ങളിൽ സ്ഥിരവാസമുറപ്പിക്കുവാൻ തുടങ്ങിയ ഈ പ്രാചീനദശയിൽതന്നെ ഉപജീവനോപാധികളുടെ ഉൽപ്പാദനം കുറെയൊക്കെ വശമാക്കുകയും ചെയ്തു. മൺപാത്രനിർമാണം അറിഞ്ഞുകൂടായിരുന്നു. എങ്കിലും മരപ്പാത്രങ്ങളുണ്ടാക്കാനും നാരുപയോഗിച്ച് മെടയാനും ചൂരലും ഈറയും മറ്റുമുപയോഗിച്ച് കുട്ടയുണ്ടാക്കാനും മിനുസപ്പെടുത്തിയ (ആധുനിക ശിലായുഗത്തിലെ)ശിലായുധങ്ങളുണ്ടാക്കാനും അവർ പഠിച്ചു. മരം തുരന്നു വഞ്ചിയുണ്ടാക്കാനും ചിലയിടങ്ങളിൽ വീടുപണിക്ക് തടിയും പലകയും ഒരുക്കിയെടുക്കാനും തീയും കൽക്കോടാലിയും ഉപയുക്തമായി.

2. അപരിഷ്കൃതാവസ്ഥ

1. *താഴ്ന്നഘട്ടം* മൺപാത്രനിർമാണത്തോടുകൂടി ആരംഭിക്കുന്നു. മിക്കവാറും എല്ലായിടത്തും ഒരുപോലെയാണ് മൺപാത്രനിർമാണത്തിന്റെ തുടക്കം. തീ പിടിക്കാതിരിക്കാൻ മരപ്പാത്രങ്ങളും കുട്ടകളും ആദ്യമൊക്കെ കളിമണ്ണുകൊണ്ട് പൊതിഞ്ഞു. ക്രമേണ കളിമണ്ണുകൊണ്ടുമാത്രം മെനഞ്ഞെടുക്കുന്ന പാത്രങ്ങളും ഉപയോഗിക്കാമെന്ന് കണ്ടുപിടിച്ചു.

ഇവിടംവരെയും മനുഷ്യപരിണാമത്തിന്റെ ഗതി ഭൂതലത്തിന്റെ എല്ലാ ഭാഗങ്ങളിലും സാമാന്യേന ഒന്നുതന്നെയായിരുന്നു എന്നു കരുതാം. പക്ഷെ, അപരിഷ്കൃതാവസ്ഥയുടെ ആരംഭത്തോടെ കിഴക്കും പടിഞ്ഞാറും തമ്മിൽ വഴിപിരിയുന്നു. അപരിഷ്കൃത കാലഘട്ടത്തിന്റെയാകെ പൊതുസവിശേഷതയായ കാലിവളർത്തലും സസ്യങ്ങളുടെ കൃഷിയും ആരംഭിക്കുന്നതോടെ, അതത് ഭൂഖണ്ഡങ്ങളിലെ പ്രകൃത്യവസ്ഥകളുടെ സ്വാധീനം പ്രകടമായിത്തുടങ്ങുന്നു. പഴയ ലോകം എന്ന് വിളിക്കപ്പെടുന്ന കിഴക്കൻ അർധഗോളത്തിൽ മെരുക്കിയെടുക്കാവുന്ന മൃഗങ്ങളിൽ ഒട്ടുമിക്കവയും, ചോളം ഒഴിച്ചുള്ള എല്ലാ ധാന്യങ്ങളും ഉണ്ടായിരുന്നു. എന്നാൽ പടിഞ്ഞാറൻ ഭൂഖണ്ഡമായ അമേരിക്കയിൽ ചെമ്മരിയൊട്ടകം എന്ന ഒരൊറ്റ മൃഗവും–അതുതന്നെയും തെക്കൻ പ്രദേശങ്ങളിൽമാത്രം–ചോളം എന്ന ഒരൊറ്റ ധാന്യവുമേ ലഭ്യമായിരുന്നുള്ളൂ.

2. *മധ്യഘട്ടം* കിഴക്ക് മൃഗങ്ങളെ മെരുക്കാൻ തുടങ്ങിയതോടെയും പടിഞ്ഞാറ് ജലസേചനം വഴിയായുള്ള കൃഷിയോടെയും പച്ചക്കട്ടയും കല്ലും ഉപയോഗിച്ചുള്ള വീടു പണിയോടെയും ആരംഭിക്കുന്നു.

നമുക്ക് പടിഞ്ഞാറുനിന്ന് തുടങ്ങാം. കാരണം, യൂറോപ്പുകാർ വെട്ടിപ്പിടിക്കുന്നതുവരെയും അവിടത്തുകാർ ഈ ഘട്ടം പിന്നിട്ട് കഴിഞ്ഞിരുന്നില്ല.

യൂറോപ്പുകാർ ചെല്ലുന്ന കാലത്ത് അവർ കൃഷിയിൽ സാമാന്യം നല്ല പുരോഗതി കൈവരിച്ചിരുന്നു. കാർഷികോൽപ്പന്നങ്ങൾ ഭക്ഷണത്തിന്റെ മുഖ്യഭാഗവുമായിരുന്നു. മരംകൊണ്ടുണ്ടാക്കിയ വീടുകളിലാണ് അവർ പാർത്തിരുന്നത്. ചുറ്റും വേലികെട്ടി മറയ്ക്കുകയും ചെയ്തിരുന്നു. വടക്കുപടിഞ്ഞാറൻ പ്രദേശങ്ങളിലെ വർഗക്കാർ കാടത്തത്തിന്റെ ഉന്നതഘട്ടത്തിലായിരുന്നു. മൺപാത്രനിർമാണവും കൃഷിയും അവർക്ക് അജ്ഞാതങ്ങളായിരുന്നു. അതേസമയം മധ്യതെക്കൻ പ്രദേശങ്ങളിലെ വർഗക്കാർ അപരിഷ്കൃതാവസ്ഥയുടെ മധ്യഘട്ടത്തിലെത്തിയിരുന്നു. കോട്ടയ്ക്ക് സമാനം പച്ചക്കട്ടയോ കല്ലോകൊണ്ട് പണിത വീടുകളിലാണ് അവർ താമസിച്ചിരുന്നത്. കൃഷിക്ക് കൃത്രിമ ജലസേചനമാർഗങ്ങളുപയോഗിച്ചിരുന്നു.

മൃഗങ്ങളെ മെരുക്കിവളർത്താനും തുടങ്ങിക്കഴിഞ്ഞിരുന്നു. എന്നുത ന്നെയല്ല ലോഹങ്ങളുടെ ഉപയോഗവും അവർ കണ്ടുപിടിച്ചിരുന്നു. പക്ഷെ ഇരുമ്പ് അവരുടെ അറിവിൽ പെട്ടിരുന്നില്ല. അതുകൊണ്ട് ശിലായുധങ്ങൾ തന്നെയാണ് അന്നും ഉപയോഗിച്ചുകൊണ്ടിരുന്നത്. സ്പെയിൻകാരുടെ അധിനിവേശത്തോടെ തുടർന്നുള്ള സ്വതന്ത്ര മായ വളർച്ച അസാധ്യമായി.

കിഴക്ക് പാലും ഇറച്ചിയും കിട്ടുന്ന മൃഗങ്ങളെ മെരുക്കി വളർത്താൻ തുടങ്ങിയിടത്താണ് അപരിഷ്കൃതാവസ്ഥയുടെ മധ്യ ഘട്ടം ആരംഭിക്കുന്നത്. പിന്നെയും വളരെ കാലത്തേക്ക് കൃഷി അവർക്ക് അജ്ഞാതമായിരുന്നു. ആര്യൻമാരെയും സെമൈറ്റ് വർഗ ങ്ങളെയും മറ്റ് അപരിഷ്കൃതരിൽ നിന്ന് വേർതിരിച്ചു നിർത്തുന്നത്, കാലികളെ മെരുക്കിയെടുക്കുകയും വളർത്തുകയും അവയുടെ വലിയപറ്റങ്ങളുണ്ടാക്കുകയും ചെയ്തതാണ്. ഏഷ്യയിലെയും യൂറോപ്പിലെയും ആര്യൻമാർക്കിടയിൽ കാലികളുടെ പേരുകൾ ഇന്നും പൊതുവായിരിക്കുമ്പോൾ കൃഷിവിളകളുടെ പേരുകൾ അങ്ങനെയല്ല.

യൂഫ്രട്ടീസ്, ടൈഗ്രീസ്,സിന്ധു, ഗംഗ തുടങ്ങിയ നദികളുടെ തടങ്ങൾ കാലിവളർത്തലിന് പറ്റിയവയായിരുന്നു. ഇവിടങ്ങളിൽ ധാന്യകൃഷി തുടങ്ങിയതുതന്നെയും കാലിത്തീറ്റക്കു വേണ്ടിയായിരി ക്കാനാണ് സാധ്യത. ഇറച്ചിയും പാലും അവർക്ക് സമൃദ്ധമായി കിട്ടി യിരുന്നു, പ്രത്യേകിച്ചും കുട്ടികളുടെ വളർച്ചക്ക് ഏറ്റവുംപറ്റിയ ഈ ഭക്ഷണമാവണം ഈ രണ്ട് നരവംശങ്ങളുടെയും ശ്രേഷ്ഠമായ പുരോഗതിക്ക് കാരണം. അതെന്തായാലും നരഭോജനം ഈ ഘട്ട ത്തോടെ അപ്രത്യക്ഷമായിക്കഴിഞ്ഞു, മതചടങ്ങുകളുമായി, വിശേ ഷിച്ചും ആഭിചാരക്രിയകളുമായി, ബന്ധപ്പെട്ട് മാത്രമെ അത് അവ ശേഷിച്ചിരുന്നുള്ളൂ.

3. *ഉന്നതഘട്ടം* ഇരുമ്പിന്റെ കണ്ടുപിടിത്തത്തോടെ ആരംഭിച്ചു. അക്ഷരവിദ്യ ഉപയോഗിച്ച് രേഖകൾ എഴുതിവയ്ക്കുവാൻ തുടങ്ങിയ തുവഴി നാഗരികതയുടെ കവാടം തുറന്നു. ഈ ഘട്ടത്തിന്റെ സ്വത ന്ത്രമായ വികാസം അതിന്റെ പൂർണതയിലെത്തിയത്, നേരത്തെ പറഞ്ഞതുപൊലെ, കിഴക്കൻ അർധഗോളത്തിൽ മാത്രമാണ്. ഈ ഘട്ടത്തിലെ ഉൽപ്പാദനമാകട്ടെ മുൻകാലഘട്ടങ്ങളിലെല്ലാം കൂടി കൂട്ടിയാലത്തേതിലും കൂടുതലാണ്, വീരേതിഹാസകാലത്തെ ഗ്രീക്കുകാരും റോമാനഗരം സ്ഥാപിക്കുന്നതിനു തൊട്ടുമുമ്പത്തെ, ഇറ്റലിക്കാരും ടാസിറ്റസിന്റെ കാലത്തെ ജർമൻകാരും വൈക്കി ങ്സിന്റെ കാലത്തെ നോർമൻകാരും ഈ കാലഘട്ടത്തിൽപെടുന്നു.

സർവോപരി ഇരുമ്പുകൊണ്ടുള്ള കലപ്പയിൽ കന്നിനെ പൂട്ടി നിലമുഴുന്ന സമ്പ്രദായത്തിന്റെ തുടക്കം ഇവിടെയാണ്. അതുവഴി

വിപുലമായ തോതിൽ കൃഷി നടത്തുക സാധ്യമായി. അന്നത്തെ നിലവച്ചു നോക്കുമ്പോൾ കൃഷിയിലുണ്ടായ ഈ പുരോഗതി കാരണം ഉപജീവനത്തിനാവശ്യമായ ഉൽപ്പന്നങ്ങൾ കണക്കില്ലാതെ വർധിച്ചു. ഇതിനോടനുബന്ധിച്ചുതന്നെ വനങ്ങൾ വെട്ടിത്തെളിച്ച് കൃഷിഭൂമികളും മേച്ചിൽസ്ഥലങ്ങളുമാക്കി മാറ്റുന്ന പ്രക്രിയയും നടന്നുകൊണ്ടിരുന്നു. ഇരുമ്പുകോടാലിയും മൺവെട്ടിയും വ്യാപകമായി ഉപയോഗിച്ചതുകൊണ്ടാണ് ഇതു സാധ്യമായത്. പക്ഷെ, ഇതോടൊപ്പം തന്നെ ജനസംഖ്യ അതിവേഗം പെരുകുകയും ചെറിയ പ്രദേശങ്ങളിൽ അതിന്റെ സാന്ദ്രത വർധിക്കുകയും ചെയ്തുകൊണ്ടിരുന്നു.

ഹോമറിന്റെ കൃതികളിൽ, *ഇലിയഡിൽ* പ്രത്യേകിച്ചും അപരിഷ്കൃതാവസ്ഥയുടെ ഉന്നത ഘട്ടത്തിന്റെ ഉച്ചകോടിയാണ് നമുക്ക് കാണാൻ കഴിയുന്നത്. മെച്ചപ്പെട്ട ഇരുമ്പായുധങ്ങൾ, കാറ്റാടി, തിരികല്ല്, കുശവന്റെ ചക്രം, എണ്ണയുടെയും മദിരയുടെയും നിർമാണം, ഒരു കലയായി ഉയർന്നുകഴിഞ്ഞ ലോഹപ്പണി, വണ്ടികൾ, പടത്തേരുകൾ, തടിയും പലകയുമുപയോഗിച്ചുള്ള കപ്പൽ നിർമാണം, ഒരു കലയെന്ന നിലയിലുള്ള വാസ്തുശിൽപ്പത്തിന്റെ തുടക്കം, ഗോപുരങ്ങളും കൊത്തളങ്ങളുമുള്ള കോട്ടമതിലുകളോടുകൂടിയ പട്ടണങ്ങൾ തുടങ്ങിയവയാണ് നാം കണ്ടുമുട്ടുന്നത്. അപരിഷ്കൃതാവസ്ഥയിൽ നിന്ന് നാഗരികതയിലേക്കുള്ള പ്രയാണത്തിൽ ഗ്രീക്കുകാർ കൂടെകൊണ്ടുപോന്ന പൈതൃകമാണ് ഹോമറിന്റെ ഇതിഹാസങ്ങളും അവരുടെ പുരാണങ്ങൾ ആകെത്തന്നെയും. അന്നത്തെ ജർമൻകാരെക്കുറിച്ച് സീസറും ടാസിറ്റസും നൽകുന്ന വിവരണങ്ങൾ ഇതുമായി താരതമ്യം ചെയ്തുനോക്കിയാൽ അപരിഷ്കൃതാവസ്ഥയുടെ ഉന്നതഘട്ടത്തിൽ ഉൽപ്പാദനം എത്ര സമൃദ്ധമായിരുന്നു എന്നു മനസിലാവും.

കാടത്തത്തിൽ നിന്ന് അപരിഷ്കൃതാവസ്ഥയിലൂടെ നാഗരികതയുടെ തുടക്കംവരെയുള്ള മാനവരാശിയുടെ പരിണാമത്തിന്റെ ചിത്രം മോർഗനെ അവലംബമാക്കിയാണ് ഞാനിവിടെ വരച്ചുകാട്ടിയത്. ഇത്രയും കൊണ്ടുതന്നെ നൂതനവും ചോദ്യം ചെയ്യപ്പെടാനാകാത്തവയുമായ സവിശേഷതകൾ കൊണ്ട് സമ്പന്നമാണ് ഈ ചിത്രം. കാരണം, ഉൽപ്പാദനവുമായി നേരിട്ട് ബന്ധപ്പെട്ട സവിശേഷതകളാണവ. പക്ഷെ, നമ്മുടെ ഈ യാത്രയുടെ അവസാനത്തിൽ ഉരുത്തിരിയാനിരിക്കുന്ന ചിത്രവുമായി തട്ടിച്ചുനോക്കുമ്പോൾ ഈ ചിത്രം നിറം മങ്ങിയതും നിസാരവുമായി തോന്നും. മോർഗന്റെ കാലവിഭജനത്തെ തൽക്കാലത്തേക്ക് നമുക്കിങ്ങനെ സാമാന്യവത്കരിക്കാം: കാടത്തം കിട്ടിയപടി ഉപയോഗിക്കുന്ന പ്രകൃത്യോൽപ്പന്നങ്ങൾ കയ്യാളുന്നതിന് പ്രാമുഖ്യമുണ്ടായിരുന്ന കാലം; ഈ കയ്യാളലിന് സഹായിക്കുന്ന ഉപകരണങ്ങളാണ് മുഖ്യമായും അന്ന് മനു

ഷ്യനുണ്ടാക്കിയിരുന്ന സാധനങ്ങൾ. അപരിഷ്കൃതാവസ്ഥ–കാലിവളർത്തലിലും കൃഷിയിലും അറിവ് നേടിയ കാലം; പ്രകൃതിയുടെ ഉൽപ്പാദനക്ഷമതയെ മനുഷ്യാധ്വാനം കൊണ്ട് വർധിപ്പിക്കാനുള്ള മാർഗങ്ങൾ പഠിച്ച കാലം. നാഗരികത–പ്രകൃത്യുൽപ്പന്നങ്ങളുടെയും ശരിയായ രൂപത്തിലുള്ള വ്യവസായത്തെയും കലയെയും കൂടുതൽ വികസ്വരമാക്കുവാൻ അറിവ് നേടിയ കാലം.

2

കുടുംബം

മോർഗൻ ജീവിതത്തിന്റെ ഏറിയ പങ്കും കഴിച്ചുകൂട്ടിയത് അമേരിക്കയിലെ ന്യൂയോർക്ക് സംസ്ഥാനത്തിൽ ഇന്നും കാണപ്പെടുന്ന 'ഇറോക്വോയ്' ഗോത്രങ്ങൾക്കിടയിലാണ്. അവരുടെ കൂട്ടത്തിലെ ഒരു അവാന്തരവിഭാഗമായ 'സെനേക്ക' ഗോത്രക്കാർ അദ്ദേഹത്തെ ഒരു ഗോത്രാംഗമായി അംഗീകരിക്കുകയും ചെയ്തിരുന്നു. ഇറോക്വോയ് ഗോത്രങ്ങൾക്കിടയിൽ അവരുടെ യഥാർഥത്തിലുള്ള കുടുംബ ബന്ധങ്ങൾക്ക് വിരുദ്ധമായ ഒരു രക്തബന്ധവ്യവസ്ഥയാണ് അദ്ദേഹംകണ്ടത്. ഒരു പുരുഷനും ഒരു സ്ത്രീയും തമ്മിൽ വിവാഹം, ആ ബന്ധം രണ്ടിലാർക്ക് വേണമെങ്കിലും അനായാസം അവസാനിപ്പിക്കുകയും ചെയ്യാം. ഇതിനെ 'യുഗ്മ' കുടുംബം എന്നാണ് മോർഗൻ വിശേഷിപ്പിക്കുന്നത്. അത്തരം ദമ്പതികളുടെ കുട്ടികൾ അവരുടെ കുട്ടികളായിത്തന്നെ അറിയപ്പെടുകയും അംഗീകരിക്കപ്പെടുകയും ചെയ്തിരുന്നു. അതുപോലെതന്നെ മക്കൾ, സഹോദരങ്ങൾ തുടങ്ങിയ ബന്ധങ്ങളെ സംബന്ധിച്ചും യാതൊരു സംശയവും ഇല്ലായിരുന്നുതാനും. പക്ഷെ, ആ പദങ്ങൾ പ്രയോഗിച്ചിരുന്നത് ആ അർഥത്തിലായിരുന്നില്ല. ഇറോക്വോയ് സ്വന്തം മക്കളെ മാത്രമല്ല സഹോദരൻമാരുടെ മക്കളെയും മക്കളെന്നുതന്നെയാണ് വിളിച്ചിരുന്നത്; അവർ അയാളെ അച്ഛനെന്നും. അതേസമയം സഹോദരിമാരുടെ മക്കളെ അനന്തരവരെന്നും അവർ അയാളെ അമ്മാവനെന്നുമാണ് വിളിച്ചിരുന്നത്. സ്ത്രീകൾ സ്വസഹോദരിയുടെ സന്താനങ്ങളെ സ്വസന്താനങ്ങളെയെന്നപോലെ മക്കളെന്നും അവർ അവളെ അമ്മയെന്നും വിളിക്കുന്നു. സഹോദരന്റെയും സഹോദരിയുടെയും മക്കൾ മച്ചുനൻമാരുമായിരുന്നു. ഇവയൊന്നും പൊള്ളയായ വാക്കുകളായി

രുന്നില്ല. രക്തബന്ധത്തിന്റെ അടുപ്പവും അകൽച്ചയും കൃത്യമായി കുറിക്കുന്ന പദങ്ങളാണിവ. ഒരൊറ്റവ്യക്തിയുടെ നൂറുകൂട്ടം ബന്ധങ്ങളെ വ്യവച്ഛേദിച്ചു കാണിക്കുവാൻ ഇവ പര്യാപ്തങ്ങളുമായിരുന്നു. ഈ സമ്പ്രദായം അതിന്റെ പൂർണമായ രൂപത്തിൽ അമേരിക്കൻ ഇന്ത്യക്കാരുടെ എല്ലാ വിഭാഗങ്ങളിലും, മാത്രമല്ല, കാര്യമായ വ്യത്യാസമൊന്നും കൂടാതെ ഇന്ത്യയിലെ ആദിവാസികൾക്കിടയിലും ദക്ഷിണേന്ത്യയിലെ ദ്രാവിഡ ഗോത്രങ്ങൾക്കിടയിലും ഗൗരാ ഗോത്രങ്ങൾക്കിടയിലും നിലനിന്നിരുന്നു. ദക്ഷിണേന്ത്യയിലെ തമിഴരുടെയും അമേരിക്കയിലെ ന്യൂയോർക് സംസ്ഥാനത്തെ സെനേക്കാ ഇറോക്വോയ്കളുടെയും ഇടയിൽ ഇരുന്നൂറോളം വ്യത്യസ്ത വ്യക്തിബന്ധങ്ങളെ കുറിക്കുന്ന പദങ്ങൾ സമാനങ്ങളായി ഇന്നും നിലനിന്നു പോരുന്നുണ്ട്. പക്ഷെ, ഇന്ത്യയിലെ ആദിവാസികൾക്കിടയിലും അതുപോലെ തന്നെ എല്ലാ വിഭാഗം അമേരിക്കൻ ഇന്ത്യക്കാർക്കിടയിലും നിലനിന്നിരുന്ന ഈ കുടുംബവ്യവസ്ഥ യഥാർഥ രക്തബന്ധവ്യവസ്ഥക്ക് വിരുദ്ധമായ ഒന്നാണ്.

ഇതിനെന്ത് വിശദീകരണം നൽകാനാവും? അച്ഛൻ, മകൻ, സഹോദരൻ, സഹോദരി തുടങ്ങിയവയൊന്നും വെറും പൂജക പദങ്ങളല്ല. അവയോരോന്നും അങ്ങേയറ്റം നിഷ്കൃഷ്ടവും പ്രാമാണികവുമായ പരസ്പര ബാധ്യതകളെ ഉൾക്കൊള്ളുന്നുണ്ട്. അവയുടെ ആകത്തുക ഈ ജനവിഭാഗങ്ങളുടെ സാമൂഹ്യ ഘടനയുടെ അവിഭാജ്യഭാഗവുമാണ്. ഹാവായ് ദ്വീപ് നിവാസികൾക്കിടയിൽ ഈ നൂറ്റാണ്ടിന്റെ പൂർവാർധംവരെയും നിലനിന്നുപോന്നിരുന്ന കുടുംബബന്ധങ്ങളെക്കുറിച്ചുള്ള പഠനം ഈ പ്രതിഭാസത്തിന് തൃപ്തികരമായ വിശദീകരണം നൽകുവാനുതകി. അമേരിക്കയിലും പ്രാചീന ഭാരതത്തിലും നിലവിലുണ്ടായിരുന്ന രക്തബന്ധവ്യവസ്ഥതന്നെയാണ് ഇവർക്കിടയിലും കാണാൻ കഴിഞ്ഞത്. പക്ഷെ, ഒരു വ്യത്യാസമുണ്ടായിരുന്നു, ഇവിടെ മാതാപിതാക്കളുടെ എല്ലാ സഹോദരീസഹോദരൻമാരുടെയും മക്കൾ പൊതുവായ സന്താനങ്ങളായി ഗണിക്കപ്പെടുന്നു. അമേരിക്കയിൽ തന്നെ ഇപ്പോൾ അപ്രത്യക്ഷമായിട്ടുള്ള ഒരു പ്രാകൃത കുടുംബ രൂപത്തെയാണ് അമേരിക്കൻ രക്തബന്ധവ്യവസ്ഥ സൂചിപ്പിക്കുന്നത്. അതിലും പ്രാചീനമായ ഒരു ആദികുടുംബരൂപത്തെയാണ് ഹാവായിലെ രക്തബന്ധവ്യവസ്ഥ കാണിക്കുന്നത്. മോർഗൻ പറയുന്നു;

> കുടുംബം ഒരു സജീവതത്വത്തെയാണ് പ്രതിനിധാനം ചെയ്യുന്നത്. അത് ഒരിക്കലും നിശ്ചലമല്ല, സമൂഹം താഴ്ന്ന അവസ്ഥയിൽ നിന്ന് ഉയർന്ന അവസ്ഥയിലേക്ക് നീങ്ങുന്നതിനൊപ്പം തന്നെ കുടുംബം താഴ്ന്ന രൂപത്തിൽ നിന്ന് ഉയർന്ന രൂപത്തിലേക്ക് പുരോഗമിക്കുന്നു. മറിച്ച് രക്തബന്ധവ്യവസ്ഥ

കൾ നിശ്ചലങ്ങളാണ്. അതിദീർഘ കാലയളവുകൾക്കിടയിൽ കുടുംബത്തിന്റെ രൂപത്തിലുണ്ടാകുന്ന പരിവർത്തനങ്ങളെയാണവ സൂചിപ്പിക്കുന്നത്. കുടുംബത്തിന് സമഗ്രമായ മാറ്റം വരുമ്പോൾ അതിനൊപ്പം മാത്രം ഈ ബന്ധങ്ങളിലും സമഗ്രമായി മാറ്റമുണ്ടാകുന്നു.

മാർക്സ് കൂട്ടിച്ചേർക്കുന്നു;

ഇത് രാഷ്ട്രീയവും നൈതികവും മതപരവും ദാർശനികവുമായ വ്യവസ്ഥകൾക്കെല്ലാം പൊതുവെ ബാധകമാണ്.

രക്തബന്ധവ്യവസ്ഥകളും അതിന്റെ അടിസ്ഥാനത്തിലുള്ള കുടുംബങ്ങളും ഇന്ന് നിലവിലുള്ളവയിൽ നിന്ന് വ്യത്യസ്തമാണ്. കാരണം, അവയിലെല്ലാം ഓരോ കുട്ടിക്കും പല അച്ഛൻമാരും അമ്മമാരും ഉണ്ട്. അമേരിക്കൻ രക്തബന്ധ വ്യവസ്ഥയിൽ സഹോദരനും സഹോദരിയും ഒരേ കുട്ടിയുടെ അച്ഛനും അമ്മയും ആവുക സാധ്യമല്ല. ഹാവായ് ദ്വീപിലെ വ്യവസ്ഥയിൽ നേരെമറിച്ചാണ്. പക്ഷെ, പാരമ്പര്യത്തിന് ഏകഭാര്യാത്വ വ്യവസ്ഥ മാത്രമേ അറിയുകയുള്ളൂ– കൂട്ടത്തിൽ വ്യക്തിപരമായി പുരുഷൻമാർക്ക് ബഹുഭാര്യാത്വവും–ഒരുപക്ഷെ, വ്യക്തികളായ സ്ത്രീകൾക്ക് ബഹുഭർതൃത്വവും. ഇതിൽ നിന്ന് തികച്ചും ഭിന്നമായ പല രൂപങ്ങളും ഇന്ന് നമ്മുടെ മുമ്പിൽ തെളിഞ്ഞുവന്നിരിക്കുന്നു. പുരുഷൻമാർ ബഹുഭാര്യാത്വത്തിലും അവരുടെതന്നെ ഭാര്യമാർ ബഹുഭർതൃത്വത്തിലും കുട്ടികളെല്ലാം അവർക്കു പൊതുവും ആയിരിക്കുന്ന അവസ്ഥയാണ് പ്രാകൃതസമൂഹത്തിൽ കാണാൻ കഴിയുന്നത്. ആ അവസ്ഥയിൽ ക്രമാനുഗതമായി വന്നുഭവിച്ച മാറ്റങ്ങൾ അവസാനം ഏകഭാര്യാത്വത്തിൽ എത്തിച്ചേരുന്നു. അങ്ങനെ പൊതുവിവാഹബന്ധങ്ങളുടെ വൃത്തം ചുരുങ്ങിച്ചുരുങ്ങി ഇന്ന് സാർവത്രികമായിത്തീർന്നിരിക്കുന്ന ഒറ്റയായ 'ദമ്പതികുടുംബ'ത്തിൽ വന്നെത്തിയിരിക്കുന്നു.

ഇങ്ങനെ കുടുംബത്തിന്റെ ചരിത്രം പുനഃസൃഷ്ടിച്ചെടുത്ത മോർഗനും അദ്ദേഹത്തിന്റെ ഭൂരിപക്ഷം സഹപ്രവർത്തകരും ലൈംഗിക അരാജകത്വം നിലനിന്നിരുന്ന ഒരു പ്രാകൃതദശ ഉണ്ടായിരുന്നു എന്ന നിഗമനത്തിലാണ് എത്തിച്ചേർന്നത്. ആ ദശയിൽ ഓരോ സ്ത്രീയും ഓരോ പുരുഷനും അതുപോലെതന്നെ ഓരോ പുരുഷനും ഓരോ സ്ത്രീക്കും ഒരുപോലെ അവകാശപ്പെട്ടവരായിരുന്നു. അതിന്റെ തെളിവുകൾ ചരിത്രത്തിന്റെയും മതത്തിന്റെയും പാരമ്പര്യങ്ങളിൽ ആദ്യമായി തേടിയത് ബച്ചോഫെനാണ്. പക്ഷെ, അദ്ദേഹത്തിനു കിട്ടിയ തെളിവുകൾ സംഘവിവാഹത്തിന്റെ കാലംവരെയേ എത്തുന്നുള്ളൂ. അവ്യവസ്ഥിത ലൈംഗികബന്ധങ്ങളുടെ കാലം അതിനും എത്രയോ പിന്നിലാണ്! അതുകൊണ്ട് പ്രത്യക്ഷമായ തെളിവുകൾ കണ്ടെത്തുക സാധ്യമാണെന്നു തോന്നുന്നില്ല.

മനുഷ്യരാശിയുടെ ലൈംഗികബന്ധ ചരിത്രത്തിൽ, ഇത്തരം ഒരു ദശയുണ്ടായിരുന്നു എന്ന വസ്തുത നിഷേധിക്കുന്നത് ഇന്നൊരു ഫാഷനായിത്തീർന്നിട്ടുണ്ട്. മനുഷ്യരാശിയെ ഈ അപമാനത്തിൽ നിന്നു രക്ഷിച്ചെടുക്കാനുള്ള വ്യഗ്രതയാണ് ഈ നിഷേധത്തിനു പിന്നിലുള്ളത്. പ്രത്യക്ഷമായ തെളിവുകളില്ലെന്നുള്ളതാണ് ഒരു കാരണമായി പറയുന്നത്. മൃഗങ്ങളുടെ സ്ഥിതി ഉദാഹരണമായി ചൂണ്ടിക്കാണിക്കുന്നുമുണ്ട്. എന്തായാലും ഇവയിൽ നിന്നെല്ലാം എനിക്ക് എത്തിച്ചേരാൻ കഴിയുന്നത് ഇവയൊന്നും മനുഷ്യനെയും അവന്റെ പ്രാകൃതദശയെയും സംബന്ധിച്ചിടത്തോളം യാതൊന്നും തെളിയിക്കുന്നില്ല എന്ന നിഗമനത്തിലാണ്. പക്ഷികൾക്കിടയിൽ ഏകഭാര്യാത്വമുണ്ടെന്നു പറയുന്നതിൽ അർഥമില്ല. കാരണം, മനുഷ്യൻ പക്ഷിയിൽനിന്നു പരിണമിച്ചുണ്ടായവനല്ല. പിന്നെ ഏകഭാര്യാത്വമാണ് സന്മാർഗത്തിന്റെ പരകോടിയെങ്കിൽ, പട്ടും വളയും കൊടുക്കേണ്ടത് പന്നിവിരയ്ക്കാണ്. സ്ത്രീപുരുഷലിംഗങ്ങൾ ഒരുമിച്ചുള്ളത് അതിനാണല്ലോ. പക്ഷെ, സസ്തനജന്തുക്കളെ മാത്രമെടുത്താൽ അവക്കിടയിൽ എല്ലാവിധ ലൈംഗിക ബന്ധങ്ങളും ഉണ്ടെന്നുകാണാം. അവ്യവസ്ഥിതമായ ബന്ധങ്ങളും സംഘവിവാഹത്തിന്റെയും ബഹുഭാര്യാത്വത്തിന്റെയും ഏകഭാര്യാത്വത്തിന്റെയുമെല്ലാം നേർത്ത രൂപങ്ങളും അവയ്ക്കിടയിലുണ്ട്. ഇല്ലാത്തത് ബഹുഭർതൃത്വം മാത്രമാണ്. അത് മനുഷ്യന്റെ മാത്രം നേട്ടമാണ്. മനുഷ്യനോട് ഏറ്റവും അടുത്തു നിൽക്കുന്ന ആൾക്കുരങ്ങുകൾകിടയിൽ ഏകഭാര്യാത്വവും ബഹുഭാര്യാത്വവും ഇടകലർന്നുകാണാമെന്നും അതല്ല ഏകഭാര്യാത്വം മാത്രമേ ഉള്ളൂ എന്നും മറ്റുമുള്ള തർക്കങ്ങൾക്കു വിരാമമിട്ടുകൊണ്ട് എസ്പിനാസ് (**മൃഗസമൂഹങ്ങൾ**–1877) വെട്ടിത്തുറന്നു പറയുന്നു;

> മൃഗങ്ങൾക്കിടയിൽ കാണാവുന്ന ഏറ്റവും ഉയർന്ന സമൂഹരൂപം 'പറ്റമാണ്'. കുടുംബങ്ങൾ ചേർന്നതാണ് പറ്റമെന്നു തോന്നാം, പക്ഷെ, ആദ്യം മുതൽക്കെ കുടുംബവും പറ്റവും പരസ്പരവിരുദ്ധമായിട്ടാണു നിൽക്കുന്നത്. വിപരീത അനുപാതത്തിലാണ് അവയുടെ വികാസം.

ആൾക്കുരങ്ങുകൾക്കിടയിലെ കുടുംബരൂപത്തെയോ സമൂഹഘടനയെയോ സംബന്ധിച്ച് ആത്യന്തികമായ അറിവ് നമുക്കില്ലെന്നാണ് മേൽപറഞ്ഞതിൽനിന്നും വ്യക്തമാവുന്നത്. ആദിമ മനുഷ്യസമൂഹങ്ങളെ സംബന്ധിച്ചുതന്നെയും നമുക്കു യാതൊന്നും അറിയില്ലെന്നുള്ളതാണ് സത്യം. പലരും പല അഭിപ്രായങ്ങളും പറഞ്ഞുവച്ചിട്ടുണ്ട്. പക്ഷെ, അവയൊക്കെയും പരസ്പരവിരുദ്ധങ്ങളാണ്.

എങ്കിൽക്കൂടിയും എസ്പിനാസ് ഒരു വസ്തുത വെളിച്ചത്തു

കൊണ്ടുവരുന്നുണ്ട്. ഉയർന്നതരം മൃഗങ്ങൾക്കിടയിൽ പറ്റവും കുടുംബവും പരസ്പര പൂരകങ്ങളല്ല, പരസ്പര വിരുദ്ധങ്ങളാണ്. ഇണചേരുന്നകാലത്ത് താൽക്കാലികമായിട്ടെങ്കിലും പറ്റം ശിഥിലമായിപ്പോകുന്നതെങ്ങനെയെന്ന് എസ്പിനാസ് ഭംഗിയായി വിവരിക്കുന്നുണ്ട്;

> കുടുംബം കെട്ടുറപ്പുള്ളതായിരിക്കുന്നിടത്ത് പറ്റം ഉണ്ടാവുക അപൂർവമാണ്. മറിച്ച്, സ്വതന്ത്രമായ ലൈംഗിക ബന്ധങ്ങളോ ബഹുഭാര്യാത്വമോ ഉള്ളിടത്ത് പറ്റം സ്വാഭാവികമായിത്തന്നെ നിലവിൽ വരികയും ചെയ്യുന്നു......പക്ഷികൾക്കിടയിൽ സുഘടിതമായ പറ്റം അപൂർവമായിരിക്കുന്നത് അതുകൊണ്ടാണ്. നേരെമറിച്ച് സസ്തന ജീവികൾക്കിടയിൽ, വ്യക്തികൾ കുടുംബത്തിൽ വിലയിക്കാതെ നിൽക്കുന്നതുകൊണ്ട്, ഏറെക്കുറെ സംഘടിതമായ സമൂഹങ്ങൾ നിൽക്കുന്നതായി കാണാം.

മൃഗസമൂഹങ്ങളുടെ ഈ പ്രത്യേകത മനുഷ്യസമൂഹങ്ങളെ സംബന്ധിച്ച് ചില നിഗമനങ്ങളിൽ എത്തിച്ചേരുവാൻ സഹായകമാണ്, പക്ഷെ, അതു നിഷേധപരമായ അർഥത്തിൽ മാത്രമാണ്. നട്ടെല്ലുള്ള ജീവികളിലെ ഉയർന്ന ജാതികൾക്ക് അറിയുന്നതായി രണ്ടു കുടുംബരൂപങ്ങൾ മാത്രമേയുള്ളൂ-ബഹുഭാര്യാത്വമോ ഒരാണും ഒരു പെണ്ണും മാത്രം ചേർന്ന കുടുംബമോ. ആണിന്റെ അസൂയ മൃഗകുടുംബവും പറ്റവും തമ്മിൽ സംഘട്ടനത്തിനു വഴിവയ്ക്കുന്നു. കുടുംബത്തേക്കാൾ ഉയർന്ന സമൂഹരൂപമായ പറ്റം ഇണചേരുന്ന കാലത്ത് പൂർണമായി ഇല്ലാതാവുകയോ അതല്ലെങ്കിൽ ഏറ്റവും കുറഞ്ഞപക്ഷം അതിന്റെ വികാസം തടയപ്പെടുകയോ ചെയ്യുന്നു. മൃഗകുടുംബവും പ്രാകൃതമനുഷ്യസമൂഹവും താരതമ്യപ്പെടുത്താവുന്നവയല്ലെന്നു തെളിയിക്കുവാൻ ഇതുമാത്രം മതിയാവും. മൃഗാവസ്ഥയിൽ നിന്നു മുന്നേറിയ മനുഷ്യന് ഒന്നുകിൽ കുടുംബം എന്നതുതന്നെ അജ്ഞാതമായിരുന്നു. അതല്ലെങ്കിൽ അങ്ങേയറ്റം വന്നാൽ അവന് അറിയുമായിരുന്ന കുടുംബം മൃഗങ്ങൾക്കിടയിലുണ്ടായിരുന്നതിൽനിന്ന് തുലോം ഭിന്നമായ ഒന്നായിരുന്നു. മനുഷ്യനെപ്പോലെ നിരായുധനായ ഒരു ജീവി ഒരാണും പെണ്ണും ചേർന്ന കുടുംബമായി ഒറ്റയ്ക്കു നിലനിന്നുപോരുമെന്നു പറയുന്നത് എത്രയോ യുക്തിഹീനമാണ്. കാരണം മൃഗത്തിൽനിന്നു മനുഷ്യനിലേക്കുള്ള പരിണാമം, പ്രകൃതി കണ്ടിട്ടുള്ളതിൽ വച്ചേറ്റവും വലിയ ആ മാറ്റം, സാധിക്കുന്നതിന് വ്യക്തിയുടെ പരിമിതമായ ആത്മരക്ഷാശേഷിക്കുപരിയായി പറ്റത്തിന്റെ ഐക്യശക്തിയും കൂട്ടായ പ്രയത്നവും ആവശ്യമായിരുന്നു. ആൾക്കുരങ്ങുകൾ ഇന്ന് ജീവിച്ചുപോരുന്ന സാഹചര്യങ്ങളിൽനിന്ന് മനുഷ്യാവസ്ഥയിലേക്കുള്ള പരിവർത്തനത്തെ യുക്തി

സഹമായി വ്യാഖ്യാനിക്കുവാനേ സാധ്യമല്ല.

അസൂയയിൽ നിന്നു വിമുക്തരും പരസ്പരം വിട്ടുവീഴ്ചക്കു തയ്യാറുള്ളവരുമായ പുരുഷൻമാരടങ്ങുന്ന വിപുലവും സുസ്ഥിരവുമായ സമൂഹങ്ങൾ മൃഗത്തിൽനിന്നു മനുഷ്യനിലേക്കുള്ള മാറ്റത്തിന്റെ പ്രഥമോപാധിയായിരുന്നു. അപ്പോൾ അനിഷേധ്യമായ തെളിവുകളോടുകൂടി ചരിത്രത്തിൽ നമുക്കു കണ്ടെത്താൻ കഴിയുന്ന ഏറ്റവും പഴയ, ഏറ്റവും പ്രാകൃതമായ കുടുംബരൂപമെന്താണ്? സംഘവിവാഹം. പുരുഷൻമാരുടെയും ഒരു സംഘം അങ്ങനെ തന്നെ സ്ത്രീകളുടെ ഒരു സംഘത്തെ വിവാഹം ചെയ്യുന്നു. ഇവിടെ അസൂയക്കിടമില്ല. വികാസത്തിന്റെ അടുത്തഘട്ടത്തിൽ അനന്യമായ ഒരു ബഹുഭർതൃത്വ സമ്പ്രദായം കാണാം. ഈ രൂപങ്ങൾ അവയേക്കാൾ ലളിതവും പ്രാചീനവുമായ മറ്റൊരു രൂപം നിലവിലുണ്ടായിരുന്നു എന്നതിലേക്കാണ് വിരൽചൂണ്ടുന്നത്. മൃഗത്തിൽനിന്നു മനുഷ്യനിലേക്കുള്ള പരിവർത്തനദിശയിലെ ആ രൂപമാകട്ടെ അവ്യവസ്ഥിത ലൈംഗികബന്ധങ്ങളല്ലാതെ മറ്റൊന്നുമല്ല.

എന്താണ് ഈ അവ്യവസ്ഥിത ലൈംഗിക ബന്ധങ്ങൾ? ഇന്നത്തെയും മുൻകാലങ്ങളിലെയും നിയന്ത്രണങ്ങൾ അന്നുണ്ടായിരുന്നില്ല. ആദ്യകാലത്ത് സഹോദരിയും സഹോദരനും ഭാര്യാഭർത്താക്കൻമാരായി കഴിഞ്ഞിരുന്നു. പല പ്രാകൃത സമൂഹങ്ങളിലും ഇന്നും മാതാപിതാക്കളും മക്കളും തമ്മിലുള്ള ലൈംഗികബന്ധങ്ങൾ നിലനിൽക്കുന്നതുകാണാം. ബറിംഗ് കടലിടുക്കിലെ നിവാസികളായ, 'കവിയാത്' അലാസ്കക്കടുത്തു നിവസിക്കുന്ന 'കടിയാക്' വടക്കേ അമേരിക്കയിലെ 'ടിന്നേ', അമേരിക്കൻ ഇന്ത്യക്കാരായ 'ചിപ്പേവാ', ചിലിയിലെ 'കുക്കസ്', കരീബിയൻ ഇൻഡോചീനയിലെ 'കരൻ' എന്നീ വംശങ്ങൾ ഇതിന് ഉദാഹരണമാണ്. പാർഥിയക്കാർ, പേർഷ്യക്കാർ, സിൻതായാക്കാർ, ഹൂണൻമാർ തുടങ്ങിയവരെക്കുറിച്ച് പ്രാചീന ഗ്രീക്കുകാരും റോമക്കാരും നൽകിയിട്ടുള്ള വിവരണങ്ങളും ഇതുതന്നെ തെളിയിക്കുന്നു. ചുരുക്കത്തിൽ ലൈംഗിക സന്മാർഗവും നിയന്ത്രണങ്ങളും പിൽക്കാലത്തുണ്ടായവയാണെന്നും അവ ഏർപ്പെടുത്തുന്നതിനു മുമ്പുണ്ടായിരുന്നത് അവ്യവസ്ഥിത ലൈംഗിക ബന്ധങ്ങളായിരുന്നുവെന്നും വ്യക്തമാണ്. എന്നുവെച്ച് ലൈംഗികാരാജകത്വത്തിന്റെ അഴിഞ്ഞാട്ടമായിരുന്നു അന്ന് എന്ന് അർഥമാക്കേണ്ടതില്ല. കുറച്ച് കാലത്തേക്ക് ഒരാണും പെണ്ണും ഒന്നിച്ചുകഴിഞ്ഞിരുന്നില്ലെന്നും അർഥമില്ല. അവ്യവസ്ഥിത ലൈംഗികബന്ധങ്ങളുടേതായ ഒരു അവസ്ഥ ഉണ്ടായിരുന്നില്ലെന്നു വാദിക്കുന്നവരിൽ ഏറ്റവും ഒടുവിലത്തെ ആളാണ് വെസ്റ്റർമാർക്ക്. കുഞ്ഞു പിറക്കുന്നതുവരെ ഇണകൾ ഒന്നിച്ചുകഴിയുന്നതിനെ വിവാഹമെന്ന് അദ്ദേഹം നിർവചിക്കുന്നു. അത്തരത്തിലുള്ള വിവാഹങ്ങൾ അവ്യവസ്ഥിത ലൈംഗിക

ബന്ധങ്ങളുടെ വ്യവസ്ഥയിൽ എത്രയെങ്കിലും ഉണ്ടായിരുന്നിരിക്കാം. പക്ഷേ അതുകാരണം അവ്യവസ്ഥിത ലൈംഗികബന്ധങ്ങളുടെ വ്യവസ്ഥ ഇല്ലായിരുന്നു എന്നു വരുന്നില്ലെന്നുമാത്രം.

മോർഗന്റെ അഭിപ്രായത്തിൽ ഈ ആദിമവ്യവസ്ഥയിൽ നിന്നാണ് കുടുംബത്തിന്റെ വിവിധരൂപങ്ങൾ ഉരുത്തിരിഞ്ഞത്. അവയിൽ ആദ്യത്തേതാണ് രക്തബന്ധത്തെ അടിസ്ഥാനമാക്കിയുള്ള കൂട്ടുകുടുംബം.

1. രക്തബന്ധകുടുംബം

കുടുംബത്തിന്റെ ആദ്യത്തെ രൂപമാണിത്. തലമുറകളെ ആധാരമാക്കിയുള്ള തരംതിരിക്കലേ ഇവിടെയുള്ളൂ. കുടുംബപരിധിക്കകത്തെ എല്ലാ മുത്തശ്ശിമാരും മുത്തച്ഛൻമാരും അന്യോന്യം ഭാര്യാഭർത്താക്കൻമാരാണ്. മാതാപിതാക്കൾ അടുത്ത തലമുറയിൽപെടുന്നു. അവരും അന്യോന്യം ഭാര്യാഭർത്താക്കൻമാരാണ്. മക്കളുടെ മൂന്നാം തലമുറയും കൊച്ചുമക്കളുടേതായ നാലാം തലമുറയും ഇതേ മുറതന്നെ പാലിക്കുന്നു. ഈ കുടുംബത്തിൽ തലമുറകൾ തമ്മിലുള്ള ലൈംഗികബന്ധങ്ങൾ മാത്രമേ നിയന്ത്രിക്കപ്പെടുന്നുള്ളൂ എന്നു ചുരുക്കം. ഏറ്റവും അകന്നബന്ധത്തിൽ പെട്ടവരുൾപ്പെടെയുള്ള മച്ചുനികളും മച്ചുനൻമാരുമെല്ലാം സഹോദരീസഹോദരൻമാരുടെ പട്ടികയിൽപെടും. അതുകൊണ്ടുതന്നെ അവരുൾപ്പെടെയുള്ള എല്ലാ സഹോദരീസഹോദരൻമാരും അന്യോന്യം ഭാര്യാഭർത്താക്കൻമാരാണ്. ഈ അവസ്ഥയിൽ സഹോദരീസഹോദരൻമാർ തമ്മിലുള്ള ലൈംഗികവേഴ്ച സാഹോദര്യത്തിന്റെ ഒരു ഭാഗം മാത്രമായ സാധാരണ വൃത്തിയായിരുന്നു.

ഈ കുടുംബരൂപം ഇന്നു പാടേ തിരോധാനം ചെയ്തുകഴിഞ്ഞിരിക്കുന്നു. ഏറ്റവും പ്രാകൃതരായ ജനതകളുടെ അറിയപ്പെടുന്ന ചരിത്രത്തിൽനിന്നുപോലും ഇതിനൊരുദാഹരണം കണ്ടെടുക്കുവാൻ കഴിയില്ല. പക്ഷേ, ഇത്തരമൊരു രൂപം നിലനിന്നിരുന്നു എന്നു വിശ്വസിക്കാൻ നമ്മെ നിർബന്ധിതരാക്കുന്നത് ഇന്നും പോളിനേഷ്യയിലാകമാനം നിലനിന്നുപോരുന്ന ഹാവായ് മാതൃകയിലുള്ള രക്തബന്ധ കുടുംബവ്യവസ്ഥയാണ്.

2. പുനലുവൻ കുടുംബം

അച്ഛനമ്മമാരും മക്കളും തമ്മിലുള്ള ലൈംഗികബന്ധം ഒഴിവാക്കുക എന്നതായിരുന്നു ഒന്നാമത്തെ കാൽവയ്പെങ്കിൽ, രണ്ടാമത്തേത് സഹോദരനും സഹോദരിയും തമ്മിലുള്ള ലൈംഗികബന്ധം ഒഴിവാക്കുക എന്നതായിരുന്നു. ബന്ധപ്പെടുന്നവരുടെ പ്രായത്തിലെ അന്തരമില്ലായ്മ പരിഗണിക്കുമ്പോൾ ഈ നടപടി ഒന്നാമത്തേതിനേക്കാൾ കൂടുതൽ പ്രധാനവും അതേസമയം തന്നെ കൂടുതൽ പ്രയാ

സകരവുമായിരുന്നു. തായ്‌വഴിയിലുള്ള സഹോദരീസഹോദരൻമാരിൽ തുടങ്ങി മച്ചുനൻമാരുടെയും മച്ചുനികളുടെയും ഒന്ന്, രണ്ട്, മൂന്ന് എന്നീ മുറകളിലേക്ക് പടിപടിയായി വ്യാപിച്ചുകൊണ്ടായിരിക്കണം ഈ നിയന്ത്രണം അവസാനം ഒരു നിയമമായി ഏർപ്പെടുത്തിയെടുത്തത്. 'സ്വാഭാവികമായ തെരഞ്ഞെടുപ്പ് എന്ന തത്വത്തിന്റെ നല്ലൊരു ഉദാഹരണം' എന്നാണ് മോർഗൻ ഇതിനെ വിശേഷിപ്പിക്കുന്നത്. ഈ നിയന്ത്രണത്തിനു വിധേയമായ സമൂഹങ്ങൾ മറ്റുള്ളവയെക്കാൾ വളരെവേഗത്തിൽ പുരോഗതിയിലേക്കു നീങ്ങി എന്നുള്ളത് തർക്കമറ്റ സംഗതിയാണ്. ഇതിൽനിന്നാണ് ഗണത്തിന്റെ ഉദ്ഭവം, ലോകത്തിലെ മുഴുവൻ, അല്ലെങ്കിൽ ബഹുഭൂരിപക്ഷം അപരിഷ്കൃത വർഗങ്ങളുടെയെങ്കിലും സാമൂഹ്യവ്യവസ്ഥയുടെ അടിത്തറയായിത്തീർന്നത്. ഗ്രീസിലും റോമിലും ഗണത്തിൽനിന്ന് നാഗരികതയിലേക്ക് നേരിട്ടുള്ള കടന്നുകയറ്റമാണ് നമുക്ക് കാണാൻ കഴിയുന്നത്.

ഓരോ ആദിമകുടുംബവും പരമാവധി വന്നാൽ രണ്ട് തലമുറകൾക്കകം പിളരേണ്ടിവന്നിരുന്നു. അപരിഷ്കൃതാവസ്ഥയുടെ ഉത്തരമധ്യകാലഘട്ടംവരെയും നിലനിന്നിരുന്ന പ്രാകൃതകമ്യൂണിസ്റ്റ് രീതിയിലുള്ള പൊതുഭവനത്തിന്റെ വലിപ്പം കുടുംബസമൂഹത്തിന്റെ വലിപ്പത്തെ സ്വാധീനിച്ചു. ഈ പരിധി ഓരോ പ്രദേശത്തും ഏറക്കുറെ നിശ്ചിതമായിരുന്നു. ഒരമ്മയുടെ മക്കൾ തമ്മിലുള്ള ലൈംഗികബന്ധം അനാശാസ്യമാണെന്ന ചിന്താഗതി ഈ കുടുംബസമൂഹത്തിന്റെ പരിധിയിലും അടിത്തറയിലും മാറ്റം വരുത്തി. സഹോദരിമാരുടെ ഒന്നോ അതിലധികമോ വിഭാഗങ്ങൾ ഒരു കുടുംബത്തിന്റെ കേന്ദ്രമായി; അവരുടെ നേരാങ്ങളമാർ മറ്റൊന്നിന്റെയും. ഈ രീതിയിൽ അല്ലെങ്കിൽ ഇതിന് സമാനമായ ഒരു രീതിയിലാണ് രക്തബന്ധകുടുംബത്തിൽ നിന്ന് പുനലുവൻകുടുംബം ആവിർഭവിച്ചത്. ഇങ്ങനെ നേരെയോ വകയിലോ ഉള്ള കുറെ സഹോദരൻമാർ ഒന്നിച്ച്, അവരുടെ കുടുംബത്തിൽപെടാത്ത കുറെ സഹോദരിമാരുടെ ഭർത്താക്കൻമാരായിരിക്കുക എന്നതാണ് പുനലുവൻകുടുംബത്തിന്റെ മുഖ്യാംശം. വിവാഹത്തിനുശേഷം ഈ സഹോദരൻമാർ അന്യോന്യം 'സഹോദരൻ' എന്നല്ല 'പുനലുവ'(കൂട്ടാളി) എന്നാണ് സംബോധന ചെയ്യുക. കൂട്ടുഭാര്യമാരായിത്തീർന്ന സഹോദരികൾ തമ്മിലും അങ്ങനെതന്നെ ഈ കുടുംബരൂപത്തിന്റെ പല അവാന്തര വിഭാഗങ്ങളുമുണ്ടെങ്കിലും അവയുടെയെല്ലാം മൗലികസവിശേഷത നേർസഹോദരങ്ങൾ, പിന്നെ പടിപടിയായി വകയിലുള്ള സഹോദരങ്ങളും, തമ്മിലുള്ള ലൈംഗികബന്ധങ്ങൾ ഒഴിവാക്കപ്പെട്ടിരിക്കുന്നു എന്നതാണ്. അതോടെ സഹോദരൻമാരുടെ സന്താനങ്ങളും സഹോദരിമാരുടെ സന്താനങ്ങളും അന്യോന്യം സഹോദരങ്ങളല്ലാതായിത്തീരുകയും ചെയ്തു: അവർ മച്ചുനനും മച്ചുനച്ചിയുമാണ്.

ഹവായിയിൽ അടുത്തകാലംവരെ നിലനിന്നിരുന്നതും ഏതാണ്ട് 2000 കൊല്ലം മുമ്പ് അന്ന് അപരിഷ്കൃതാവസ്ഥയുടെ മധ്യദശയിലായിരുന്ന ബ്രിട്ടനിൽ സീസർക്ക് കാണാൻ കഴിഞ്ഞതും ഈ കുടുംബസമ്പ്രദായമാണ്. ഹെറോഡോട്ടസും മറ്റു പ്രാചീന ചരിത്രകാരൻമാരും രേഖപ്പെടുത്തിയിട്ടുള്ളതും ഔധിലെ 'തിക്കുർ' ഗോത്രർക്കിടയിൽ ഉള്ളതായി വാട്സനും കേയിയും പറഞ്ഞിട്ടുള്ളതും ഇതിനെപ്പറ്റിത്തന്നെയാണ്.

ഗണം ഏറിയകൂറും പുനലുവൻകുടുംബത്തിൽനിന്ന് നേരിട്ട് ഉരുത്തിരിഞ്ഞു വന്നതാണെന്നു തോന്നുന്നു. ആസ്ത്രേലിയയിലെ ആദിവാസികൾക്കിടയിലുള്ള ഗോത്രവ്യവസ്ഥ ഇതിന്റെ ആരംഭഘട്ടത്തെക്കുറിക്കുന്ന ഒന്നാണ്. പക്ഷെ, അവർ പുനലുവൻ കുടുംബത്തിലെത്തുകയുണ്ടായില്ല. കൂടുതൽ അപരിഷ്കൃതമായ ഒരു സംഘവിവാഹരീതിയാണ് അവർക്കിടയിൽ കാണുന്നത്.

സംഘകുടുംബസമ്പ്രദായങ്ങളിലെല്ലാം ഒരു കുട്ടിയുടെ അച്ഛനാരെന്ന് തീർച്ചയുണ്ടാവില്ല. എന്നാൽ അമ്മ ആരെന്ന് നിശ്ചയമായിരിക്കുകയും ചെയ്യും. അതായത് തായ്വഴിബന്ധങ്ങൾ മാത്രമേ നിർണയിക്കുവാൻ കഴിയൂ. അതുകൊണ്ടുതന്നെ അത്തരം ബന്ധങ്ങൾ മാത്രമേ അംഗീകരിക്കപ്പെടുകയും ചെയ്യുന്നുള്ളൂ. ഇത് ബച്ചോഫെന്റെ മഹത്തായ കണ്ടുപിടിത്തങ്ങളിൽ രണ്ടാമത്തെതാണ്. അമ്മവഴിക്കുള്ള ഈ പാരമ്പര്യത്തിന് കിട്ടിയ അംഗീകാരത്തെയും അതിൽ നിന്ന് പിന്നീടുദ്ഭവിച്ച ദായക്രമത്തെയുമാണ് അദ്ദേഹം 'തായവകാശം' എന്നു വിളിക്കുന്നത്.

പുനലുവൻകുടുംബത്തിന്റെ ഉത്തമനിദർശനങ്ങളായ രണ്ടു രൂപങ്ങളിൽ ഒരെണ്ണം പരിശോധിക്കാം. നേരെയും വകയിലുമുള്ള കുറെ സഹോദരിമാരും അവരുടെ മക്കളും അവരുടെ തായ്വഴിയിൽ നേരെയും വകയിലുള്ള സഹോദരൻമാരും ചേർന്നതാണ് ഇത്. ഒരേ ഒരു മുതുമുത്തശ്ശിയുടെ സന്തതിപരമ്പരകളായ ഇവർ ചേർന്നാണ് പിൽക്കാലത്ത് ഗണം രൂപംകൊണ്ടത്. സഹോദരി സഹോദരൻമാർ തമ്മിലുള്ള ലൈംഗികബന്ധം വിലക്കപ്പെട്ടതുകൊണ്ട് ഈ സഹോദരിമാരുടെ ഭർത്താക്കൻമാർ ഇവരുടെ രക്തബന്ധകുടുംബത്തിൽ പെടുന്നവരായിരിക്കില്ല.

സംഘവിവാഹത്തെക്കുറിച്ചുള്ള മോർഗന്റെ അറിവ് പരിമിതമായിരുന്നു. ഹവായിയിലെ പുനലുവൻ കുടുംബത്തെക്കുറിച്ച് ലഭ്യമായ അറിവുവച്ചുകൊണ്ട് അമേരിക്കൻ ഇന്ത്യക്കാർക്കിടയിലെ രക്തബന്ധകുടുംബത്തെ വ്യാഖ്യാനിക്കുവാൻ അദ്ദേഹത്തിന് കഴിഞ്ഞു എന്നുള്ളത് ശരിതന്നെ. പക്ഷെ, ആസ്ത്രേലിയൻ ആദിവാസികൾക്കിടയിലെ സംഘവിവാഹങ്ങൾപോലെയുള്ള വിവിധ രൂപങ്ങളെക്കുറിച്ച് അദ്ദേഹത്തിന് വളരെയൊന്നും അറിവില്ലായിരുന്നു.

അതുകൊണ്ടാവണം യുഗ്മകുടുംബത്തിനുമുമ്പുള്ള വികാസപ്രക്രിയ അനുപേക്ഷണീയമായും കടന്നു പോരേണ്ട ഒരു ഘട്ടമാണ് പുനലുവൻകുടുംബമെന്നും അത് അക്കാലത്ത് പരക്കെ നിലനിന്നിരിക്കണമെന്നുമുള്ള നിഗമനത്തിൽ അദ്ദേഹം എത്തിച്ചേരാനിടയായത്. ആ നിഗമനം അതിരുകടന്നതായിരുന്നു എങ്കിലും, പുനലുവൻകുടുംബത്തിൽ സംഘവിവാഹത്തിന്റെ ഏറ്റവും ഉയർന്ന രൂപം കണ്ടെത്തിയതും അതിന്റെ അടിസ്ഥാനത്തിൽ കൂടുതൽ ഉയർന്ന രൂപത്തിലേക്കുള്ള പരിവർത്തനത്തെ അനായാസം വ്യാഖ്യാനിക്കുവാൻ സാധ്യമാക്കിത്തീർത്തതും മോർഗന്റെ നേട്ടംതന്നെയാണ്.

സംഘവിവാഹത്തെക്കുറിച്ചുള്ള പഠനത്തിന് അമൂല്യസംഭാവനകൾ നൽകിയിട്ടുള്ള ആളാണ് ഇംഗ്ലീഷ് മതപ്രചാരകനായ ലോറീമർ ഫിസൽ. ആസ്ത്രേലിയൻ ആദിവാസികളെക്കുറിച്ച് ദീർഘകാലം പഠനം നടത്തിയ അദ്ദേഹം ദക്ഷിണാസ്ത്രേലിയൻ നീഗ്രോകളുടെ വികാസത്തിലെ ഏറ്റവും താഴ്ന്നഘട്ടം എന്തെന്നു കണ്ടെത്തി. ഗോത്രമാകെ'ക്രോക്കി'കളെന്നും കുമൈറ്റുകളെന്നും രണ്ടായി വിഭജിച്ചിരിക്കുന്നു. ഒരു വിഭാഗത്തിനകത്തുള്ള ആളുകൾ തമ്മിലുള്ള ലൈംഗികബന്ധം കർശനമായി വിലക്കപ്പെട്ടിരിക്കുന്നു. അതേസമയം ഒരു വിഭാഗത്തിലെ ഓരോ സ്ത്രീയും ജന്മനാതന്നെ മറ്റേ വിഭാഗത്തിലെ ഓരോ പുരുഷന്റെയും ഭാര്യയാണ്. അതുപോലെതന്നെ മറിച്ചും. വ്യക്തികൾ തമ്മിലല്ല. ഒരു വിഭാഗം ഒന്നടങ്കവും മറ്റേ വിഭാഗം ഒന്നടങ്കവും തമ്മിലാണ് ബന്ധം. വിഭാഗങ്ങൾ എന്നതൊഴികെ രക്തബന്ധമോ പ്രായമോ പിതൃപുത്രീബന്ധമോ പോലെയുള്ള മറ്റൊരു വിലക്കും ഇവിടെയില്ല.

തെക്കെ ആസ്ത്രേലിയയിലെ ഗാമ്പിയർ പർവതത്തിൽ ഈ ദ്വിവിഭാഗ സമ്പ്രദായം കാണാനുണ്ട്. കുറെ കിഴക്കുമാറി ഡാർലിംഗ് നദീതീരങ്ങളിലും വടക്കുകിഴക്ക് ക്യൂൻസ്ലൻഡിലും ഈ വ്യവസ്ഥ കാണാം. സഹോദരീസഹോദരന്മാർ തമ്മിലും തായ്‌വഴിയിലുള്ള സഹോദരീസഹോദരൻമാരുടെ മക്കൾ തമ്മിലുമുള്ള വിവാഹത്തിനു മാത്രമേ ഇവിടങ്ങളിൽ വിലക്കുള്ളു. ഒരു വിഭാഗത്തിനകത്തെ വിവാഹം ഒഴിവാക്കുന്നതിനുള്ള മറ്റൊരു നടപടിയും കൂടി 'കാമിലാറോയ്' ഗോത്രക്കാർക്കിടയിൽ കാണാം. രണ്ടിനു പകരം നാലുവിഭാഗങ്ങളാണ് ഇവർക്കിടയിലുള്ളത്. ആദ്യത്തെ രണ്ടുവിഭാഗങ്ങൾ അന്യോന്യം ഭാര്യാഭർത്താക്കൻമാരായിരിക്കുമ്പോൾ അവരുടെ മക്കൾ, അമ്മ ഒന്നാമത്തെയോ രണ്ടാമത്തെയോ വിഭാഗത്തിൽ ഏതിലുള്ളവളാണെന്നതിന്റെ അടിസ്ഥാനത്തിൽ, മൂന്നാമത്തെയോ നാലാമത്തെയോ വിഭാഗത്തിൽ അംഗങ്ങളാകുന്നു. അന്യോന്യം ഭാര്യാഭർത്താക്കൻമാരായ മൂന്നും നാലും വിഭാഗക്കാരുടെ മക്കളാകട്ടെ വീണ്ടും ഒന്നാമത്തെയോ രണ്ടാമത്തെയോ വിഭാഗമായി മാറുന്നു.

സംഘവിവാഹം അത്ര ജുഗുപ്സാവഹമൊന്നുമല്ല. ഉപരിപ്ലവ വീക്ഷണത്തിൽ അത് ഒരുതരം അയഞ്ഞ ഏകഭാര്യാത്വമോ ചില പ്പോൾ ബഹുഭാര്യാത്വമോ ഇടക്കിടെയുള്ള ചാരിത്ര്യഭ്രംശമോ ഒക്കെ യാണെന്നു തോന്നാം. അനേകം നാഴികകൾക്കപ്പുറത്തെ അറിയപ്പെ ടാത്ത നാട്ടിൽ എത്തുന്ന ഒരുവന് അവകാശപൂർവം ഒരു കൂട്ടുകാരി യുമായി അന്തിയുറങ്ങുവാൻ കഴിയുക! സ്ത്രീ അയാളുടെ ഭാര്യയാ യിരിക്കുവാൻ അർഹതയുള്ള ഗോത്രവിഭാഗത്തിൽപ്പെട്ടവളായിരിക്ക ണമെന്നേയുള്ളൂ. മറ്റൊരു ഗോത്രവിഭാഗത്തിലെ സ്ത്രീയുമായി ബന്ധപ്പെടുവാൻ പാടില്ലെന്നത് കർശനമായ നിയമവുമാണ്. ചില പ്പോൾ പെൺകുട്ടികളെ 'തട്ടിക്കൊണ്ടു' പോയിരുന്നു. ചിലയിടങ്ങ ളിൽ അതൊരു പതിവുതന്നെയുമായിരുന്നു. പക്ഷെ, ആ സന്ദർഭങ്ങ ളിൽപോലും ഈ നിയമം കൃത്യമായി പാലിക്കപ്പെട്ടിരുന്നു.

ഈ തട്ടിക്കൊണ്ടുപോക്കിൽതന്നെ വ്യക്തിവിവാഹത്തിലേ ക്കുള്ള മാറ്റത്തിന്റെ നേരിയ അംശങ്ങൾ കാണാവുന്നതാണ്. കൂട്ടു കാരുടെ സഹായത്തോടുകൂടി ഒരുവൻ പെണ്ണിനെ തട്ടിക്കൊണ്ടു പോവുകയോ അവളുടെ കൂടെ ഒളിച്ചോടുകയോ ചെയ്തുകഴി ഞ്ഞാൽ പിന്നെ ആ കൂട്ടുകാരിൽ ഓരോരുത്തരായി അവളുമായി ലൈംഗികബന്ധത്തിൽ ഏർപ്പെടുകയെന്നതാണ് ആദ്യം നടക്കുന്ന ത്. അതിനുശേഷം അവൾ തട്ടിക്കൊണ്ടുപോക്കിനു മുൻകയ്യെടുത്ത വന്റെ ഭാര്യയായി പരിഗണിക്കപ്പെടുന്നു. അതുപോലെതന്നെ അവൾ അവന്റെ അടുത്തുനിന്നും ഒളിച്ചോടി മറ്റൊരുവന്റെ കയ്യിൽ ചെന്നു പെട്ടുകഴിഞ്ഞാൽ പിന്നെ ആദ്യത്തെ ഭർത്താവിന് അവളുടെമേൽ യാതൊരു അവകാശവും ഉണ്ടാവില്ല. അവൾ രണ്ടാമന്റെ ഭാര്യയായി ത്തീരുകയും ചെയ്യുന്നു. അങ്ങനെ സംഘവിവാഹത്തോടൊപ്പം, അതിനകത്തുതന്നെ ഏറിയും കുറഞ്ഞുമുള്ള കാലങ്ങളിലേക്ക് യുഗ്മകുടുംബങ്ങളും ബഹുഭാര്യാത്വവും വികാസം നേടുകയും ക്രമേണ സംഘവിവാഹ സമ്പ്രദായം നാമാവശേഷമായി വരികയും ചെയ്യുന്നു.

എന്തായാലും നമ്മുടെ അറിവിൽപ്പെട്ടിടത്തോളം ആസ്ട്രേലി യയിലേത് സംഘവിവാഹത്തിന്റെ വളരെ താഴ്ന്നതും പ്രാകൃതവു മായ ഒരു രൂപവും പുനലുവൻ കുടുംബം അതിന്റെ വികാസത്തിലെ ഏറ്റവും ഉയർന്ന അവസ്ഥയുമാണ്. ഒന്നാമത്തേത് മനുഷ്യർ നാടോ ടികളായിക്കഴിഞ്ഞിരുന്ന ഘട്ടത്തെയും രണ്ടാമത്തേത് അവർ ഏറെ ക്കുറെ സ്ഥിരതാമസം തുടങ്ങിയ ഉയർന്ന അടുത്ത ഘട്ടത്തെയും പ്രതിനിധീകരിക്കുന്നു.

3. യുഗ്മകുടുംബം

സംഘവിവാഹത്തിലെ ഭാര്യാഭർതൃ വിഭാഗങ്ങളിൽ ഓരോഭാ ര്യക്കും പുരുഷ വിഭാഗത്തിലെ ഒരാൾ മുഖ്യ ഭർത്താവും ഓരോ

പുരുഷനും സ്ത്രീ വിഭാഗത്തിലെ ഒരുവൾ മുഖ്യഭാര്യയുമായുണ്ടായിരുന്നു. ഗണം നിലവിൽ വന്നു വികാസം നേടുവാൻ തുടങ്ങിയതിനനുസരണമായി ഈ യുഗ്മബന്ധവും കരുത്തുനേടിക്കൊണ്ടിരുന്നു. അന്യോന്യം വിവാഹബന്ധം നിഷിദ്ധമായ 'സഹോദരി' മാരുടെയും 'സഹോദരൻ' മാരുടെയും സംഖ്യാവർധനവും ഇതിനു പ്രേരകമായി. രക്തബന്ധമുള്ളവർ തമ്മിലുള്ള വിവാഹത്തിനെതിരെ ഗണം ഉണർത്തിവിട്ട വികാരവും ഏർപ്പെടുത്തിയ വിലക്കുകളും സംഘവിവാഹം കൂടുതൽ കൂടുതൽ അസാധ്യമാക്കിത്തീർക്കുകയും അതിന്റെ സ്ഥാനത്ത് യുഗ്മവിവാഹം നിലവിൽ വരുവാൻ കാരണമായിത്തീരുകയും ചെയ്തു. ഈ ഘട്ടത്തിൽ ഒരു പുരുഷൻ ഒരു സ്ത്രീയുടെ കൂടെ കഴിഞ്ഞുകൂടുന്നു എങ്കിലും വല്ലപ്പോഴുമൊക്കെ ബഹുഭാര്യാത്വവും വ്യഭിചാരവും നടത്തുവാനുള്ള അവകാശം പുരുഷൻ അവന്റെ കുത്തകയാക്കി നിലനിർത്തിപ്പോന്നു. സ്ത്രീയാകട്ടെ ഒരാളുടെ ഭാര്യയായി കഴിയുന്ന കാലത്ത് മറ്റൊരു പുരുഷനുമായി ബന്ധപ്പെടുന്നത് കർശനമായി നിരോധിക്കപ്പെട്ടിരുന്നു. അത് ലംഘിക്കുന്നവർക്ക് കടുത്ത ശിക്ഷയാണ് കൊടുത്തിരുന്നത്. വേണമെങ്കിൽ വിവാഹബന്ധം വേർപെടുത്താം. അത് വളരെ അനായാസമായിരുന്നുതാനും. കുട്ടികളുടെമേലുള്ള അവകാശം പണ്ടത്തെപ്പോലെ തന്നെ അമ്മക്കായിരുന്നു.

അങ്ങനെ ആദിമദശയിൽ ഗോത്രത്തെ ഒന്നടങ്കം ഉൾക്കൊണ്ടിരുന്ന ഒരു പരിധിയിൽ നിന്ന് പടിപടിയായി ചുരുങ്ങിക്കൊണ്ടുവന്ന ഒരു പരിണാമമാണ് ചരിത്രാതീതകാലത്ത് കുടുംബത്തിന് സംഭവിച്ചത്. രക്തബന്ധമുള്ളവരെ, ആദ്യം നേരിട്ടുള്ളവരെയും പിന്നീട് വകയിലുള്ളവരെയും ഒഴിവാക്കി ഒഴിവാക്കി അവസാനം സംഘവിവാഹം തന്നെ അസാധ്യമായിത്തീർന്നു. ശേഷിച്ചത് ദമ്പതി എന്ന ഏറ്റവും ചെറിയ രൂപം മാത്രമാണ്. ഏകഭാര്യാത്വത്തിന്റെ ആവിർഭാവത്തിൽ വ്യക്തിഗതമായ പ്രേമത്തിന്, അതിന്റെ ആധുനികാർഥത്തിൽ, ഉള്ള പങ്ക് എത്രയോ നിസ്സാരമാണെന്നു തെളിയിക്കുവാൻ ഈ വസ്തുത മാത്രം മതിയാവും. ഏകഭാര്യാത്വത്തോടെ സ്ത്രീകളെ കിട്ടാൻ വിഷമമായിത്തുടങ്ങി; പുരുഷന്മാർ സ്ത്രീകളെ തേടിപ്പിടിക്കേണ്ട അവസ്ഥ വന്നു.

യുഗ്മവിവാഹം വന്നതോടുകൂടി മക്ലന്നാൻ പറയുന്നതുപോലെ 'തട്ടിക്കൊണ്ടുപോയുള്ള വിവാഹം', 'വിലയ്ക്കു വാങ്ങിയുള്ള വിവാഹം' എന്നീ രണ്ടു വിവാഹരീതികൾ ദൃശ്യമായി. വിവാഹം നിശ്ചയിക്കുന്നത് പെണ്ണും ചെറുക്കനുമല്ല. മിക്കവാറും അവരെ അറിയിക്കുകപോലും ചെയ്യാതെ അവരുടെ അമ്മമാരാണ്. വിവാഹത്തിനു മുമ്പ് ചെറുക്കൻ പെണ്ണിന്റെ തായ്‌വഴിയിലുള്ള ബന്ധുക്കൾക്ക് പാരിതോഷികങ്ങൾ കൊടുക്കണം. ഈ പാരിതോഷികങ്ങൾ വാസ്തവത്തിൽ പെണ്ണിന്റെ വിലയായിട്ടു നൽകപ്പെടുന്ന

താണ്. ദമ്പതികളിൽ ഏതെങ്കിലുമൊരാളുടെ ഇഷ്ടാനുസാരം വിവാഹം ഒഴിയാൻ വിഷമമില്ല. പക്ഷെ, കാലക്രമേണ, അത്തരത്തിലുള്ള വിവാഹ മോചനത്തിനെതിരായും പൊതുജനാഭിപ്രായം പ്രബലപ്പെട്ടുവന്നു. അഭിപ്രായവ്യത്യാസമുണ്ടായാൽ ഇരുകൂട്ടരുടെയും ബന്ധുക്കൾ കൂടിയാലോചിക്കും. അതും പരാജയപ്പെട്ടാൽ മാത്രമേ വിവാഹമോചനം നടക്കൂ.

യുഗ്മകുടുംബം പ്രത്യേകം വീടുപുലർത്തുവാൻ പ്രാപ്തമായിരുന്നില്ല. അത് അഭിലഷണീയവുമായിരുന്നില്ല. അതുകൊണ്ട് പ്രാചീന കമ്യൂണിസ്റ്റ് സ്വഭാവമുള്ള പൊതുഭവനം തുടർന്നും നിലനിന്നു. പക്ഷെ, ഈ പൊതുഭവനമെന്നു പറഞ്ഞാൽ സ്ത്രീകളുടെ പരമാധികാരമെന്നാണർഥം. സമൂഹത്തിന്റെ ആരംഭത്തിൽ സ്ത്രീ പുരുഷന്റെ അടിമയായിരുന്നു എന്ന ധാരണ പതിനെട്ടാം നൂറ്റാണ്ടിലെ 'ജ്ഞാനോദയകാലം' പടച്ചുവിട്ട ഒരു പമ്പരവിഡ്ഢിത്തമാണ്. കാടത്തത്തിലും അപരിഷ്കൃതാവസ്ഥയുടെ താഴ്ന്ന ഘട്ടത്തിലും മധ്യഘട്ടത്തിലും പൂർണമായും ഉന്നത ഘട്ടത്തിൽ ഭാഗികമായും സ്വതന്ത്രവും വളരെ ബഹുമാന്യവുമായ സ്ഥാനമാണ് സ്ത്രീക്കുണ്ടായിരുന്നത്. സെനേക്കാഇറോക്വോയ് ഗോത്രക്കാർക്കിടയിൽ വളരെക്കാലം കഴിച്ചുകൂട്ടിയ ആർതർറൈറ്റ് യുഗ്മകുടുംബത്തിൽ സ്ത്രീക്കുള്ള സ്ഥാനത്തെക്കുറിച്ച് പറയുന്നതിങ്ങനെയാണ്:

> ....സാധാരണയായി കുടുംബം ഭരിച്ചിരുന്നത് സ്ത്രീജനങ്ങളാണ്.....മറ്റെല്ലായിടത്തുമെന്നപോലെ ഗോത്രങ്ങൾക്കിടയിലും സ്ത്രീകൾ വലിയ ശക്തിയായിരുന്നു. ആവശ്യമെന്നു വന്നാൽ പടനായകന്റെ തൊപ്പിതെറിപ്പിച്ച് അയാളെ വെറും പടയാളിയാക്കി താഴ്ത്താനും അവർ മടിച്ചിരുന്നില്ല.

പ്രാകൃത കാലഘട്ടത്തിൽ പൊതുവെ നിലനിന്നിരുന്ന സ്ത്രീകളുടെ പരമാധികാരത്തിന്റെ ഭൗതികാടിത്തറ കമ്യൂണിസ്റ്റ് സ്വഭാവത്തോടുകൂടിയ പൊതുഭവനമായിരുന്നു. ഇത് കണ്ടെത്തിയത് ബച്ചോഫെനാണ്. അത് അദ്ദേഹത്തിന്റെ മൂന്നാമത്തെ സംഭാവനയായി കണക്കാക്കാം. കാടൻമാരുടെയും അപരിഷ്കൃതന്മാരുടെയും ഇടയിലേക്ക് കടന്നുചെന്ന സഞ്ചാരികളും മതപ്രചാരക ൻമാരും നൽകുന്ന വിവരങ്ങൾ ഇതിനെ നിഷേധിക്കുന്നില്ലെന്നുകൂടി ഞാൻ കൂട്ടിച്ചേർത്തുകൊള്ളട്ടെ. അപരിഷ്കൃതർക്കിടയിൽ സ്ത്രീ യഥാർഥ മാനിനിയായിരുന്നു. യജമാനത്തിയായിരുന്നു.

യുഗ്മകുടുംബം അമേരിക്കയിലെ ആദിവാസികൾക്കിടയിൽ നിന്ന് സംഘവിവാഹത്തെ പാടെ തുടച്ചുനീക്കിക്കഴിഞ്ഞിട്ടില്ലെന്നാണ് കാണാൻ കഴിയുന്നത്. ലൈംഗിക സ്വാതന്ത്ര്യം നിലനിൽക്കുന്നതിന്റെ ഉദാഹരണങ്ങൾ നിരവധിയുണ്ട്. മൂത്ത സഹോദരിയെ വിവാഹം

കഴിക്കുന്ന ആളിന് അവളുടെ അനിയത്തിമാരെയും പ്രായമായിക്കഴിഞ്ഞാൽ ഭാര്യമാരായി സ്വീകരിക്കുവാനുള്ള അവകാശം അവിടത്തെ നാൽപതിൽപരം ഗോത്രങ്ങൾക്കിടയിലും ഇന്നും നിലനിന്നുപോരുന്നു. കാടത്തത്തിന്റെ ഉന്നത ഘട്ടത്തിലെത്തിനിൽക്കുന്ന കാലിഫോർണിയയിലെ വിവിധ ഗോത്രങ്ങളാകട്ടെ നിരങ്കുശമായ 'മദനോത്സവ' ത്തിനായി ഒത്തു കൂടുന്ന ഏർപ്പാട് തുടർന്നുപോരുന്നു. സംഘവിവാഹത്തിന്റെ അവ്യക്തമായ അനുസ്മരണമാണിത്. ആ ആചാരം ആസ്ത്രേലിയയിൽ ഇന്നും നിലനിന്നുപോരുന്ന ഒന്നാണ്. ചുരുക്കം ചില സമൂഹങ്ങളിൽ സംഘവിവാഹത്തിലെ ഭാര്യാവിഭാഗത്തെ മൂപ്പൻമാരും മുഖ്യൻമാരും അഭിചാരക–പുരോഹിതൻമാരും ചൂഷണം ചെയ്യുകയും അവരിൽ ഭൂരിപക്ഷത്തിനെയും തങ്ങളുടെ കുത്തകയാക്കുകയും ചെയ്തെങ്കിലും ചില ഉത്സവകാലങ്ങളിൽ ആ സ്ത്രീകളുമായി മറ്റ് പുരുഷൻമാരും ലൈംഗിക ബന്ധത്തിലേർപ്പെടുവാൻ അനുവദിക്കപ്പെട്ടിരുന്നു.

സംഘവിവാഹത്തിൽ നിന്ന് യുഗ്മകുടുംബത്തിലേക്കുള്ള പരിവർത്തനത്തിന്റെ പരക്കെയുള്ള രൂപം കണ്ടെത്തിയതും ബച്ചോഫെനാണ്. അത് അദ്ദേഹത്തിന്റെ മഹത്തായ കണ്ടുപിടിത്തങ്ങളിൽ നാലാമത്തേതാണ്. പൗരാണികമായ ദൈവകൽപ്പനകൾ ലംഘിച്ചതിന് പ്രായശ്ചിത്തം ചെയ്തതിന്റെ ഫലമായി സ്ത്രീക്ക് കിട്ടിയതെന്ന് ബച്ചോഫെൻ വിശേഷിപ്പിക്കുന്ന ചാരിത്ര്യാവകാശം യഥാർഥത്തിൽ പഴയ ഭർത്താക്കൻമാരുടെ പടയിൽ നിന്ന് മോചനം നേടി ഒരു പുരുഷനെ മാത്രം സ്വീകരിക്കുന്നതിന് അവൾക്ക് കൈവന്ന അവകാശമാണ്; പ്രായശ്ചിത്തമാകട്ടെ പരിമിതമായ തോതിൽ പരപുരുഷൻമാർക്ക് വഴങ്ങികൊടുക്കുക എന്നതും. ആണ്ടിലൊരിക്കൽ ക്ഷേത്രത്തിൽ പോയി ഇഷ്ടപ്പെട്ട പുരുഷൻമാരുമായി യഥേഷ്ടം രമിച്ചതിനുശേഷം മാത്രമേ സ്ത്രീകൾ വിവാഹം കഴിക്കാൻ പാടുള്ളൂ എന്ന നിബന്ധന മെഡിറ്ററേനിയ മുതൽ ഗംഗാതടം വരെയുള്ള പ്രദേശങ്ങളിൽ നിവസിച്ചിരുന്ന ഗോത്രങ്ങൾക്കിടയിലെല്ലാം തന്നെ ഉണ്ടായിരുന്നു. സംഘവിവാഹ ബന്ധത്തിൽ നിന്നും മോചനത്തിന് നൽകുന്ന ഒരു ലൈംഗിക ബലിയായിരുന്നു ഇത്. ഇതിന്റെ കാർക്കശ്യം കാലക്രമത്തിൽ കുറഞ്ഞുവന്നതിനെക്കുറിച്ച് ബച്ചോഫെൻ പറയുന്നു:

> ആണ്ടുതോറും ആവർത്തിച്ചുകൊണ്ടിരുന്നത് ഒറ്റത്തവണ മതിയെന്നുവന്നു. ദേവദാസീവൃത്തി കന്യകകൾക്കുമാത്രമായി. വിവാഹ വേളയിലെ ബഹുപുരുഷ ബന്ധം അതിനുമുമ്പായാൽ മതി എന്നുവന്നു. ആർക്കും വഴങ്ങേണ്ടിവരുന്നതിനുപകരം ചില വ്യക്തികൾക്കുമാത്രം വഴങ്ങിക്കൊടുത്താൽ മതിയെന്നും വന്നു.

മറ്റിടങ്ങളിൽ ഈ മതപരിവേഷം കൂടിയുമില്ലായിരുന്നു. ഇന്ന് വിവാഹകാലം വരെ ലൈംഗിക ബന്ധങ്ങളിൽ സർവതന്ത്ര സ്വാതന്ത്ര്യം അനുഭവിക്കുന്നവരാണ് അമേരിക്കൻ ഇന്ത്യക്കാർക്കിടയിലെ പെൺകുട്ടികൾ. തെക്കെ അമേരിക്കയിൽ ഇത് ഏറെ പ്രകടവും വ്യാപകവുമാണ്.

മറ്റു ചില ഗോത്രങ്ങൾക്കിടയിൽ വിവാഹച്ചടങ്ങിൽ പങ്കെടുക്കുന്ന അതിഥികൾക്ക് വധുവിനെ പ്രാപിക്കുവാനുള്ള അവകാശം തുടർന്നുപോന്നു. ഇനിയും ചിലർക്കിടയിൽ ഇത് ഗോത്രപ്രതിനിധിയെന്ന നിലയിൽ ഗോത്രമേധാവി, രാജകുമാരൻ, പുരോഹിതൻ എന്നിവരിൽ ആർക്കെങ്കിലും വധുവുമായി പ്രഥമ രാത്രിക്കുള്ള അവകാശമായി ചുരുക്കപ്പെട്ടു. ആരഗനിൽ നിലനിന്നിരുന്ന ഏറ്റവും നികൃഷ്ടമായ അടിയായ്മ അവസാനിപ്പിച്ചുകൊണ്ട് 1486-ൽ ഫെർഡിനാൻഡ് പുറപ്പെടുവിച്ച കൽപനയിൽ പറയുന്നു:

മേൽപ്പറയപ്പെട്ട പ്രഭുക്കൾ, ഞങ്ങളുടെ അധികാരത്തിന്റെ സൂചനയെന്ന നിലയിൽ അടിയാളൻ വിവാഹം കഴിച്ചുകൊണ്ടുവരുന്ന പുതുപ്പെണ്ണിനോടൊപ്പം പ്രഥമ രാത്രിയിൽ ശയിക്കുവാനോ, വിവാഹരാത്രിയിൽ അവൾ കിടന്നു കഴിഞ്ഞതിനുശേഷം അവളെയോ അവളുടെ കിടക്കയെയോ ചവിട്ടി മെതിക്കുവാനോ അതുപോലെ തന്നെ അടിയാളന്റെ മക്കളെ, കൂലി കൊടുത്തിട്ടായാലും അല്ലെങ്കിലും അവരുടെ സമ്മതം കൂടാതെ പണിക്കു നിർത്തുവാനോ പാടില്ല എന്ന് നാം ഇതിനാൽ വിധിക്കുകയും വിളംബരപ്പെടുത്തുകയും ചെയ്തുകൊള്ളുന്നു.

ബഹുഭാര്യാത്വത്തിൽ നിന്ന് ഏകഭാര്യാത്വത്തിലേക്കുള്ള പരിവർത്തനത്തിന് മുൻകയ്യെടുത്തത് മുഖ്യമായും സ്ത്രീകളായിരുന്നു എന്നാണ് ബഹോഫെന്റെ അഭിപ്രായം. അത് പൂർണമായും ശരിയുമാണ്. പ്രാകൃത കമ്യൂണിസ്റ്റ് വ്യവസ്ഥ ക്ഷയിക്കുകയും ജനസംഖ്യ വർധിക്കുകയും വഴി സാമ്പത്തിക സാഹചര്യങ്ങളിലുണ്ടായ വികാസത്തിനനുസരണമായി, പരമ്പരാഗതമായ പഴയ ലൈംഗിക ബന്ധങ്ങളുടെ ലളിതവും പ്രാകൃതവും വന്യവുമായ സ്വഭാവം നഷ്ടമായിക്കൊണ്ടുവന്നു. ഈ ബന്ധങ്ങൾ സ്ത്രീകൾക്ക് കൂടുതൽ അപമാനവും പീഡനവും വരുത്തി വയ്ക്കുന്നതായി തോന്നിയിട്ടുണ്ടാവണം. അതുകൊണ്ടുതന്നെ ചാരിത്ര്യാവകാശത്തിനുവേണ്ടി കൂടുതൽ തീവ്രമായി അവർ കൊതിച്ചിട്ടുണ്ടാവണം. സ്ഥിരമായോ താൽക്കാലികമായോ ഒരേ ഒരു പുരുഷനുമായി വിവാഹ ബന്ധത്തിലേർപ്പെടുകയെന്നതാണ് മോചന മാർഗം എന്നും അവർ കരുതിയിരിക്കണം, ഈ മുന്നേറ്റം പുരുഷന്റെ ഭാഗത്തുനിന്നുണ്ടാവുക സാധ്യമല്ല. കാരണം സംഘവിവാഹത്തിന്റെ സുഖങ്ങൾ കൈവെടിയുന്നത് സ്വപ്നത്തിൽപോലും അവന് അസാധ്യമായിരുന്നു. യുഗ്മകുടുംബ

ത്തിലേക്കുള്ള പരിവർത്തനം സ്ത്രീകൾ വരുത്തിക്കഴിഞ്ഞതിനു ശേഷം മാത്രമാണ് പുരുഷൻമാർ കർശനമായി ഏകഭാര്യാത്വം ഏർപ്പെടുത്തുവാൻ മുന്നോട്ടുവന്നത്. അതും സ്ത്രീകൾക്കുമാത്രമേ ബാധകമായിരുന്നുള്ളു എന്നത് പ്രത്യേകം ശ്രദ്ധേയമാണ്.

യുഗ്മകുടുംബം മുഖ്യമായും കാടത്തത്തിന്റെ ഉന്നത ഘട്ടത്തിലും അപൂർവമായി അപരിഷ്കൃതകാലത്തിന്റെ താഴ്ന്ന ഘട്ടത്തിലുമായിട്ടാണ് രൂപംകൊണ്ടത്. കാടത്തത്തിലെ കുടുംബരൂപം സംഘവിവാഹമായിരിക്കുന്നതുപോലെ അപരിഷ്കൃത ദശയിലെ രൂപം യുഗ്മകുടുംബമാണ്. നാഗരികതയിലേതാകട്ടെ, ഏകഭാര്യാത്വവും. യുഗ്മകുടുംബത്തിൽ നിന്ന് ഏകഭാര്യാത്വത്തിലേക്ക് തുടർന്നുണ്ടായ വികാസത്തിന് ഇതുവരെ നമ്മൾ പറഞ്ഞവയിൽ നിന്നു വ്യത്യസ്തങ്ങളായ ചില കാരണങ്ങൾ കൂടി ഉണ്ടാവണം. അവ കണ്ടെത്തുവാൻ നമുക്ക് കിഴക്കൻ അർധഗോളത്തിലേക്കു തന്നെ കടക്കേണ്ടിയിരിക്കുന്നു.

ഇവിടെ മൃഗങ്ങളെ ഇണക്കി പറ്റമാക്കി വളർത്താൻ തുടങ്ങിയതുമൂലമുണ്ടായ അഭൂതപൂർവമായ സമ്പദ്സമൃദ്ധി പുതിയ സാമൂഹ്യബന്ധങ്ങൾ സൃഷ്ടിച്ചു. അപരിഷ്കൃതദശയുടെ താഴ്ന്ന ഘട്ടംവരെയും സ്ഥാവരസ്വത്തെന്ന് പറയാവുന്നതായി പ്രാകൃതങ്ങളായ വീടും വീട്ടുസാമാനങ്ങളും ആയുധങ്ങളും ആടയാഭരണങ്ങളും മറ്റും മാത്രമേ ഉണ്ടായിരുന്നുള്ളൂ. ആഹാരം ദിവസവും കണ്ടെത്തേണ്ടിയിരുന്നു. സിന്ധു ഗംഗാതടങ്ങളിലെയും ഓക്സസ്, ജക്സാർടെ തടങ്ങളിലെയും ആര്യൻമാരും യൂഫ്രട്ടീസ് ടൈഗ്രീസ് തടങ്ങളിലെ 'സെമൈറ്റ്' വംശജരും കുതിര, ഒട്ടകം, ആട്, കഴുത, പശു, പന്നി തുടങ്ങിയ മൃഗങ്ങളെ പറ്റമായി വളർത്താൻ തുടങ്ങിയ ഘട്ടമാണിത്. മൃഗങ്ങളുടെ മേൽനോട്ടം വഹിക്കുക എന്ന ഏറ്റവും കുറഞ്ഞ അധ്വാനം കൊണ്ട് ഏറ്റവും പോഷകസമൃദ്ധമായ പാലും ഇറച്ചിയുമാണ് ഈ മൃഗപാലക സംഘങ്ങൾക്ക് കൈവന്നത്. അതോടെ പഴയ ആഹാരസമ്പാദന മാർഗങ്ങളെല്ലാം അസ്തപ്രഭങ്ങളായി. ഒരുകാലത്ത് ഒരാവശ്യമായിരുന്ന വേട്ടയാടൽ ഒരു അപൂർവ സുഖവൃത്തിയായി മാറി.

പക്ഷെ, ഈ പുതിയ സമ്പത്തിന്റെ ഉടമകൾ ആരായിരുന്നു? തുടക്കത്തിൽ തീർച്ചയായും ഗണം തന്നെ. പക്ഷെ പറ്റങ്ങളുടെ സ്വകാര്യ ഉടമസ്ഥതയും വളരെ പണ്ടുതന്നെ ആവിർഭവിച്ചിരിക്കണം. ആദിപിതാവായ എബ്രഹാം പറ്റങ്ങളുടെ ഉടമയായിരുന്നു എന്ന് മോശയുടെ ഒന്നാം പുസ്തകത്തിന്റെ കർത്താവ് പറയുന്നു. സമൂഹ കുടുംബത്തലവനെന്ന നിലയിലാണോ അതോ ഗണനായകനെന്ന നിലയിലാണോ ആ അവകാശം കൈവന്നതെന്ന് തീർച്ചയില്ല. എന്തായാലും ആധുനികാർഥത്തിലുള്ള ഒരു സ്വത്തുടമയായി

രുന്നില്ല അദ്ദേഹം. ചരിത്രകാലാരംഭത്തിൽ പറ്റങ്ങൾ കുടുംബത്തലവൻമാരുടെ തനതുസ്വത്തായിട്ടാണെല്ലായിടത്തും കാണാൻ കഴിയുന്നത്. അവസാനം ആ സ്വത്തവകാശം ഇരുകാലിപ്പറ്റങ്ങളായ അടിമകളിലേക്കും നീണ്ടു.

കാരണം, ഈ ഘട്ടത്തിൽ അടിമത്തവും കണ്ടുപിടിക്കപ്പെട്ടു. താഴ്ന്ന ഘട്ടത്തിലെ അപരിഷ്കൃതന് അടിമയെക്കൊണ്ടു യാതൊരു പ്രയോജനവുമില്ലായിരുന്നു. കീഴടക്കപ്പെടുന്ന പുരുഷൻമാരെ വിജയികൾ സഹോദരൻമാരായി സ്വന്തം ഗോത്രത്തിൽ ചേർക്കുകയോ അല്ലെങ്കിൽ കൊല്ലുകയോ ചെയ്തിരുന്നു. അവരുടെ സ്ത്രീകളെ ഭാര്യമാരായി സ്വീകരിക്കുകയോ അവരെയും കുട്ടികളെയും ഗോത്രത്തിൽ ചേർക്കുകയോ ആണ് ചെയ്തിരുന്നത്. ഈ ഘട്ടത്തിൽ മനുഷ്യാദ്ധ്വാനം കാര്യമായ മിച്ചമൂല്യമെന്തെങ്കിലും ഉണ്ടാക്കുവാൻ പര്യാപ്തമായിരുന്നില്ല. മൃഗപാലനവും ലോഹപ്പണിയും നെയ്ത്തും കൃഷിയും ആരംഭിച്ചതോടെ ഇതിന് മാറ്റം വന്നു. ഒരു കാലത്ത് ഭാര്യമാർക്കൊരു പഞ്ഞവുമില്ലായിരുന്നു. പക്ഷെ ഈ ഘട്ടമായപ്പോഴേക്കും അവർക്ക് ഒരു വിനിമയമൂല്യം കൈവരികയും അവരെ വിലയ്ക്കുവാങ്ങേണ്ട അവസ്ഥയുണ്ടാവുകയും ചെയ്തു. അതുതന്നെ അദ്ധ്വാനശക്തിക്കു സംഭവിച്ചു. പറ്റങ്ങൾ കുടുംബസ്വത്താക്കി മാറ്റപ്പെട്ടതോടെ അത് കൂടുതൽ പ്രാബല്യം നേടുകയും ചെയ്തു. മൃഗങ്ങളെ തീറ്റിപ്പോറ്റാൻ കൂടുതൽ ആളുകൾ ആവശ്യമായി വന്നു. യുദ്ധത്തടവുകാരെ ഈ പണിക്ക് മാത്രം ഉപയോഗിക്കാം. കാലികളെപ്പോലെതന്നെ ഇവരും പെറ്റുപെരുകുകയും ചെയ്തുകൊള്ളും.

അങ്ങനെ കുടുംബത്തിന്റെ സ്വകാര്യസ്വത്ത് കൈവശത്തിലാവുകയും ശതഗുണീഭവിക്കുകയും ചെയ്ത ഈ സമ്പത്ത് യുഗ്മവിവാഹത്തിലും തായ്‌വഴി ഗോത്ര സമ്പ്രദായത്തിലും അധിഷ്ഠിതമായ സമൂഹത്തിന് കനത്ത ആഘാതം ഏൽപ്പിച്ചു. അമ്മയുടെ സ്ഥാനത്ത് അച്ഛൻ അവരോധിക്കപ്പെട്ടു. കുടുംബത്തിനകത്തെ തൊഴിൽവിഭജനം അനുസരിച്ച് ആഹാരം സമ്പാദിക്കാനുള്ള ബാധ്യതയും അതുകൊണ്ടുതന്നെ അതിനാവശ്യമായ ആയുധങ്ങളുടെ ഉടമാവകാശവും പുരുഷനായിരുന്നു. അങ്ങനെ അന്നത്തെ സാമൂഹ്യക്രമം അനുസരിച്ചുതന്നെ മൃഗപ്പറ്റങ്ങളുടെയും അടിമകളുടെയും ഉടമാവകാശം പുരുഷനിൽ വന്നു ചേർന്നു.

പക്ഷെ, അച്ഛന്റെ സ്വത്തിന്മേൽ മക്കൾക്ക് അവകാശമില്ലായിരുന്നു. കാരണം, ഒരാൾ മരിച്ചാൽ തായവകാശമനുസരിച്ച് അയാളുടെ സ്വത്തിനവകാശികൾ തായ്‌വഴിയിൽ ഉള്ള ബന്ധുക്കൾ മാത്രമാണ്. മക്കൾ അയാളുടെ ഗണത്തിൽപെടുന്നില്ല. അതുകൊണ്ട് അയാളുടെ സഹോദരൻമാർക്കും സഹോദരിമാർക്കും സഹോദരിമാരുടെ മക്കൾക്കും അതല്ലെങ്കിൽ അയാളുടെ അമ്മയുടെ സഹോദരിമാരുടെ സന്താനങ്ങൾക്കുമായിരിക്കും സ്വത്തുപോവുക.

സ്വത്തിന്റെ വർധന കുടുംബത്തിൽ പുരുഷന്റെ സ്ഥാനം കൂടുതൽ ശക്തമാക്കി. തന്റെ മക്കൾക്ക് അനുകൂലമായി സാമൂഹ്യക്രമം മാറ്റിമറിക്കാനുള്ള അഭിവാഞ്ഛയും അത് അയാളിൽ ഇളക്കിവിട്ടു. പക്ഷെ, തായവകാശം നിലനിൽക്കുന്നിടത്തോളം അതു സാധ്യമായിരുന്നില്ല. അതുകൊണ്ടു തായവകാശത്തെ കടപുഴക്കേണ്ടിയിരുന്നു. അതു സാധിക്കുകയും ചെയ്തു. മാനവചരിത്രത്തിലെ ഏറ്റവും നിർണായകമായ ഒരു വിപ്ലവമായിരുന്നു ഇത്. പക്ഷെ, ഗണത്തിലെ ഒരൊറ്റ കുഞ്ഞിനെപ്പോലും അലോസരപ്പെടുത്താതെയാണ് ഇത് നടന്നത്. ഭാവിയിൽ ഗണത്തിലെ പുരുഷാംഗങ്ങളുടെ പിൻഗാമികളെ ഗണത്തിൽതന്നെ നിർത്തുകയും സ്ത്രീകളുടെ പിൻഗാമികളെ അവരുടെ അച്ഛൻമാരുടെ ഗണങ്ങളിലേക്കു മാറ്റുകയും ചെയ്യുക എന്ന ലളിതമായ ഒരു തീരുമാനം മാത്രമേ വേണ്ടിവന്നുള്ളു. അങ്ങനെ മരുമക്കത്തായം മക്കത്തായത്തിനു വഴിമാറിക്കൊടുത്തു. പരിഷ്കൃതജനതകളുടെ ചരിത്രത്തിൽ എന്ന്, എങ്ങനെ, ഈ വിപ്ലവം നടന്നു എന്ന് നമുക്ക് യാതൊരു രൂപവുമില്ല. കാരണം, അതെല്ലാം ചരിത്രാതീത കാലത്തിന്റെ ഇരുളിൽ മൂടപ്പെട്ടു കിടക്കുകയാണ്. പക്ഷെ, അങ്ങനെയൊരു വിപ്ലവം നടന്നു എന്നുള്ളതിന് അമേരിക്കൻ ഇന്ത്യൻ ഗോത്രങ്ങൾക്കിടയിൽ നിന്നുതന്നെ മതിയായ തെളിവുകൾ ലഭ്യമാണ്. മിസ്സൗറിയിലെ ഏട്ടു ഗോത്രങ്ങളിൽ ആറിൽ മക്കത്തായവും രണ്ടിൽ മരുമക്കത്തായവും മാതൃദായക്രമവും ഇന്നും പുലർത്തിപോരുന്നു. മക്കത്തായത്തിലേക്കുള്ള പരിവർത്തനം 'ഏറ്റവും' സ്വാഭാവിക പരിവർത്തനമായിത്തോന്നുന്നു എന്നാണ് മാർക്സ് അഭിപ്രായപ്പെടുന്നത്.

തായവകാശം തുടച്ചുമാറ്റപ്പെട്ടത് സ്ത്രീവർഗത്തിന് സംഭവിച്ച ചരിത്രത്തിലെ ഏറ്റവും വലിയ തോൽവിയായിരുന്നു. പുരുഷൻ വീട്ടിനകത്തെ ഭരണവും കൂടി കയ്യടക്കി. പുരുഷന്റെ കാമവെറിയുടെ ഇരയായി, സന്തത്യുൽപാദനത്തിനുള്ള വെറും ഉപകരണമായി സ്ത്രീ തരംതാഴ്ത്തപ്പെട്ടു. പുരുഷന്റെ സാർവഭൗമത്വം ഈ ഘട്ടത്തിൽ ഉയർന്നുവന്ന പിതാധിപത്യകുടുംബത്തിൽ തെളിഞ്ഞുകാണാം. ബഹുഭാര്യാത്വമല്ല, കുടുംബത്തലവനു കീഴിൽ സ്വതന്ത്രരും അടിമകളുമായ ഒരു കൂട്ടം ആളുകൾ ഒരു കുടുംബമായി കഴിയുക എന്നതാണ് അതിന്റെ മുഖ്യ സവിശേഷത. റോമാക്കാർക്കിടയിലാണ് അതിന്റെ ഉത്തമമായ മാതൃക നിലനിന്നിരുന്നത്. കുടുംബം എന്ന വാക്കിനുതന്നെ ഭർത്താവും ഭാര്യയും അവരുടെ കുട്ടികളും എന്ന അർഥമല്ല ആദ്യകാലത്തുണ്ടായിരുന്നത്. അടിമകൾ എന്നുമാത്രമേ ഇതിന്റെ മൂലപദംകൊണ്ട് അർഥമാക്കിയിരുന്നുള്ളു. കൊല്ലിനും കൊലയ്ക്കും അധികാരമുള്ള ഒരു കുടുംബത്തലവനു കീഴിൽ ഭാര്യയും മക്കളും അടിമകളും ഉൾപ്പെടുന്ന പുതിയ സാമൂഹ്യ ഘടകത്തെക്കുറിച്ച് വ്യവഹരിക്കാൻ റോമക്കാർ 'കുടുംബം' എന്ന വാക്ക്

കണ്ടുപിടിച്ചു. കൃഷിയും നിയമാനുസൃതമായ അടിയായ്മയും തുടങ്ങിയതിന് ശേഷമാണ് ആ കുടുംബരൂപം പ്രത്യക്ഷപ്പെട്ടത് എന്ന് വ്യക്തമാക്കിയതിനുശേഷം, മാർക്സ് പറയുന്നു:

> ആധുനിക കുടുംബത്തിനകത്ത് അടിമത്തം മാത്രമല്ല അടിയായ്മയും അതിന്റെ ബീജരൂപത്തിൽ അന്തർഭവിച്ചിട്ടുണ്ട്. കാരണം, ആദിമുതൽക്കെ അത് കൃഷിപ്പണിയുമായി ബന്ധപ്പെട്ടു നിൽക്കുന്നതാണ്. സമൂഹത്തിലും അതിന്റെ ഭരണകൂടത്തിലും പിൽക്കാലത്ത് വൻതോതിൽ രൂപംകൊണ്ട സകല വൈരുധ്യങ്ങളുടെയും തന്മാത്രാരൂപങ്ങൾ അതിലടങ്ങിയിട്ടുണ്ട്.

അത്തരമൊരു കുടുംബരൂപം യുഗ്മകുടുംബത്തിൽ നിന്ന് ഏകഭാര്യാത്വത്തിലേക്കുള്ള പരിവർത്തനത്തെയാണ് കാണിക്കുന്നത്. ഭാര്യയുടെ പാതിവ്രത്യം എന്ന് പറഞ്ഞാൽ കുട്ടികളുടെ പിതൃത്വം, ഉറപ്പുവരുത്തുന്നതിനുവേണ്ടി സ്ത്രീയെ പുരുഷന്റെ പൂർണമായ അധികാരത്തിന് വിധേയയാക്കി. അവളെ കൊല്ലാൻ പോലും അയാൾക്ക് അവകാശമുണ്ടെന്നുവന്നു.

പിതാധിപത്യകുടുംബത്തിന്റെ ആവിർഭാവത്തോടുകൂടി എഴുതപ്പെട്ട ചരിത്രവും തുടങ്ങുന്നു. **സെർബ്, ബൾഗാർ** എന്നിവർക്കിടയിലും അൽപ്പസ്വൽപ്പം മാറ്റങ്ങളോടുകൂടി പൗരസ്ത്യ ജനതകൾക്കിടയിലും, തായവകാശ കുടുംബത്തിൽ നിന്ന് ആധുനിക കുടുംബത്തിലേക്കുള്ള പരിവർത്തനഘട്ടത്തെ പ്രതിനിധാനം ചെയ്യുന്ന കുടുംബരൂപമാണ് പിതാധിപത്യ കുടുംബം. ആര്യൻമാരെയും സെമൈറ്റുകളെയും സംബന്ധിച്ചിടത്തോളം ഇത് ശരിയാണെന്ന് തെളിയിക്കപ്പെട്ടിട്ടുമുണ്ട്.

അത്തരം കുടുംബസമൂഹത്തിന്റെ ഏറ്റവും ഉജ്ജ്വലമായ ഉദാഹരണമാണ് ഇപ്പോഴും നിലനിൽക്കുന്ന ദക്ഷിണ സ്ളാവു വർഗക്കാർക്കിടയിലെ 'സദ്രുഗ' (സഹോദര സമൂഹം). ഒരു പിതാവിന്റെ പിൻമുറക്കാരുടെയും അവരുടെ ഭാര്യമാരുടെയും പല തലമുറകൾ അതിലുൾപ്പെടുന്നു. അവരെല്ലാം ഒന്നിച്ച് ഒരു വീടായി കഴിയുന്നു. കൂട്ടായി കൃഷിപ്പണി ചെയ്യുന്നു. ഉൽപ്പന്നങ്ങളുടെ ഉടമാവകാശവും ഉപഭോഗവും പൊതുവായിട്ടാണ്. ഗൃഹനാഥനാണ് സമൂഹത്തിന്റെ പരമമായ ഭരണച്ചുമതല. അയാളെ തെരഞ്ഞെടുക്കുകയാണ്. ഗൃഹനാഥൻ ഏറ്റവും പ്രായം കൂടിയ ആളായിരിക്കണം എന്ന് യാതൊരു നിർബന്ധവും ഇല്ല. അയാളുടെ ഭാര്യയായ ഗൃഹനാഥയ്ക്കാണ് പെണ്ണുങ്ങളുടെ മേൽനോട്ടം. സമൂഹത്തിലെ പെൺകുട്ടികൾക്ക് ഭർത്താക്കൻമാരെ തെരഞ്ഞെടുക്കുന്നതിൽ ഗൃഹനാഥയുടെ അഭിപ്രായമാണ് പ്രധാനം, പലപ്പോഴും നിർണായകവും. പക്ഷെ, പരമാ

ധികാരം കുടുംബസമിതിക്കാണ്. പ്രായപൂർത്തിയെത്തിയ എല്ലാ സ്ത്രീ പുരുഷൻമാരും അതിൽ അംഗങ്ങളാണ്. പ്രധാനപ്പെട്ട എല്ലാ തീരുമാനങ്ങളും കൈക്കൊള്ളുന്നത് സമിതിയാണ്. നീതിന്യായനടത്തിപ്പും ഭൂമിയുടെയും മറ്റും ക്രയവിക്രയവും അതിന്റെ അധികാര പരിധിയിൽപെടുന്നു.

ഇത്തരം വലിയ കുടുംബസമൂഹങ്ങൾ റഷ്യയിലുമുണ്ടായിരുന്നു. ജർമനിയിലും ഇന്നത്തെ അർഥത്തിലുള്ള ഒറ്റയായ കുടുംബമല്ല, പല തലമുറകളോ നിരവധി ഒറ്റയായ കുടുംബങ്ങളോ ഒന്നിച്ചുച്ചേർന്ന കുടുംബസമൂഹമായിരുന്നു ആദ്യം നിലവിലുണ്ടായിരുന്നത്. ധാരാളം അടിമകളും അതിൽ ഉൾപ്പെട്ടിരുന്നു. റോമിലും അയർലൻഡിലെ 'കെൽട്' വംശക്കാർക്കിടയിലും ഈ കുടുംബരൂപം നിലനിന്നിരുന്നു. ഫ്രാൻസിൽ അതിന്റെ നേർത്തരൂപങ്ങൾ ഇന്നും കാണാം. അലക്സാണ്ടറുടെ ആക്രമണ കാലത്ത് പഞ്ചാബിലെന്നല്ല ഇന്ത്യയുടെ വടക്കുപടിഞ്ഞാറൻ ഭാഗങ്ങളിലാകെത്തന്നെയും ഭൂമി പൊതുസ്വത്തായുള്ള കുടുംബസമൂഹങ്ങൾ ഉണ്ടായിരുന്നതായി നിയാർകസ് രേഖപ്പെടുത്തിയിട്ടുണ്ട്. കാക്കസസ്സിലും അൾജീരിയായിലും വടക്കും തെക്കും അമേരിക്കകളിലും അതിന്റെ അവശേഷങ്ങൾ ഇന്നും കാണാം.

തായവകാശത്തിൽനിന്ന് ഏകഭാര്യാത്വകുടുംബത്തിലേക്കുള്ള പരിവർത്തനത്തിൽ പിതാധിപത്യ കുടുംബസമൂഹം വഹിച്ചപങ്കിന്റെ പ്രാധാന്യത്തെപ്പറ്റി ഇനി സംശയത്തിനവകാശമില്ല. ഈ സമൂഹത്തിനകത്തെ കുടുംബജീവിതത്തെ സംബന്ധിച്ചാണെങ്കിൽ ഗൃഹനാഥൻ അയാളുടെ അധികാരം ദുരുപയോഗപ്പെടുത്തിയിരുന്നു. റഷ്യയിലെങ്കിലും ഇതായിരുന്നു അവസ്ഥ. പുത്രഭാര്യമാരെ അയാൾ മിക്കവാറും വെപ്പാട്ടികളായിത്തന്നെ വെച്ചുകൊണ്ടിരുന്നു.

ഏകഭാര്യാത്വത്തിലേക്കു കടക്കുന്നതിനുമുമ്പ് ബഹുഭാര്യാത്വത്തെയും ബഹുഭർതൃത്വത്തെയും കുറിച്ച് അൽപ്പം ചിലതു കൂടി പറഞ്ഞുവയ്ക്കേണ്ടതുണ്ട്. തായവകാശം കടപുഴകിയതോടുകൂടി രൂപമെടുത്തവയാണിവ. ഒരിക്കലും ഇവയ്ക്കു പ്രചുര പ്രചാരം ഉണ്ടായിരുന്നില്ല. ചരിത്രത്തിന്റെ കൗതുകസൃഷ്ടികൾ എന്നുമാത്രം ഇവയെ വിശേഷിപ്പിക്കാം. ബഹുഭാര്യാത്വം പുരുഷനെ സംബന്ധിച്ചിടത്തോളം അടിമത്തത്തിന്റെ സൃഷ്ടിയായിരുന്നു. ഒറ്റയ്ക്കും തെറ്റയ്ക്കും മാത്രമേ അതുനിലനിൽക്കുകയും ചെയ്തിരുന്നുള്ളൂ. സെമിറ്റിക് പിതാധിപത്യത്തിൽ, കുടുംബാധിപനായ പിതാവോ, അങ്ങേയറ്റം വന്നാൽ അയാളുടെ ഒന്നോ രണ്ടോ പുത്രൻമാരോകൂടിമാത്രമേ ബഹുഭാര്യാത്വത്തിൽ കഴിഞ്ഞിരുന്നുള്ളൂ. ബാക്കിയുള്ളവർക്ക് ഒരു ഭാര്യയെക്കൊണ്ട് തൃപ്തിപ്പെടേണ്ടിവന്നു. പൗരസ്ത്യരാജ്യങ്ങളിലാകെയും ഇന്നും ഇതേ അവസ്ഥതന്നെ തുടരുന്നു. ധനവാൻമാർക്കും മാടമ്പികൾക്കും മാത്രം പറഞ്ഞിട്ടുള്ള ഒരു സൗഭാഗ്യമാണ് ബഹുഭാര്യാത്വം.

ജനഭൂരിപക്ഷം ഏകഭാര്യാത്വത്തിൽ കഴിയുമ്പോൾ ഈ ആളുകൾ ഏറിയകൂറും വിലയ്ക്കുവാങ്ങിയ അടിമപ്പെണ്ണുങ്ങളടങ്ങുന്ന ഭാര്യാസംഘങ്ങളെ പുലർത്തുന്നു. ഇതുപോലെ തന്നെ ബഹുഭർതൃത്വത്തിന്റെ ഒറ്റപ്പെട്ട ഉദാഹരണങ്ങൾ ഇന്ത്യയിലും തിബത്തിലും കാണാവുന്നതാണ്. സംഘവിവാഹത്തിൽ നിന്നുള്ള ഇതിന്റെ ഉൽപ്പത്തിയെക്കുറിച്ച് കൂടുതൽ പഠനം ആവശ്യമാണ്. എങ്കിലും മുഹമ്മദീയരുടെ അസൂയാകലുഷിതമായ ഭാര്യാസമാഹാരവുമായി തട്ടിച്ചുനോക്കുമ്പോൾ ഇത് എത്രയോ ഭേദമാണ്. ഇന്ത്യയിലെ നായൻമാർക്കിടയിലെങ്കിലും മൂന്നോ നാലോ പേർക്ക് ഒരു ഭാര്യമാത്രമുള്ള ബഹുഭർതൃത്വ സമ്പ്രദായം നിലവിലുണ്ട്. പക്ഷെ, ഈ പുരുഷൻമാരിൽ ഓരോരുത്തർക്കും മറ്റു മൂന്നോ നാലോ പേർക്കും കൂടി മറ്റൊരു പൊതുഭാര്യ, ഇനിയും വേറെ മൂന്നോ നാലോ പേർക്കും കൂടി മൂന്നാമതൊരു ഭാര്യ, ഭാര്യമാരുടെ ഒരു നിരതന്നെ ഉണ്ടായിരിക്കും.

4. ഏകഭാര്യാത്വ കുടുംബം

നേരത്തെ സൂചിപ്പിച്ചിട്ടുള്ളതുപോലെ അപരിഷ്കൃതാവസ്ഥയുടെ മധ്യദശയിൽ നിന്ന് ഉന്നതദശയിലേക്കുള്ള പരിവർത്തനത്തിന്റെ ഘട്ടത്തിൽ യുഗ്മകുടുംബത്തിൽ നിന്ന് ഉരുത്തിരിഞ്ഞുവന്ന കുടുംബരൂപമാണിത്. അതിന്റെ അന്തിമവിജയം നാഗരികതയുടെ ആദ്യസൂചനകളായിത്തീരുകയും ചെയ്തു. പുരുഷന്റെ പരമാധികാരമാണ് അതിന്റെ അടിത്തറ: സംശയാതീതമായ പിതൃത്വം സന്താനങ്ങൾക്ക് ഉറപ്പുവരുത്തുക എന്നതാണ് ലക്ഷ്യം. കുട്ടികൾക്ക് അച്ഛന്റെ സ്വത്തിന് അവകാശം കിട്ടാൻ ഇതാവശ്യമായിരുന്നു. വിവാഹബന്ധം കൂടുതൽ ദൃഢമാവുകയും ഉഭയകക്ഷികളിൽ ആർക്കെങ്കിലും തോന്നും പോലെ വിച്ഛേദിക്കാവുന്നതല്ലെന്ന് വരികയും ചെയ്തുവെന്നുള്ളതാണ് യുഗ്മവിവാഹത്തിൽ നിന്ന് ഏകഭാര്യാത്വ വിവാഹത്തിനുള്ള വ്യത്യാസം. വിവാഹമോചനം പുരുഷനു മാത്രം അവകാശപ്പെട്ടതായി. ലൈംഗികനിരങ്കുശത്വം, ആചാരവശാലെങ്കിലും അവന്റെ കുത്തകയായി തന്നെ തുടർന്നു. സമൂഹത്തിന്റെ പുരോഗതിക്കനുസരിച്ച് ആ അവകാശം അവൻ കൂടുതൽ കൂടുതൽ എടുത്തു പ്രയോഗിച്ച് പോരുകയും ചെയ്യുന്നു. പക്ഷെ, സ്ത്രീ അവളുടെ പഴയ ലൈംഗിക സ്വാതന്ത്ര്യം ഒന്നു വീണ്ടെടുക്കാൻ ആഗ്രഹിച്ചുപോയാലോ? പണ്ടത്തേതിനെക്കാളും കടുത്ത ശിക്ഷയാണ് അവൾ അനുഭവിക്കേണ്ടിവരിക.

ഈ പുതിയ കുടുംബരൂപം അതിന്റെ എല്ലാ കാർക്കശ്യത്തോടും കൂടി കാണാൻ കഴിയുന്നത് ഗ്രീക്കുകാർക്കിടയിലാണ്. മാർക്സ് ചൂണ്ടിക്കാണിക്കുന്നതുപോലെ ഐതിഹ്യങ്ങളിലെ സ്ത്രീ ദൈവങ്ങൾ കൂടുതൽ പഴയ ഒരു കാലഘട്ടത്തെയാണ് കുറിക്കുന്നത്. കൂടുതൽ സ്വാതന്ത്ര്യവും മാന്യവുമായ ഒരു സ്ഥാനം ആ

പഴയ കാലത്ത് സ്ത്രീകൾക്കുണ്ടായിരുന്നു. പക്ഷെ, വീരേതിഹാസ കാലമായപ്പോഴേക്കും പുരുഷന്റെ മേധാവിത്വവും അടിമപ്പെണ്ണുങ്ങളിൽ നിന്നുണ്ടായ മത്സരവും സ്ത്രീകളെ ചവിട്ടിത്താഴ്ത്തിക്കഴിഞ്ഞു. *ഒഡിസീ*യിലെ കഥാപാത്രമായ തെലിമാക്കസ് തന്റെ അമ്മയെ നിശബ്ദയാക്കുന്നു. തടവുകാരായി പിടിക്കപ്പെടുന്ന .യുവതികൾ വിജയികളുടെ കാമവെറിക്കിരയാകുന്നതാണ് നാം ഹോമർകൃതികളിൽ കാണുന്നത്. അത്തരം ഒരു അടിമപ്പെണ്ണിനെ ച്ചൊല്ലി അക്കിലസും അഗമെംനനും തമ്മിൽ നടക്കുന്ന വഴക്കിനെ ചുറ്റിപ്പറ്റിയാണ് *ഇലിയഡി*ലെ കഥ നീങ്ങുന്നത്. ഈ അടിമപ്പെണ്ണുങ്ങളിലുണ്ടാകുന്ന മക്കൾക്ക് അച്ഛന്റെ സ്വത്തിൽ ചെറിയൊരംശം കിട്ടിയിരുന്നു. യാഥാർഥ ഭാര്യ ഇതെല്ലാം സഹിച്ചുകൊള്ളണം. അതേസമയം ചാരിത്ര്യവും പാതിവ്രത്യവും കർശനമായി പാലിച്ചു കൊള്ളുകയും വേണം. പുരുഷനെ സംബന്ധിച്ചിടത്തോളം അവൾ അയാളുടെ നിയമാനുസൃത സന്തതികളുടെ അമ്മ മാത്രമായിരുന്നു.

പിൽക്കാലത്തെ ഗ്രീക്കുകാരിൽ ഡോറിയക്കാരെയും അയോണിയക്കാരെയും നാം വേർതിരിച്ച് കാണേണ്ടതുണ്ട്. ഡോറിയക്കാരുടെ ഏറ്റവും നല്ല മാതൃക സ്പാർട്ടയാണ്. ഹോമർ സൂചിപ്പിക്കുന്നതിലും പ്രാചീനമായ വിവാഹബന്ധങ്ങൾ സ്പാർട്ടയിലുണ്ടായിരുന്നു. യുഗ്മവിവാഹത്തിന്റെ ഒരു രൂപമാണത്. കുട്ടികളുണ്ടാകുന്നില്ലെങ്കിൽ വിവാഹബന്ധം അവസാനിപ്പിക്കാം. അല്ലെങ്കിൽ ഒരുവളെക്കൂടി വിവാഹം കഴിക്കാം, രണ്ടു ഭാര്യമാരിലും കുട്ടികളുണ്ടാകയില്ലെങ്കിൽ മൂന്നാമതും. സഹോദരൻമാർക്ക് ഒരു പൊതുഭാര്യ എന്ന സമ്പ്രദായവും നിലവിലുണ്ടായിരുന്നു. സ്നേഹിതന്റെ ഭാര്യയിൽ താൽപര്യം തോന്നിയാൽ അവളെ പ്രാപിക്കുന്നതും നിഷിദ്ധമല്ലായിരുന്നു. കാമാതുരനായി വരുന്നവന് ഭാര്യയെ വിട്ടുകൊടുക്കുന്നതിൽ യാതൊരു അപാകതയും സ്പാർട്ടക്കാർ കണ്ടിരുന്നില്ല. ഇത്തരം സ്വാതന്ത്ര്യങ്ങൾ ഉണ്ടായിരുന്നതുകൊണ്ട് ഭർത്താവിന്റെ കണ്ണുവെട്ടിച്ച് ഭാര്യ പരപുരുഷനുമായി വേഴ്ച നടത്തുന്ന ഏർപ്പാട് അവിടെ കേട്ടുകേൾവി പോലുമില്ലായിരുന്നു. അടിമകളെ വീട്ടിൽ താമസിപ്പിച്ചിരുന്നില്ല. അതുകൊണ്ട് അടിമപ്പെണ്ണുങ്ങളോട് കമ്പം തോന്നാൻ പുരുഷൻമാർക്ക് അവസരം കുറവായിരുന്നു. ചുരുക്കത്തിൽ ഗ്രീക്കിലെ സ്ത്രീകളെക്കാളെല്ലാം മാന്യമായ സ്ഥാനമാണ് സ്പാർട്ടയിലെ സ്ത്രീകൾക്കുണ്ടായിരുന്നത്.

അയോണിയക്കാരുടെ സ്ഥിതി വ്യത്യസ്തമായിരുന്നു. അവരുടെ കേന്ദ്രമായ ഏഥൻസിൽ പെൺകുട്ടികൾ നൂൽനൂൽപ്പും നെയ്ത്തും തുന്നലും മാത്രമേ അഭ്യസിച്ചിരുന്നുള്ളൂ. അല്പം എഴുത്തും വായനയും കൂടി പഠിച്ചാലുമായി, ഇല്ലെങ്കിലുമായി. പുരുഷൻമാരുടെ കണ്ണിൽപ്പെടുകകൂടി ചെയ്യാത്ത തരത്തിൽ വീടിന്റെ അക

ത്തളങ്ങളിലാണ് അവരെ പാർപ്പിച്ചിരുന്നത്. അടിയാളത്തികളുടെ അകമ്പടിയോടുകൂടിയല്ലാതെ പുറത്തിറങ്ങാൻ പാടില്ല. ജാരൻമാരെ ആട്ടിയോടിക്കുന്നതിനുവേണ്ടി വേട്ടപ്പട്ടികളെ കാവലിട്ടിരുന്നതായി അരിസ്തോഫനസീസ് പറയുന്നു.

ഏഷ്യൻ പട്ടണങ്ങളിൽ പട്ടികൾക്കുപകരം നപുംസകങ്ങളെയാണ് നിയോഗിച്ചിരുന്നത്. യൂറിപ്പിഡസിന്റെ കൃതികളിൽ വെറുമൊരു ജംഗമവസ്തുവായിട്ടാണ് ഭാര്യയെ വിശേഷിപ്പിച്ചിരിക്കുന്നത്. പ്രസവിക്കുക, പിന്നെ വീട്ടിലെ മുഖ്യവേലക്കാരിയായിരിക്കുക, അതിനപ്പുറം വേറൊരു അവകാശവും ഭാര്യക്കില്ലായിരുന്നു. ഭർത്താവിന്റെ പൊതുജീവിതത്തിൽ നിന്ന് അവൾ ഒഴിച്ചുനിർത്തപ്പെട്ടിരുന്നു. അയാളാകട്ടെ സ്വന്തം അധീനതയിലുള്ള അടിമപ്പെണ്ണുങ്ങളുമായി യഥേഷ്ടം വേഴ്ച നടത്തിപ്പോന്നു. വ്യഭിചാരം സാർവത്രികമായിരുന്നു. സ്റ്റേറ്റ് അതിനെ അനുകൂലിക്കുകയും ചെയ്തിരുന്നു.

ഏഥൻസിലെ കുടുംബമാണ് കാലക്രമത്തിൽ മറ്റ് അയോണിയക്കാർക്ക് മാത്രമല്ല ഗ്രീക്കുകാർക്ക് ആകെത്തന്നെയും കുടുംബബന്ധങ്ങളുടെ മാതൃകയായിത്തീർന്നത്. പക്ഷെ, ഈ കാവലും കരുതലുമെല്ലാമുണ്ടായിരുന്നിട്ടും തങ്ങളുടെ ഭർത്താക്കൻമാരെ വഞ്ചിക്കുവാൻ വേണ്ടുവോളം അവസരങ്ങൾ ഗ്രീക്കുസ്ത്രീകൾ കണ്ടെത്തിയിരുന്നു. ഭർത്താക്കൻമാർ വാരനാരികളുമൊത്ത് ഏറ്റവും ജുഗുപ്സാവഹമായ കാമകേളികളിൽ മുഴുകിക്കഴിയുകയും ചെയ്തിരുന്നു. സ്ത്രീകളുടെ ഈ അധഃപതനം പുരുഷൻമാരെയും അധഃപതിപ്പിച്ചു.

പ്രാചീനകാലത്തെ ഏറ്റവും പരിഷ്കൃതവും വികസിതവുമായ ജനതകൾക്കിടയിൽ ഏകഭാര്യാത്വത്തിന്റെ ഉദ്ഭവം ഇങ്ങനെയായിരുന്നു. വ്യക്തിഗതമായ പ്രേമത്തിൽ നിന്ന് രൂപമെടുത്തതല്ല എന്ന് മാത്രമല്ല അതുമായി പുലബന്ധംപോലും ഇല്ലാത്തതുമായിരുന്നു ഏകഭാര്യാത്വം. കാരണം, വിവാഹം പണ്ടത്തെപ്പോലെ സൗകര്യാർഥ വിവാഹമായിത്തന്നെ തുടർന്നുപോന്നു പ്രാകൃതിക സാഹചര്യങ്ങളില്ലാതെ സാമ്പത്തിക സാഹചര്യങ്ങളിൽ അധിഷ്ഠിതമായി രൂപമെടുത്ത ആദ്യത്തെ കുടുംബരൂപമാണിത്. ആദ്യകാലത്തെ പൊതു ഉടമാവകാശത്തിനുമേൽ സ്വകാര്യസ്വത്ത് വിജയം നേടിയതിൽനിന്നുളവായതായിരുന്നു. ആ സാമ്പത്തിക സാഹചര്യങ്ങൾ കുടുംബത്തിൽ പുരുഷന്റെ ഭരണം, അയാളുടെ സ്വത്തിന് അവകാശികളാകാൻ വിധിക്കപ്പെട്ട കുട്ടികളുടെ പ്രജനനം ഇവ മാത്രമായിരുന്നു ഗ്രീക്കുകാരുടെ നോട്ടത്തിൽ ഏകഭാര്യാത്വത്തിന്റെ തനതുലക്ഷ്യങ്ങൾ. ബാക്കി കാര്യങ്ങളിലെല്ലാം അതൊരു ഭാരവും ദൈവങ്ങളോടും ഭരണകൂടത്തോടും പൂർവികരോടുമുള്ള കടപ്പാടും മാത്രമായിരുന്നു.

അങ്ങനെ, യാതൊരു കാരണവശാലും പുരുഷനും സ്ത്രീയും തമ്മിലുള്ള രഞ്ജിപ്പിന്റെ ഫലമായിട്ടല്ല ഏകഭാര്യാത്വം ചരിത്ര

ത്തിൽ പ്രത്യക്ഷപ്പെട്ടത്; അത് അത്തരം ഒരു രഞ്ജിപ്പിന്റെ ഏറ്റവും ഉയർന്ന രൂപവും അല്ലതന്നെ. നേരെമറിച്ച് ഒരു ലൈംഗികവർഗം മറ്റേതിനെ കീഴ്പ്പെടുത്തിയതിന്റെ പ്രതീകമായിട്ടാണ്, ചരിത്രാതീത കാലത്ത് കേട്ടുകേഴ്വിപോലുമില്ലാത്ത, ലൈംഗിക വർഗങ്ങൾ തമ്മിലുള്ള സംഘട്ടനത്തിന്റെ പ്രഖ്യാപനമായിട്ടാണ് അത് പ്രത്യക്ഷപ്പെട്ടത്. മാർക്സും ഞാനും കൂടി 1846–ൽ എഴുതിയ അപ്രകാശിതമായ ഒരു പ്രബന്ധത്തിൽ പറഞ്ഞിരുന്നു: "പുരുഷനും സ്ത്രീയും തമ്മിലുള്ള തൊഴിൽ വിഭജനത്തിൽ ഒന്നാമത്തേത് പ്രസവമാണ്." ഇന്ന് അതിന്റെകൂടെ ഇത്രയും കൂടി പറയാം; ചരിത്രത്തിൽ ആദ്യമായി പ്രത്യക്ഷപ്പെടുന്ന വർഗവൈരുധ്യം ഏകഭാര്യാത്വവിവാഹത്തിൽ പുരുഷനും സ്ത്രീയും തമ്മിലുള്ള വൈരുധ്യമാണ്. പുരുഷൻ സ്ത്രീയെ അടിപ്പെടുത്തിയത് ആദ്യത്തെ വർഗമർദനവും. ഏകഭാര്യാത്വം വലിയൊരു ചരിത്രമുന്നേറ്റമായിരുന്നു. പക്ഷെ, അതേസമയംതന്നെ അതും അടിമത്തവും സ്വകാര്യസ്വത്തുംകൂടി ഉദ്ഘാടനം ചെയ്തത്, ഓരോ മുന്നേറ്റവും അതേമട്ടിൽതന്നെ പിന്നോട്ടടിയായി പരിണമിക്കുന്നു. ഒരു വിഭാഗത്തിന്റെ ക്ഷേമൈശ്വര്യങ്ങളും പുരോഗതിയും മറ്റൊരു വിഭാഗത്തിന്റെ ദുരിതത്തിലും അധോഗതിയിലും നിന്നുമാത്രം ജനിക്കുന്ന, ഒരു യുഗത്തെയാണ്. അത് ഇന്നും തുടർന്നുപോരുന്നു. നാഗരിക സമൂഹത്തിന്റെ കോശരൂപമാണത്. പിൽക്കാലത്ത് പൂർണവികാസം നേടിയ വൈപരീത്യങ്ങളുടെയും വൈരുധ്യങ്ങളുടെയും സ്വഭാവം അതിൽ നമുക്ക് കണ്ടെത്തുകയും ചെയ്യാം.

യുഗ്മകുടുംബം, എന്തിന് ഏകഭാര്യാത്വം തന്നെയും, പ്രതിഷ്ഠ നേടിയതിനുശേഷവും പഴയ ലൈംഗികസ്വാതന്ത്ര്യം അപ്രത്യക്ഷമായില്ല. പുതുതായി രൂപമെടുത്ത ദേവദാസിവൃത്തിയിൽ അത് പുനർജന്മം കൊണ്ടു. നാഗരികതയുടെ കാലഘട്ടങ്ങളിലത്രയും രൂപവൈവിധ്യങ്ങളോടുകൂടി തഴച്ചുവളരുകയും പരസ്യമായ വ്യഭിചാരത്തിലേക്ക് കാലൂന്നുകയും ചെയ്ത ഈ സമ്പ്രദായത്തെ, 'ഏകഭാര്യാത്വകുടുംബത്തിലെ പങ്കാളിയായ പുരുഷൻ അവിവാഹിതകളായ അന്യസ്ത്രീകളുമായി നടത്തുന്ന വേഴ്ച എന്നാണ് മോർഗൻ നിർവചിച്ചിരിക്കുന്നത്. സംഘവിവാഹത്തിലും ചാരിത്ര്യം നേടുന്നതിനുവേണ്ടി അനുഷ്ഠിക്കേണ്ടിയിരുന്ന ലൈംഗികബലിയിലും നിന്നാണിതിന്റെ ആവിർഭാവം. കാമദേവതയുടെ സന്നിധിയിൽ നടത്തിയിരുന്ന ഈ ബലി ആദ്യം ഒരു മതാനുഷ്ഠാനമായിരുന്നു. പ്രതിഫലം ക്ഷേത്രഭണ്ഡാരത്തിലേക്കു പോവുകയും ചെയ്തിരുന്നു. അർമേനീയയിലെയും കോറിന്തിലെയും ഇന്ത്യയിലെയും ക്ഷേത്രനർത്തകികളായിരുന്നു ആദ്യത്തെ വേശ്യകൾ. ആദ്യം എല്ലാവർക്കും നിർബന്ധിതമായിരുന്ന ഈ ലൈംഗികബലി പിന്നെപ്പിന്നെ ദേവദാസികൾ മാത്രം അനുഷ്ഠിച്ചാൽ മതിയെന്നുവന്നു.

അപരിഷ്കൃതദശയുടെ ഉന്നതഘട്ടം മുതൽക്ക് കാണാൻക്കഴിയുന്ന സ്വത്ത് വ്യവച്ഛേദനത്തിന്റെ ആവിർഭാവത്തോടുകൂടി അടിമപ്പണിക്കൊപ്പം അങ്ങിങ്ങായി കൂലിവേലയും പ്രത്യക്ഷപ്പെട്ടു. അതോടൊപ്പം, അതിന്റെ അനുബന്ധമെന്ന നിലയിൽതന്നെ അടിമപ്പെണ്ണുങ്ങൾ നിർബന്ധിത ലൈംഗികവേഴ്ചക്ക് വിധേയരാക്കപ്പെട്ടു. അതിന്റെകൂടെ സ്വതന്ത്രരായ സ്ത്രീകളുടെ വ്യാപാരാടിസ്ഥാനത്തിലുള്ള വ്യഭിചാരവും പ്രത്യക്ഷപ്പെട്ടു. അങ്ങനെ സംഘവിവാഹത്തിൽനിന്ന് നാഗരികതക്ക് കിട്ടിയ പൈതൃകം ദ്വിപക്ഷീയമാണ്. നാഗരികത വളർത്തിയെടുക്കുന്നതെല്ലാം ദ്വന്ദ്വസ്വഭാവിയും ദ്വന്ദ്വഭാഷിയും പരസ്പരവിരുദ്ധവും വിപരീതാത്മകവുമാണല്ലോ. സംഘവിവാഹം, ഒരു വശത്ത് ഏകഭാര്യാത്വവും മറുവശത്ത് ദേവദാസിവൃത്തിയും അതിന്റെ പരമകാഷ്ഠമായ വ്യഭിചാരവും ഒരുക്കിയെടുത്തിരിക്കുന്നു. ദേവദാസി സമ്പ്രദായം പഴയ ലൈംഗിക സ്വാതന്ത്ര്യത്തിന്റെ തുടർച്ചയാണ്. പക്ഷെ, ആ സ്വാതന്ത്ര്യം ഇപ്പോൾ പുരുഷൻമാർക്ക് മാത്രമായി. പുരുഷൻമാർ , പ്രത്യേകിച്ചും ഭരണവർഗങ്ങളിൽപ്പെട്ടവർ വ്യഭിചാരത്തെ വാക്കാൽ അപലപിക്കുമ്പോൾ തന്നെ അതിൽ ആവേശപൂർവം മുഴുകുകയും ചെയ്യുന്നു. അതിലേർപ്പെടുന്ന പുരുഷന് യാതൊരു കുഴപ്പവുമില്ല. നേരെമറിച്ചാണ്, സ്ത്രീയുടെ അവസ്ഥ. അവൾക്ക് പതിത്വവും ഭ്രഷ്ടും വിധിക്കുന്നു. അതുവഴി സ്ത്രീയുടെ മേൽ പുരുഷനുള്ള അധീശത്വമാണ് സമൂഹത്തിന്റെ അടിസ്ഥാനനിയമം എന്ന് ആവർത്തിച്ച് പ്രഖ്യാപിക്കാൻ അവസരം കിട്ടുകയും ചെയ്യുന്നു.

ഇവിടെ രണ്ടാമതൊരു വൈരുധ്യംകൂടി തലയുയർത്തുന്നു. ഏകഭാര്യാത്വത്തിനകത്തുതന്നെയാണത്. വ്യഭിചാരലാലസനായ പുരുഷനാണ് ഒരു വശത്തെങ്കിൽ അവഗണിതയായ ഭാര്യയാണ് മറുവശത്ത്. വൈരുധ്യത്തിന് ഒരു വശം മാത്രമുണ്ടാവുക സാധ്യമല്ല. മറുവശവും ഉണ്ടായേ തീരൂ. അങ്ങനെയാണ് അന്നോളം ഇല്ലായിരുന്ന രണ്ട്-രൂപങ്ങൾ-ജാരനും ഭാര്യാവഞ്ചിതനും-ഏകഭാര്യാത്വത്തോടൊപ്പം പ്രത്യക്ഷപ്പെട്ടത്. ജാരബന്ധം വിലക്കപ്പെട്ടതും അങ്ങേയറ്റം ശിക്ഷാർഹവുമായിരുന്നു; അതേസമയം തന്നെ ഇല്ലായ്മ ചെയ്യാൻ കഴിയാത്തതുമായിരുന്നു. ഏകഭാര്യാത്വത്തോടും ദേവദാസീവൃത്തിയോടുമൊപ്പം അതും അനുപേക്ഷണീയമായ ഒരു സാമൂഹ്യസ്ഥാപനമായിത്തീർന്നു.

പക്ഷെ, ഗ്രീക്കുകാരുടേതുപോലെ അത്ര കർക്കശമായ രൂപത്തിലല്ല ഏകഭാര്യാത്വം എല്ലായിടങ്ങളിലും പ്രത്യക്ഷപ്പെട്ടത്. റോമാക്കാർക്കിടയിൽ സ്ത്രീക്ക് കൂടുതൽ സ്വാതന്ത്ര്യവും മാന്യതയും അനുവദിച്ചിരുന്നു. ഭാര്യയുടെമേൽ കൊല്ലിനും കൊലയ്ക്കുമുള്ള അധികാരം ഉള്ളതുകൊണ്ടുതന്നെ അവളുടെ ചാരിത്ര്യം ഭദ്രമാണെന്നു വിശ്വസിച്ചിരുന്നവനാണ് റോമക്കാരൻ. പോരാത്തതിന്, വിവാഹ

ബന്ധം വേർപെടുത്താനുള്ള അവകാശം പുരുഷനെപ്പോലെതന്നെ സ്ത്രീക്കുമുണ്ടായിരുന്നു. എന്നാൽ ഏക ഭാര്യാത്വം ഏറ്റവുമധികം പുരോഗതി കൈവരിച്ചത് ജർമൻകാരുടെ രംഗപ്രവേശത്തോടുകൂടിയാണ്. യുഗ്മവിവാഹത്തിൽ നിന്ന് ഏകഭാര്യാത്വത്തിലേക്കുള്ള പരിവർത്തനം അവർക്കിടയിൽ പൂർണമായിക്കഴിഞ്ഞിരുന്നില്ലെന്നുള്ളതാവാം ഇതിന് കാരണം. നമ്മെ ഈ നിഗമനത്തിലേക്കു നയിക്കാൻ പ്രേരകമായ മൂന്നു സാഹചര്യങ്ങൾ ടാസിറ്റസ് ചൂണ്ടിക്കാണിക്കുന്നുണ്ട്. ജർമൻകാർ വിവാഹത്തിന്റെ വിശുദ്ധിയിൽ വിശ്വസിക്കുന്നവരായിരുന്നെങ്കിലും മാടമ്പിമാരും ഗോത്രത്തലവൻമാരും ബഹുഭാര്യാത്വത്തിൽ കഴിഞ്ഞിരുന്നു എന്നതാണ് ഒന്നാമത്തേത്. രണ്ടാമത്തേത്, മരുമക്കത്തായം മക്കത്തായത്തിന് വഴിമാറിക്കൊടുത്തിട്ട് അധികകാലമായിരുന്നില്ല എന്നുള്ളതാണ്. സ്ത്രീകൾക്കു വലയ മാന്യത കൽപ്പിക്കുകയും പൊതുകാര്യങ്ങളിൽ അവർ സ്വാധീനം ചെലുത്തുകയും ചെയ്തിരുന്നു എന്നുള്ളതാണ് മൂന്നാമത്തേത്. ഈ കാര്യങ്ങളിലെല്ലാം അവർ ഏറെക്കുറെ സ്പാർട്ടക്കാരുമായി സാദൃശ്യം വഹിക്കുന്നു. അങ്ങനെ ജർമൻകാരുടെ ആവിർഭാവത്തോടുകൂടി സ്ത്രീപുരുഷബന്ധത്തിൽ തികച്ചും നൂതനമായ ഒരു പ്രതിഭാസം ലോകത്ത് ആധിപത്യം നേടി. റോമൻ ലോകത്തിന്റെ തകർച്ചയോടുകൂടി വിഭിന്ന വർഗങ്ങൾ തമ്മിൽ നടന്ന, സങ്കലനം സ്ത്രീക്കു കൂടുതൽ സ്വാതന്ത്ര്യവും മാന്യതയും അനുവദിച്ചുകൊടുക്കുന്ന പുതിയൊരു ഏകഭാര്യാത്വത്തിനു രൂപം നൽകി. അതിൽനിന്നാണ് അന്നോളം അജ്ഞാതമായിരുന്ന ആധുനിക വ്യക്തിഗതപ്രേമം ഉയർന്നുവന്നത്. അങ്ങനെ ചരിത്രത്തിലെ ആദ്യത്തെ ഏറ്റവും വലിയ ധാർമികമുന്നേറ്റത്തിനുള്ള സാധ്യത തുറന്നുതന്നത് ഏകഭാര്യാത്വമാണ്.

ജർമൻകാർ അപ്പോഴും യുഗ്മകുടുംബത്തിൽതന്നെ കഴിയുകയും യുഗ്മകുടുംബത്തിൽ സ്ത്രീക്കുണ്ടായിരുന്ന സ്ഥാനം ഏകഭാര്യാത്വത്തിലും നിലനിർത്തുകയും ചെയ്തിരുന്നതാണ് ഈ മുന്നേറ്റത്തിന് കാരണം.

ആധുനിക വ്യക്തിഗതപ്രേമത്തെ സൃഷ്ടിക്കാൻ കഴിയുന്ന അറിയപ്പെടുന്ന ഒരേയൊരു കുടുംബരൂപം ഏകഭാര്യാത്വമാണ്. എന്നുവച്ച് അതിൽ നിന്നുമാത്രമായിട്ടോ മുഖ്യമായും ഭാര്യാഭർത്താക്കൻമാരുടെ പരസ്പരാനുരാഗമായിട്ടോ ആണ് വ്യക്തിഗതപ്രേമം രൂപമെടുത്തത് എന്ന് അർഥമാക്കേണ്ടതില്ല. പുരുഷമേധാവിത്വം അതിനുള്ള സാധ്യത ഇല്ലാതാക്കി. ഭരണവർഗങ്ങൾക്കിടയിൽ മുഴുവനും അച്ഛനമ്മമാർ ഒരുക്കിക്കൊടുക്കുന്ന സൗകര്യാർഥ വിവാഹമായിട്ടാണ് ഏകഭാര്യാത്വം നിലനിന്നത്. പ്രേമം ചരിത്രപരമായി ഒരു വികാരമായി രൂപംകൊണ്ടതിന്റെ ആദ്യരൂപമാണ് മധ്യകാലങ്ങളിലെ വീരനായകൻമാരുടെ പ്രേമം. ലൈംഗികചോദനയുടെ ഏറ്റവും

ഉയർന്ന രൂപമെന്ന നിലയിൽ അത് പ്രാവർത്തികമാക്കാൻ ഏതൊരാൾക്കും, ഭരണവർഗങ്ങളിൽപെട്ടവർക്കെങ്കിലും, അവകാശമുണ്ടായിരുന്നു. അതേസമയം ആ വികാരത്തിന്റെ ക്ലാസിക് രൂപമാകട്ടെ ജാരബന്ധത്തോളം ചെന്നു നിൽക്കുന്ന ഒന്നാണ്. അക്കാലത്തെ കവിതകളിൽ പരഭാര്യയുമായി രഹസ്യമായി കാമകേളികളാടുന്ന നായകന്റെ വീരസ്യങ്ങളാണ് വർണിക്കുന്നത്.

ഇന്നത്തെക്കാലത്തെ ബൂർഷ്വാവിവാഹംതന്നെയും രണ്ടുതരമുണ്ട്. കത്തോലിക്കാരാജ്യങ്ങളിൽ അച്ഛനമ്മമാർ മകന് അനുയോജ്യമായ ഒരു പെണ്ണിനെ വിവാഹം കഴിപ്പിച്ചുകൊടുക്കുന്നു. അവൻ വ്യഭിചാരത്തിലും അവൾ ജാരബന്ധത്തിലും യഥേഷ്ടം ഏർപ്പെടുകയും ചെയ്യുന്നു. മരണത്തിനെന്നപോലെതന്നെ ജാരബന്ധത്തിലും മരുന്നില്ലെന്നു ബോധ്യമായിട്ടാണ് കത്തോലിക്കാപള്ളി വിവാഹമോചനം നിരോധിച്ചത്. നേരെമറിച്ച്, പ്രൊട്ടസ്റ്റന്റ് രാജ്യങ്ങളിലാകട്ടെ മകന് തന്റെ വർഗത്തിൽ നിന്ന് തന്റെ ഇഷ്ടത്തിനനുസരിച്ച് ഭാര്യയെ തെരഞ്ഞെടുക്കാൻ ഏറക്കുറെ സ്വാതന്ത്ര്യമുണ്ട്. അതുകാരണം ഒരു പരിധിയോളം പ്രേമത്തിന്റെ അടിസ്ഥാനത്തിലാകാം വിവാഹം. ഈ പ്രേമം പ്രൊട്ടസ്റ്റന്റ് കപടമാന്യതക്കുയോജ്യമാം വിധം സാങ്കൽപികമായിരുന്നു എന്നുമാത്രം. എന്നിരിക്കിലും വ്യഭിചാരത്തിലും ജാരബന്ധത്തിലുമുള്ള ആവേശം താരതമ്യേന കുറവായിരുന്നു. പ്രൊട്ടസ്റ്റന്റ് വിവാഹം, അതിന്റെ ഏറ്റവും നല്ല മാതൃകയിൽപോലും, അറുമുഷിപ്പനായ അവസ്ഥയിലാണ് ചെന്നു നിൽക്കുക. അതിനെ വിശേഷിപ്പിക്കുന്നതാകട്ടെ, കുടുംബസൗഭാഗ്യമെന്നും! ഈ രണ്ടു വിവാഹരീതികളെയും ഏറ്റവും നന്നായി പ്രതിഫലിപ്പിക്കുന്ന കണ്ണാടിയാണ് നോവൽ. ഫ്രഞ്ചു നോവൽ കത്തോലിക്കാരീതിയും ജർമൻ നോവൽ പ്രൊട്ടസ്റ്റന്റ് രീതിയും ആണ് ചിത്രീകരിക്കുന്നത്. ജർമൻ നോവലിൽ കാമുകന് അവസാനം കാമുകിയെ കിട്ടുന്നു. ഫ്രഞ്ചുനോവലിൽ ഭർത്താവിന് ഭാര്യാവഞ്ചിതന്റെ തൊപ്പി അണിയേണ്ടതായും വരുന്നു.

പക്ഷെ, രണ്ടു രീതികളിലും വിവാഹം നിർണയിക്കപ്പെടുന്നത് വർഗപരമായ സ്ഥാനത്തിന്റെ അടിസ്ഥാനത്തിലാണ്. അത്രത്തോളം അത് സൗകര്യാർഥവിവാഹവുമാണ്. രണ്ടു രീതികളിലും ഈ വിവാഹം മിക്കപ്പോഴും ഏറ്റവും നികൃഷ്ടമായ വ്യഭിചാരമായി കലാശിക്കുകയും ചെയ്യുന്നു. രണ്ടു പക്ഷത്തും വരാമെങ്കിലും ഭാര്യയെയാണ് അത് കൂടുതലായി ബാധിക്കുന്നത്. അവളും സാധാരണ വേശ്യയും തമ്മിൽ ഒരൊറ്റ വ്യത്യാസമേയുള്ളൂ. വേശ്യ കൂലിപ്പണിക്കാരെപ്പോലെ അവളുടെ ശരീരം അൽപ്പാൽപ്പമായി വിൽക്കുമ്പോൾ മറ്റവൾ എല്ലാംകൂടി ഒറ്റയടിക്ക് വിറ്റ് എന്നെന്നേക്കുമായി അടിമത്തം വരിക്കുന്നു.

സ്ത്രീപുരുഷബന്ധത്തിൽ പ്രേമം ഒരു നിയമക്രമമായി വർത്തിക്കുന്നത്, വർത്തിക്കാൻ കഴിയുന്നത്, അതിന് ഔദ്യോഗിക അംഗീകാരം ഉണ്ടായാലും ഇല്ലെങ്കിലും ശരി, മർദിതവർഗങ്ങൾക്കിടയിലാണ്. ഇന്നത്തെ തൊഴിലാളിവർഗം അക്കൂട്ടത്തിൽപെടുന്നു. പക്ഷെ, ഇവിടെ തനി ഏകഭാര്യാത്വത്തിന്റെ അടിത്തറകളാകെയും മാറ്റപ്പെടുന്നു. സ്വത്തിന്റെ പ്രശ്നം ഇവിടെയില്ല. അതിന്റെ സംരക്ഷണത്തിനുവേണ്ടി കൊണ്ടുവന്നവയാണല്ലോ ഏകഭാര്യാത്വവും പുരുഷമേധാവിത്വവും. അതുകൊണ്ട് മർദിത വർഗങ്ങളെ സംബന്ധിച്ചിടത്തോളം പുരുഷമേധാവിത്വം അടിച്ചേൽപിക്കുന്നതിനുള്ള യാതൊരു പ്രചോദനവുമില്ല, അതിനൊട്ടു പഴുതുമില്ല. ഈ മേധാവിത്വത്തെ പരിരക്ഷിക്കാൻ വേണ്ടിയുള്ളതാണല്ലോ ബൂർഷ്വാനിയമം. നിയമം ചെലവുള്ള ഏർപ്പാടുമാണ്. അതുകൊണ്ട് നിസ്വനായ തൊഴിലാളിയെ സംബന്ധിച്ചിടത്തോളം അവന് തന്റെ ഭാര്യയോടുള്ള സമീപനത്തിൽ നിയമത്തിനു യാതൊരു പ്രസക്തിയുമില്ല. മറിച്ച്, തികച്ചും വ്യത്യസ്തങ്ങളായ വ്യക്തിപരവും സാമൂഹ്യവുമായ ചില ബന്ധങ്ങളാണ് നിർണായക ഘടകങ്ങൾ. കൂടാതെ വൻകിടവ്യവസായം സ്ത്രീയെ വീട്ടിൽനിന്ന് തൊഴിൽവിപണിയിലേക്കും തൊഴിൽശാലയിലേക്കും എത്തിക്കുകയും മിക്കപ്പോഴും കുടുംബത്തിൽ നിത്യവൃത്തിക്കുള്ള വക ഉണ്ടാക്കുന്നവളാക്കി മാറ്റുകയും ചെയ്തതോടുകൂടി തൊഴിലാളിവർഗ കുടുംബങ്ങളിൽ നിന്ന് പുരുഷമേധാവിത്വത്തിന്റെ അവസാനാവശിഷ്ടങ്ങളും അപ്രത്യക്ഷമായി. അങ്ങനെ നോക്കുമ്പോൾ തൊഴിലാളിവർഗകുടുംബം ഏറ്റവുമധികം പ്രേമവായ്പും പരസ്പരവിശ്വാസവും പുലർത്തുന്നവയും ആത്മീയവും ഭൗതികവുമായ എല്ലാ അനുഗ്രഹാശിസ്സുകളും ലഭിച്ചവയുമാണ്. എങ്കിലും, ഏകഭാര്യാത്വത്തിന്റെ നിഷ്കൃഷ്ടമായ അർഥത്തിൽ ഏകഭാര്യാത്വപരമല്ല, അതുകൊണ്ടുതന്നെ അതിൽ ഏകഭാര്യാത്വത്തിന്റെ കൂടപ്പിറവികളായ വ്യഭിചാരത്തിനും ജാരബന്ധത്തിനുമുള്ള സ്ഥാനം നിസാരമാണ്. വിവാഹമോചനത്തിനുള്ള അവകാശം സ്ത്രീ ഇവിടെ വാസ്തവത്തിൽ വീണ്ടെടുത്തിരിക്കുന്നു. ഒന്നിച്ചു കഴിയാൻ വയ്യെന്നുവന്നാൽ പിരിയുന്നതാണ് അഭികാമ്യമെന്നു ഭാര്യയും ഭർത്താവും കരുതുന്നു. ചുരുക്കത്തിൽ തൊഴിലാളിവർഗ വിവാഹം ഏകഭാര്യാത്വമാണെന്നു പറഞ്ഞാൽ അത് ഭാഷാശാസ്ത്രപരമായി ശരിയാണ്. പക്ഷെ, ചരിത്രപരമായി യാതൊരു തരത്തിലും ശരിയല്ല.

നിയമനിർമാണം കൂടുതൽ പുരോഗമിക്കുന്നതോടുകൂടി സ്ത്രീകൾക്ക് പരാതിക്കു കാരണമില്ലാതായിത്തീരുമെന്നാണ് നമ്മുടെ നിയമജ്ഞൻമാരുടെ അഭിപ്രായം. വിവാഹം ഉഭയസമ്മത പ്രകാരമുള്ള ഒരു കരാർ ആയിരിക്കണമെന്നും അവകാശങ്ങളും ബാധ്യതകളും ഇരുകക്ഷികൾക്കും തുല്യമായിരിക്കണമെന്നും

ആധുനിക നിയമസമ്പ്രദായങ്ങളെല്ലാം തന്നെ കൂടുതൽ കൂടുതൽ അംഗീകരിച്ചുവരികയാണ്. ഇത് പ്രാവർത്തികമാക്കാൻ കഴിഞ്ഞാൽപിന്നെ സ്ത്രീകൾക്കു പരാതിയുണ്ടാവില്ല. തനി വക്കീലിന്റെ ഈ ഞായം തൊഴിലാളിയുടെ അവകാശം നിഷേധിക്കാൻ വേണ്ടി ബൂർഷ്വാ പറയുന്ന ഞായംപോലെ തന്നെയാണ്.

വിവാഹത്തിന്റെ കാര്യത്തിൽ ഇരുകക്ഷികളും ഔപചാരികമായി സമ്മതം നൽകിക്കഴിയുന്നതോടെ നിയമത്തിന്റെ, ഏറ്റവും പുരോഗമനപരമായ നിയമത്തിന്റെപോലും, ബാധ്യത തീരുന്നു. നിയമ യവനികക്കുപിന്നിലെ യഥാർഥജീവിതത്തിന്റെ വേദിയിൽ ഈ സ്വമനസാലെയുള്ള സമ്മതം എങ്ങനെയാണ് ഉണ്ടാക്കിയെടുക്കുന്നത് എന്നതു നിയമത്തിനു പ്രശ്നമല്ല. അച്ഛനമ്മമാരുടെ സ്വത്തിൽ മക്കൾക്കു ജന്മാവകാശം ഉറപ്പുനൽകപ്പെട്ടിട്ടുള്ള രാജ്യങ്ങളിൽ മക്കൾക്കു കല്യാണം കഴിക്കാൻ അച്ഛനമ്മമാരുടെ അനുവാദം വേണം. ആ അനുവാദം നിയമപരമായി വേണമെന്നു നിർബന്ധമില്ലാത്ത രാജ്യങ്ങളിലാകട്ടെ അച്ഛനമ്മമാരുടെ അനുവാദം കൂടാതെ വിവാഹം കഴിക്കുന്ന മക്കൾക്ക് പൈതൃകസ്വത്തായി കിട്ടുന്നത് മിക്കപ്പോഴും വട്ടപ്പൂജ്യമായിരിക്കും.

പുരുഷനും സ്ത്രീയും തമ്മിലുള്ള നിയമപരമായ തുല്യതയുടെ സ്ഥിതിയും ഭേദമല്ല. നിയമത്തിനു മുമ്പിലെ ഈ അസമത്വം മുൻ സാമൂഹ്യവ്യവസ്ഥകളിൽ നിന്നു കിട്ടിയ പൈതൃകമാണ്. ഇതു സ്ത്രീകളുടെ സാമ്പത്തികമായ അടിമത്തത്തിനുള്ള കാരണമല്ല. മറിച്ച് അതിന്റെ അനന്തരഫലമാണ്. പ്രാകൃത കമ്യൂണിസ്റ്റ് വ്യവസ്ഥയിൽ സ്ത്രീകളുടെ ചുമതലയായിരുന്ന ഗൃഹഭരണം പൊതുവും സാമൂഹ്യവുമായ ഒരു ആവശ്യമായിരുന്നു. പിതാധിപത്യകുടുംബത്തിന്റെയും അതിലുപരിയായി ഏകഭാര്യാത്വകുടുംബത്തിന്റെയും ആവിർഭാവത്തോടുകൂടി ഇതിനു മാറ്റം വന്നു. ഗൃഹഭരണത്തിന് അതിന്റെ പൊതു സ്വഭാവം നഷ്ടമായി. അത് സമൂഹത്തിന്റെ കാര്യമല്ലെന്നു വന്നു. സ്വകാര്യവൃത്തിയായിത്തീർന്നു. ഭാര്യ സമൂഹത്തിന്റെ ഉൽപ്പാദന പ്രക്രിയയിൽ നിന്നു പുറന്തള്ളപ്പെട്ട് ഒന്നാമത്തെ വീട്ടുവേലക്കാരിയായി. ആധുനിക വൻകിടവ്യവസായം ഒന്നുമാത്രമാണ് സമൂഹത്തിന്റെ ഉൽപ്പാദനപ്രക്രിയയിലേക്കുള്ള കവാടം അവൾക്ക്, അതും തൊഴിലാളിവർഗത്തിൽപ്പെട്ട സ്ത്രീക്കുമാത്രം, വീണ്ടും തുറന്നു കൊടുത്തത്. പക്ഷെ, വീട്ടുകാര്യങ്ങൾ നോക്കുമ്പോൾ അവൾക്ക് പൊതുഉൽപ്പാദനത്തിൽ പങ്കുചേരാനും ഉപജീവനത്തിനുള്ള വക സമ്പാദിക്കാനും കഴിയാതെ വരുകയും അതുപോലെതന്നെ പൊതുവ്യവസായത്തിൽ പണിചെയ്യുകയും പ്രതിഫലം നേടുകയും ചെയ്യുമ്പോൾ വീട്ടുകാര്യങ്ങൾ നോക്കാൻ സാധിക്കാതെ വരികയും ചെയ്യുന്നു.

തൊഴിൽശാലയിൽ പണിയെടുക്കുന്ന സ്ത്രീയുടെ അതേ അവസ്ഥതന്നെയാണ് വൈദ്യവൃത്തിയും നീതിന്യായവും വരെയുള്ള മറ്റേതൊരു സേവനത്തുറയിൽ ഏർപ്പെട്ടിരിക്കുന്ന സ്ത്രീയുടേയും. ഒറ്റയൊറ്റയായ ആധുനിക കുടുംബത്തിന്റെ അടിത്തറ സ്ത്രീയുടെ പ്രത്യക്ഷമോ പരോക്ഷമോ ആയ ഗാർഹിക പാരതന്ത്ര്യമാണ്; ആധുനികസമൂഹം അത്തരം കുടുംബങ്ങളുടെ ഒരു പെരുംകൂട്ടവും. ഇന്ന് കുടുംബത്തിനുവേണ്ടി സമ്പാദിക്കുന്നത് ഏറിയകൂറും പുരുഷനാണ്. സമ്പന്നവർഗങ്ങളെ സംബന്ധിച്ചെങ്കിലും ഇതു പൂർണമായും ശരിയാണ്. അത് നിയമപരമായ പ്രത്യേക ആനുകൂല്യങ്ങളൊന്നും കൂടാതെ തന്നെ പുരുഷന് കുടുംബത്തിൽ അധീശസ്ഥാനം നേടിക്കൊടുക്കുന്നു. കുടുംബത്തിൽ അയാൾ ബൂർഷ്വയും ഭാര്യ തൊഴിലാളിയുമാണ്. തൊഴിലാളി-മുതലാളി ബന്ധത്തിലെന്നപോലെ തന്നെ സ്ത്രീയുടെ മേൽ പുരുഷൻ അടിച്ചേൽപിച്ചിരിക്കുന്ന അധീശത്വത്തിന്റെ ശരിയായ സ്വഭാവവും അതു തുടച്ചുമാറ്റി പകരം യഥാർഥ സാമൂഹ്യസമത്വം സ്ഥാപിക്കേണ്ടതിന്റെ ആവശ്യകതയും ശരിക്കും ബോധ്യപ്പെടണമെങ്കിൽ അതിന് ആദ്യമായി വേണ്ടത് നിയമത്തിന്റെ മുമ്പിൽ സ്ത്രീക്കും പുരുഷനും പൂർണമായ തുല്യത ലഭിക്കുകയാണ്. സ്ത്രീയുടെ മോചനത്തിനുള്ള പ്രഥമോപാധി സ്ത്രീവർഗത്തെ ഒന്നടങ്കം പൊതുസേവനത്തുറകളിലേക്കു പുനഃപ്രവേശിപ്പിക്കുകയെന്നതാണെന്നും അതു സാധിക്കണമെങ്കിൽ സമൂഹത്തിന്റെ സാമ്പത്തികയൂണിറ്റായി വർത്തിക്കുന്ന ഈ ഒറ്റയൊറ്റയായ കുടുംബം ഇല്ലാതായിത്തീരണമെന്നും അപ്പോൾ മനസിലാകും.

* * *

അപ്പോൾ മുഖ്യമായി മൂന്നു കുടുംബരൂപങ്ങളാണുള്ളത്. അവ ഓരോന്നും മാനവപുരോഗതിയിലെ മുഖ്യമായ മൂന്നുഘട്ടങ്ങളെ പ്രതിനിധാനം ചെയ്യുകയും ചെയ്യുന്നു. കാടത്തത്തിൽ സംഘവിവാഹം, അപരിഷ്കൃതാവസ്ഥയിൽ യുഗ്മവിവാഹം, നാഗരികതയിൽ ഏകഭാര്യാത്വവും അതിന്റെ അനുബന്ധമായ ജാരബന്ധവും വ്യഭിചാരവും. അപരിഷ്കൃതാവസ്ഥയുടെ ഉന്നത ഘട്ടത്തിൽ യുഗ്മവിവാഹത്തിനും ഏകഭാര്യാത്വത്തിനും ഇടയിലായി അടിമപ്പെണ്ണുങ്ങളുടെമേൽ പുരുഷൻമാർ നടത്തിയ ലൈംഗിക തേർവാഴ്ചയും ബഹുഭാര്യാത്വവും കൂടി ദൃശ്യമായിരുന്നു.

ഈ ഗതിക്രമത്തിൽ സംഘവിവാഹത്തിൽ സ്ത്രീകൾക്കുണ്ടായിരുന്ന ലൈംഗിക സ്വാതന്ത്ര്യം കൂടുതൽ കൂടുതലായി നഷ്ടപ്പെടുന്നുവെന്നും അതേസമയം പുരുഷൻമാർക്കു യാതൊന്നും നഷ്ടപ്പെടുന്നില്ലെന്നുമാണ് നമ്മുടെ വിശകലനം വ്യക്തമാക്കുന്നത്. പുരുഷൻമാരെ സംബന്ധിച്ചിടത്തോളം വാസ്തവത്തിൽ സംഘവിവാഹം ഇന്നും നിലനിൽക്കുകയാണ്. സ്ത്രീയെ പാതകിയും പതിതയുമാക്കുന്ന അതേ കൃത്യം തന്നെ പുരുഷൻ ചെയ്താൽ അതു മാന്യമോ

ഏറിവന്നാൽ ആരും ഭൂഷണമായെണ്ണുന്ന നിസ്സാരമായൊരു സന്മാർഗഭ്രംശമോ ആയി മാത്രമേ കണക്കാക്കപ്പെടുന്നുള്ളൂ. വിൽപ്പനച്ചരക്കുൽപ്പാദിപ്പിക്കുന്ന മുതലാളിത്തരീതി പരമ്പരാഗതമായ ദേവദാസിവൃത്തിയെ പരസ്യമായ വ്യഭിചാരമാക്കി മാറ്റി. അതിന്റെ ഫലമോ, അതിഭയങ്കരമായ ധാർമികാധഃപതനവും. ഈ അധ:പതനം സ്ത്രീകളേക്കാൾ വളരെക്കൂടുതലായി പുരുഷൻമാരെയാണ് ബാധിക്കുന്നത്. വ്യഭിചാരം അതിന്റെ പിടിയിലകപ്പെടുന്ന സ്ത്രീകളെ മാത്രമേ അധഃപതിപ്പിക്കുന്നുള്ളൂ. അതുതന്നെയും നാം ധരിച്ചുവച്ചിരിക്കുന്നത്ര അളവിലൊന്നുമില്ലാതാനും. നേരെമറിച്ച് പുരുഷലോകത്തിന്റെ മുഴുവൻ സ്വഭാവശുദ്ധിയെയാണ് വ്യഭിചാരം ഹനിക്കുന്നത്.

ഏകഭാര്യാത്വത്തെയും അതിന്റെ അനുബന്ധമായ വ്യഭിചാരത്തെയും ഉറപ്പിച്ചുനിർത്തിപ്പോരുന്ന സാമ്പത്തികാടിത്തറ തകർക്കുന്ന ഒരു സാമൂഹ്യ വിപ്ലവമാണ് ഇവിടെ നമ്മുടെ മുമ്പിലുയരുന്നത്. സ്വത്ത് ഒരു വ്യക്തിയുടെ–പുരുഷന്റെ–കയ്യിൽ കേന്ദ്രീകരിക്കുകയും ആ സ്വത്തിന്റെ അനന്തരാവകാശം സ്വന്തം മക്കൾക്ക് ഉറപ്പുവരുത്തണമെന്ന് അയാൾ ആഗ്രഹിക്കുകയും ചെയ്തതിൽ നിന്നാണ് ഏകഭാര്യാത്വത്തിന്റെ ഉദ്ഭവം. പാരമ്പര്യാവകാശത്തിൽ പെടുന്ന സ്ഥാവരസ്വത്തായ ഉൽപ്പാദനോപാധികളിൽ ഭൂരിഭാഗവും പൊതുസ്വത്താക്കി മാറ്റുക എന്നതാണ് ആസന്നമായ ആ സാമൂഹ്യ വിപ്ലവത്തിന്റെ ഒരു ലക്ഷ്യം. അതുവഴി പൈതൃകസ്വത്തിനെ ചൊല്ലിയുള്ള ഉത്കണ്ഠയും പരമാവധി പരിമിതമായിത്തീരും. ഏകഭാര്യാത്വം സാമ്പത്തിക കാരണങ്ങളുടെ സൃഷ്ടിയാണ്. അപ്പോൾ ആ കാരണങ്ങൾ അപ്രത്യക്ഷമാകുന്നതോടെ അതും അപ്രത്യക്ഷമാകുമോ?

അപ്രത്യക്ഷമാവുകയില്ലെന്നു മാത്രമല്ല അതിന്റെ പൂർണമായ സാക്ഷാത്കാരത്തിന്റെ തുടക്കവുമായിരിക്കും അതെന്നു പറഞ്ഞാൽ വലിയ തെറ്റുണ്ടാവില്ല. കാരണം ഉൽപ്പാദനോപാധികൾ സമൂഹസ്വത്തായിത്തീരുന്നതോടുകൂടി കൂലിവേല മാത്രമല്ല, തൊഴിലാളിവർഗം തന്നെയും അപ്രത്യക്ഷമാകും. അതോടെ സ്ത്രീകൾ പണത്തിനുവേണ്ടി സ്വയം വിൽക്കേണ്ട ആവശ്യവും ഇല്ലാതാകും. വ്യഭിചാരം അന്തർധാനം ചെയ്യും. ഏകഭാര്യാത്വം ക്ഷയിക്കുകയില്ല. മറിച്ചു പുരുഷൻമാർക്കുകൂടിയും ശരിക്കും ബാധകമാവുന്ന തരത്തിൽ അവസാനം അതൊരു യാഥാർഥ്യമായി മാറുകയാവും ചെയ്യുക.

അങ്ങനെ എല്ലാം കൊണ്ടും പുരുഷൻമാരുടെ സ്ഥാനത്തിനു സാരമായ മാറ്റം സംഭവിക്കും. സ്ത്രീകളുടെ, എല്ലാ സ്ത്രീകളുടെയും, സ്ഥാനത്തിനും കാര്യമായ മാറ്റം ഉണ്ടാവും, ഉൽപ്പാദനോപാധികൾ പൊതുസ്വത്തായിത്തീരുന്നതോടെ ഒറ്റയൊറ്റയായ കുടുംബം സമൂഹത്തിന്റെ സാമ്പത്തികയൂണിറ്റല്ലാതായിത്തീരും സ്വകാര്യഗൃ

ഹഭരണം ഒരു സാമൂഹ്യവൃത്തിയായി മാറും. പിന്നെ കുട്ടികളുടെ സംരക്ഷണവും വിദ്യാഭ്യാസവും പൊതുകാര്യമാണ്. എല്ലാ കുട്ടികളെയും, അവർ വിഹിതവേഴ്ചയിലുണ്ടായവരായാലും അല്ലെങ്കിലും, സംരക്ഷിക്കുന്ന ചുമതല സമൂഹം ഏറ്റെടുക്കുന്നു. അങ്ങനെ സ്നേഹിക്കുന്ന പുരുഷനു സ്വയം സമർപ്പിക്കുവാൻ ഇന്ന് ഏതൊരു പെൺകുട്ടിക്കും തടസമായിവരുന്ന ധാർമികവും ആർഥികവുമായ അനന്തരഫലങ്ങളെ ചൊല്ലിയുള്ള ഉൽകണ്ഠ-ഏറ്റവും ശക്തമായ ആ സാമൂഹ്യ ഘടകം-അപ്രത്യക്ഷമാവും. ഇത് ക്രമേണ അനിയന്ത്രിതമായ ലൈംഗിക ബന്ധങ്ങളിലേക്ക് നയിക്കുകയും അതോടൊപ്പം കന്യകാത്വത്തെയും പാതിവ്രത്യത്തെയും സംബന്ധിച്ചുള്ള പൊതുജനാഭിപ്രായത്തിൽ അയവു വരുത്തുകയുമില്ലേ? പോരാത്തതിന് ഏകഭാര്യാത്വവും വ്യഭിചാരവും പരസ്പര വിരുദ്ധങ്ങളാണെങ്കിലും ഒരേ സമൂഹ്യ സാഹചര്യങ്ങളുടെ എതിർധ്രുവങ്ങളെന്ന നിലയിൽ അവിഭാജ്യങ്ങളാണെന്നും നാം കണ്ടുകഴിഞ്ഞതുമല്ലേ? ആ നിലയ്ക്ക് വ്യഭിചാരം മാത്രമായി അപ്രത്യക്ഷമാകുമോ? ഇവിടെയാണ് വ്യക്തിഗത പ്രേമത്തിന്റെ പ്രസക്തി. ഏകഭാര്യാത്വത്തിന്റെ വികാസ ദശയിൽ ബീജരൂപത്തിൽ സ്ഥിതി ചെയ്തിരുന്ന ഒരു പുതിയ പ്രതിഭാസമാണിത്.

മധ്യകാലങ്ങൾക്കുമുമ്പ് വ്യക്തിഗത പ്രേമമൊന്നൊന്നുണ്ടായിരുന്നില്ല. സൗന്ദര്യവും സ്വഭാവപ്പൊരുത്തവും അടുത്തു പെരുമാറുന്നതും മറ്റും പണ്ടും സ്ത്രീപുരുഷൻമാരെ തീർച്ചയായും പരസ്പരം ആകർഷിക്കുകയും ലൈംഗികബന്ധത്തിന് പ്രചോദിപ്പിക്കുകയും ചെയ്തിരുന്നു. അത് പക്ഷെ, ഇന്നത്തെ പ്രേമത്തിൽ നിന്ന് വളരെ വിദൂരമായ ഒന്നായിരുന്നു, പഴയ കാലങ്ങളിലാകെത്തന്നെയും വിവാഹം നിശ്ചയിച്ചിരുന്നത് മാതാപിതാക്കളാണ്. വരനും വധുവും ആ നിശ്ചയം നിശബ്ദം അനുസരിച്ചു പോരികയും ചെയ്തിരുന്നു; പ്രണയം വ്യക്തിനിഷ്ഠമായ ഒരു അഭിനിവേശമായിരുന്നില്ല; വസ്തുനിഷ്ഠമായ ഒരു കടമ മാത്രമായിരുന്നു; വിവാഹത്തിനു കാരണമായിരുന്നില്ല. അതിന്റെ ഒരു അനുബന്ധം മാത്രമായിരുന്നു. ഇന്നത്തെ അർഥത്തിലുള്ള പ്രേമം അക്കാലത്ത് ഔദ്യോഗിക സമൂഹത്തിനു പുറത്തു മാത്രമാണ് ഉണ്ടായിരുന്നത്. പ്രേമവശഗരായ ഇടയൻമാരുടെ സന്തോഷസന്താപങ്ങളെക്കുറിച്ച് തിയോക്രിറ്റസും മറ്റും പാടിയിട്ടുണ്ട്. പക്ഷെ, ആ ഇടയൻമാർ വെറും അടിമകളായിരുന്നു. അവർക്ക് ഭരണകൂടത്തിൽ പങ്കോ സ്വതന്ത്രപൗരന്റെ അവകാശങ്ങളോ ഉണ്ടായിരുന്നില്ല. സ്വതന്ത്രപൗരൻമാർക്കിടയിൽ പ്രേമം കടന്നുവരുന്നത് ആ പഴയ ലോകത്തിന്റെ തകർച്ചയുടെ അനന്തരഫലമെന്ന നിലയിൽ മാത്രമാണ്. ഏഥൻസിൽ അതിന്റെ അസ്തമനദശയിലും റോമിൽ ചക്രവർത്തിമാരുടെ ഭരണത്തിന്റെ ആരംഭത്തിലു

മാണ് ഇത് പ്രത്യക്ഷപ്പെട്ടത്. സ്വതന്ത്രപൗരൻമാർക്കിടയിൽ പ്രേമബന്ധം യഥാർഥത്തിലുണ്ടായിരുന്നെങ്കിൽ അത് ജാരബന്ധത്തിന്റെ രൂപത്തിൽ മാത്രവുമായിരുന്നു.

ലൈംഗിക വികാരത്തിന്റെ ലളിതരൂപമായ രതിയാണ് പണ്ടുണ്ടായിരുന്നത്. ഇന്നത്തെ പ്രേമം അതിൽ നിന്ന് തുലോം ഭിന്നമാണ്. പരസ്പരാഭിമുഖ്യം പ്രേമത്തിന്റെ മുന്നുപാധിയാണ്. ആ നിലയിൽ അതിൽ പുരുഷനും സ്ത്രീക്കും തുല്യത കൈവരിക്കുകയും ചെയ്യുന്നു. പരസ്പരപ്രാപ്യതയും വിരഹവും പ്രേമബദ്ധരെ സംബന്ധിച്ചിടത്തോളം അങ്ങേയറ്റത്തെ ദുര്യോഗമാണ്. ഒന്നുചേരാൻവേണ്ടി എത്ര കൊടിയ യാതനകൾ സഹിക്കുന്നതിനും ജീവൻ ത്യജിക്കുന്നതിനുപോലും അവർ തയ്യാറാവും. അത്രക്കു തീവ്രതയും സ്ഥായിത്വവും പ്രേമത്തിനുണ്ട്. കൂടാതെ ലൈംഗികബന്ധത്തെ വിലയിരുത്താൻ പുതിയൊരു ധാർമിക മാനദണ്ഡം പ്രേമത്തിൽനിന്ന് ഉയർന്നുവന്നിരിക്കുന്നു. പക്ഷെ, മറ്റെല്ലാ ധാർമിക മാനദണ്ഡങ്ങളെയുമെന്നപോലെ തന്നെ ഇതിനെയും നാടുവാഴിത്ത–ബൂർഷ്വാസമ്പ്രദായങ്ങൾ അഗണ്യകോടിയിൽ തള്ളിയിരിക്കുകയാണെന്നു പ്രത്യേകം പറയേണ്ടതില്ലല്ലോ. എല്ലാം തത്വത്തിലും കടലാസിലുമേയുള്ളു.

പഴമയെ തിരുത്തിക്കുറിച്ചുകൊണ്ട് രംഗപ്രവേശം ചെയ്ത പ്രേമം തിരനോട്ടം നടത്തിയത് ജാരബന്ധത്തിലൂടെയാണ്. വീരനായകൻമാരുടെ പ്രേമം ഇത്തരത്തിൽപെട്ടതാണ്. വിവാഹബന്ധത്തെ തകർക്കുന്ന ഈ പ്രേമത്തിനും വിവാഹബന്ധത്തിന് അടിത്തറയായിത്തീരേണ്ട യഥാർഥപ്രേമത്തിനും തമ്മിൽ ധ്രുവാന്തരമുണ്ട്. രാജകുമാരൻമാരെയും പ്രഭുക്കളെയും നാടുവാഴികളെയും മറ്റും സംബന്ധിച്ചിടത്തോളം പുതിയ ബന്ധത്തിലൂടെ തങ്ങളുടെ അധികാരം ഊട്ടിയുറപ്പിക്കുന്നതിനുള്ള സുവർണാവസരം ഒരുക്കിക്കൊടുക്കുന്ന ഒരു രാഷ്ട്രീയ നടപടി മാത്രമായിരുന്നു വിവാഹം. വ്യക്തിയുടെ അഭിലാഷങ്ങൾക്കല്ല കുടുംബത്തിന്റെ താൽപര്യങ്ങൾക്കാണതിൽ പ്രാധാന്യം. കൈത്തൊഴിലുകാരുടെയും കരകൗശലക്കാരുടെയും സ്ഥിതിയും ഇതുതന്നെയായിരുന്നു. അത്തരം ഒരവസ്ഥയിൽ പ്രേമം വിവാഹത്തെ സംബന്ധിച്ചുള്ള അവസാനവാക്കാകുന്നതെങ്ങനെ?

ചുരുക്കത്തിൽ, മധ്യകാലങ്ങളുടെ അന്ത്യംവരെയും വിവാഹം അതിലെ പങ്കാളികളുടെ തീരുമാനപ്രകാരം നടക്കുന്ന ഒന്നായിരുന്നില്ല. തുടക്കത്തിൽ ഓരോ പുരുഷനും എല്ലാ സ്ത്രീകൾക്കും ഭർത്താവും, ഓരോ സ്ത്രീയും എല്ലാ പുരുഷൻമാർക്കും ഭാര്യയുമായിരുന്നു. സംഘവിവാഹത്തിന്റെ പിൽക്കാലരൂപങ്ങളൊക്കെത്തന്നെയും ഈ സവിശേഷത ഉൾക്കൊണ്ടിരുന്നു. അതിന്റെ പരിധി ക്രമാനുഗതമായി ചുരുങ്ങിവന്നിരുന്നു എന്നേയുള്ളു.

യുഗ്മകുടുംബസമ്പ്രദായത്തിൽ മക്കളുടെ വിവാഹം അമ്മമാരാണ് നിശ്ചയിക്കുക, അതു നിയമമമാണ്. അവിടെയും പുതിയ ബന്ധംവഴി ഗണത്തിലും ഗോത്രത്തിലും നവദമ്പതികളുടെ സ്ഥാനമാനങ്ങൾ എങ്ങനെ ഉയർത്താം എന്ന പരിഗണനയാണ് വിവാഹനിശ്ചയത്തിന്റെ നിർണായക ഘടകം. പിന്നെ പൊതുസ്വത്തിൻമേൽ സ്വകാര്യസ്വത്ത് ആധിപത്യം നേടുകയും അങ്ങനെ പാരമ്പര്യാവകാശം ആവിർഭവിക്കുകയും ചെയ്തതോടെ പൈതൃകാവകാശവും ഏകഭാര്യാത്വവും പ്രാധാന്യം നേടി; വിവാഹം മുമ്പെന്നത്തേക്കാളുമധികമായി സാമ്പത്തിക പരിഗണനകളെ ആശ്രയിച്ചാവുകയും ചെയ്തു. വിലയ്ക്കുവാങ്ങലിന്റെ രൂപത്തിലുള്ള വിവാഹം അപ്രത്യക്ഷമായി. പെണ്ണിനെ മാത്രമല്ല ചെറുക്കനെയും അവന്റെ ഗുണഗണങ്ങൾവിട്ട് അവന്റെ സമ്പാദ്യംമാത്രം നോക്കി പരിഗണിക്കുന്ന ഏർപ്പാടിന് ശക്തിപ്രാപിച്ചു വന്നു. വിവാഹത്തിലെ പങ്കാളികളുടെ അഭിലാഷങ്ങൾ കണക്കിലെടുക്കണമെന്ന ആശയംതന്നെയും ആദികാലം തൊട്ടേ ഭരണവർഗങ്ങൾക്കിടയിൽ കേട്ടുകേൾവിപോലുമില്ലാത്തതാണ്. അത്തരം കാര്യങ്ങൾ അങ്ങേയറ്റം വന്നാൽ കാൽപനികകഥകളിലോ അതല്ലെങ്കിൽ മർദ്ദിതവർഗങ്ങൾക്കിടയിലോ മാത്രമാണ് ഉണ്ടായിരുന്നത്.

യൂറോപ്പിൽ വളർന്നുവന്ന മുതലാളിത്തം മറ്റു ഭൂഖണ്ഡങ്ങൾ കണ്ടുപിടിച്ച് വ്യാവസായിക ഉൽപ്പാദനത്തിലൂടെയും ആഗോള വ്യാപാരത്തിലൂടെയും ലോകം പിടിച്ചടക്കാൻ പുറപ്പെട്ട കാലത്തെ അവസ്ഥ ഇതായിരുന്നു. ഈ വിവാഹരീതി മുതലാളിത്തത്തിന് അങ്ങേയറ്റം ഇണങ്ങുന്നതാണെന്ന് ആർക്കും തോന്നാം; വാസ്തവത്തിൽ അങ്ങനെയാണുതാനും. പക്ഷെ, മുതലാളിത്തംതന്നെയാണ് ഈ വിവാഹരീതിയെ പാടേ മാറ്റിമറിച്ചത്. ലോകചരിത്രത്തിന്റെ ഗതിവൈപരീത്യം ദുരൂഹമാണല്ലോ. മുതലാളിത്തം എല്ലാറ്റിനെയും കച്ചവടച്ചരക്കാക്കിമാറ്റി, അതുവഴി പഴയ പാരമ്പര്യബന്ധങ്ങളെ നാമാവശേഷമാക്കി, പരാമ്പരാഗതങ്ങളായ ആചാരങ്ങൾക്കും ചരിത്രപരമായ അവകാശങ്ങൾക്കും പകരം കൊടുക്കൽവാങ്ങലെന്ന 'സ്വതന്ത്ര'കരാർ ആവിഷ്കരിച്ചു.

പക്ഷെ, കരാറെന്നു പറയുമ്പോൾ അതിന്റെ മുന്നുപാധിയായി ബന്ധപ്പെട്ട കക്ഷികൾക്കു തുല്യതയും അവരുടെ ജീവധനാദികൾ യഥേഷ്ടം കൈമാറാനുള്ള അവകാശവും ഉണ്ടായിരിക്കണം. ഇത് സ്ഥാപിച്ചെടുക്കുക എന്നത് മുതലാളിത്തത്തിന്റെ മുഖ്യകടമകളിലൊന്നായിരുന്നു. പക്ഷെ, പഴയ വിവാഹസമ്പ്രദായവുമായി ഇതെങ്ങനെയാണ് പൊരുത്തപ്പെടുക? ബൂർഷ്വാസങ്കൽപ്പമനുസരിച്ച് വിവാഹം ഒരു കരാറാണ്, നിയമപരമായ ഒരു കാര്യമാണ്. രണ്ടാളുകളുടെ ശരീരവും മനസും ആയുഷ്കാലത്തേക്കു ബന്ധപ്പെടുത്തുന്ന ഒരു കർമമാണത്; അതുകൊണ്ടുതന്നെ പരമപ്രധാനവുമാ

ണ്. ഔപചാരികമായി രണ്ടാളും സ്വമനസാലെയാണ് ബന്ധത്തിനു തയ്യാറാവുന്നത്; അവരുടെ സമ്മതംകൂടാതെ വിവാഹം നടക്കുന്നില്ല എന്നുള്ളതും ശരിയാണ്. പക്ഷെ, എങ്ങനെയാണ് അവരെക്കൊണ്ടു സമ്മതിപ്പിക്കുന്നതെന്നും യഥാർഥത്തിൽ ആരാണ് വിവാഹം നിശ്ച യിക്കുന്നതെന്നും എല്ലാവർക്കും നല്ലവണ്ണം അറിയാവുന്നതാണ ല്ലൊ. മറ്റേതൊരു കരാറെടുത്താലും അതിൽ ഏർപ്പെടണമോ വേണ്ടയോ എന്നു തീരുമാനിക്കുവാനുള്ള പരിപൂർണ്ണ സ്വാതന്ത്ര്യം കക്ഷികൾക്കുണ്ടായിരിക്കണമെന്ന് വാദിക്കാറുണ്ട്. എങ്കിൽ പിന്നെ ഇതിൽമാത്രം എന്തുകൊണ്ട് അതില്ല? വിവാഹബന്ധത്തിൽ ഏർപ്പെ ടാൻ പോകുന്ന യുവാവിനും യുവതിക്കും അവരുടെ ശരീരവും അവ യവങ്ങളും സ്വതന്ത്രമായി നിയോഗിക്കാനുള്ള അവകാശം ഇല്ലെ ന്നോ? ദമ്പതികൾ പരസ്പരം സ്നേഹിക്കേണ്ടത് അവരുടെ കടമയാ ണെങ്കിൽ കാമുകീകാമുകൻമാർ പരസ്പരം വിവാഹം കഴിക്കേ ണ്ടതും കടമയല്ലേ? മാതാപിതാക്കളുടെയും ബന്ധുക്കളുടെയും വിവാഹദല്ലാളൻമാരുടെയും അവകാശത്തേക്കാൾ ഉയർന്നതല്ലേ ഈ കമിതാക്കളുടെ അവകാശം?

പഴയ സാമൂഹ്യബന്ധങ്ങൾ ദുർബലപ്പെടുകയും മാമൂലുക ളുടെ അടിത്തറ ഇളകുകയും ചെയ്ത ഒരു കാലഘട്ടത്തിൽ ഇത്തരം ചോദ്യങ്ങൾ പൊന്തിവരിക സ്വാഭാവികം മാത്രമായിരുന്നു. ആയിര ത്താണ്ടുകാലമായി മധ്യകാല ചിന്താഗതിയുടെ ബന്ധനത്തിൽ കഴി ഞ്ഞിരുന്ന പടിഞ്ഞാറൻ യൂറോപ്പുകാർ അതിൽ നിന്ന് മോചിതരായി. അവരുടെ അകക്കണ്ണുകൾക്കും പുറംകണ്ണുകൾക്കും മുമ്പിൽ അന ന്തവിശാലമായ പുതിയൊരു ചക്രവാളം ഉയർന്നുവന്നു. ഇന്ത്യയി ലെയും മെക്സിക്കോവിലെയും മറ്റും സമ്പത്തും പൊന്നും വെള്ളിയും കണ്ട് കണ്ണഞ്ചിയ ചെറുപ്പക്കാരന് സ്വന്തം നാട്ടിലെ മാന്യതയും പാര മ്പര്യാനുകൂല്യങ്ങളും എത്രയോ നിസാരം! അത് ബൂർഷ്വാസിയുടെ വീരസാഹസികതയുടെ കാലമായിരുന്നു. അതിന് അതിന്റേതായ കാൽപനികഭാവങ്ങളും പ്രേമസ്വപ്നങ്ങളുമുണ്ടായിരുന്നു. പക്ഷെ, എല്ലാം ബൂർഷ്വാസങ്കൽപ്പത്തിൽ, ആത്യന്തികവിശകലനത്തിൽ, ബൂർഷ്വാലക്ഷ്യം വച്ചുകൊണ്ടുള്ളവയായിരുന്നു എന്നുമാത്രം.

അങ്ങനെ മുന്നേറിയ ബൂർഷ്വാസി പ്രത്യേകിച്ചും നിലവിലുള്ള സാമൂഹ്യക്രമത്തിന് ഏറ്റവുമധികം ഉലച്ചിൽ തട്ടിയ പ്രൊട്ടസ്റ്റന്റ് രാജ്യങ്ങളിൽ, വിവാഹക്കരാറിനുള്ള സ്വാതന്ത്ര്യം കൂടുതൽ കൂടു തൽ അംഗീകരിച്ചുകൊടുത്തു. വിവാഹം വർഗവിവാഹമായി സ്വന്തം വർഗത്തിനകത്തുതന്നെ ഒതുങ്ങിയിരുന്നെങ്കിലും, വിവാഹക്കരാ റിലെ കക്ഷികൾക്ക് പങ്കാളിയെ തെരഞ്ഞെടുക്കുന്നതിന് ഒരളവു വരെ സ്വാതന്ത്ര്യം നൽകപ്പെട്ടു. പരസ്പരാനുരാഗത്തിലധിഷ്ഠി തവും വധൂവരൻമാരുടെ പൂർണമനസോടുകൂടിയതുമല്ലാത്ത വിവാഹം അധാർമികമാണെന്ന് കടലാസിലും കാവ്യങ്ങളിലെ

ധർമോപദേശങ്ങളിലും എഴുതിവയ്ക്കപ്പെട്ടു. ഇത്ര ഉറപ്പിച്ചും അസന്ദിഗ്ധമായും പറയപ്പെട്ടിട്ടുള്ള മറ്റൊരു കാര്യമില്ല. ചുരുക്കത്തിൽ പ്രേമവിവാഹം പുരുഷന്റെ മാത്രമല്ല സ്ത്രീകളുടെയും അവകാശമായി പ്രഖ്യാപിക്കപ്പെട്ടു.

പക്ഷെ, ഈ മനുഷ്യാവകാശത്തിന് മനുഷ്യാവകാശമെന്നു പറയപ്പെടുന്ന മറ്റെല്ലാ അവകാശങ്ങളിൽനിന്നും ഒരു വ്യത്യാസമുണ്ടായിരുന്നു. മറ്റു മനുഷ്യാവകാശങ്ങളെല്ലാം ഭരണവർഗത്തിൽ, ബൂർഷ്വാസിയിൽ, മാത്രമായി ഒതുങ്ങിനിന്നു. ചരിത്രത്തിന്റെ വൈചിത്ര്യമെന്നു പറയട്ടെ, ഈ മനുഷ്യാവകാശം ഒന്നുമാത്രം ഭരണീയവർഗത്തിനിടയിലേക്കു കിനിഞ്ഞിറങ്ങി. ഭരണവർഗം പിന്നെയും സാമ്പത്തിക സ്വാധീനങ്ങൾക്കു വിധേയമായിതന്നെ തുടർന്നതുകൊണ്ട് അതിനകത്ത് സ്വാഭീഷ്ടപ്രകാരമുള്ള യഥാർഥ വിവാഹങ്ങൾ ഒറ്റപ്പെട്ട സംഭവങ്ങളായിരുന്നു. മർദിതവർഗത്തിലാകട്ടെ അത്തരം വിവാഹങ്ങളായിരുന്നു സർവസാധാരണം.

അതുകൊണ്ട് വിവാഹത്തിൽ പൂർണസ്വാതന്ത്ര്യം പ്രാവർത്തികമാകണമെങ്കിൽ മുതലാളിത്ത ഉൽപ്പാദന സമ്പ്രദായത്തിനും അതിന്റെ സൃഷ്ടിയിൽ സ്വത്തുബന്ധങ്ങൾക്കും അറുതിവരുത്തണം. എങ്കിൽ മാത്രമേ ഒരു ജീവിതപങ്കാളിയെ തെരഞ്ഞെടുക്കുന്നതിൽ ഇന്നും നിർണായകമായ സ്വാധീനം ചെലുത്തിപ്പോരുന്ന സാമ്പത്തിക പരിഗണനകൾ ഒഴിവാക്കാൻ കഴിയൂ.

അതു സാധിച്ചാൽ പിന്നെ പരസ്പരാനുരാഗമല്ലാതെ മറ്റൊരു ലക്ഷ്യവും വിവാഹബന്ധത്തിൽ അന്തർഭവിക്കുകയില്ല. അത്തരത്തിലുള്ള വിവാഹം അതിന്റെ തനതു സ്വഭാവം കൊണ്ടുതന്നെ ഏകഭാര്യാത്വ വിവാഹമാണ്.

പക്ഷെ, ഏകഭാര്യാത്വം അതേ രൂപത്തിൽതന്നെയായിരിക്കില്ല തുടർന്നും നിലനിൽക്കുക. സ്വത്തുബന്ധങ്ങളിൽ നിന്നാണല്ലോ അതിന്റെ ജനനം. ആ പൈതൃകത്തിൽ നിന്നു കിട്ടിയ സ്വഭാവവിശേഷങ്ങൾ-പുരുഷമേധാവിത്വവും വിവാഹത്തിന്റെ അലംഘനീയതയും-തീർച്ചയായും അപ്രത്യക്ഷമാവും.

വിവാഹത്തിന്റെ അലംഘനീയത ഭാഗികമായി ഏകഭാര്യാത്വം നിലവിൽവന്ന കാലത്തെ സാമ്പത്തിക സാഹചര്യങ്ങളിൽ നിന്നുളവായതാണ്. ഈ സാമ്പത്തിക സാഹചര്യങ്ങളും ഏകഭാര്യാത്വവും തമ്മിലുള്ള ബന്ധം ശരിക്കു മനസ്സിലാക്കാൻ കഴിയാതിരുന്ന ആ കാലം മുതൽക്കുള്ള പാരമ്പര്യവും മതം അതിനു നൽകിയ അതിശയോക്തിപരമായ വ്യാഖ്യാനവും ഭാഗികമായി വിവാഹത്തിന്റെ അലംഘനീയതക്കു സാധുത്വം നൽകി. പ്രേമത്തിൽ അധിഷ്ഠിതമായ വിവാഹങ്ങൾ മാത്രമാണ് ധാർമ്മികമെങ്കിൽ ആ പ്രേമം തുടർന്നു നിലനിൽക്കുന്ന വിവാഹങ്ങൾ മാത്രമേ ധാർമികമായിരിക്കൂ. ലൈംഗിക പ്രേമത്തിന്റെ കാലയളവ് പ്രത്യേകിച്ചും പുരു

ഷൻമാർക്കിടയിൽ ആളിനനുസരിച്ച് അത്യന്തം ഭിന്നമായിരിക്കും. പങ്കാളിയോടുണ്ടായിരുന്ന പ്രേമം ഇല്ലാതാവുകയോ പുതിയൊരെണ്ണം അങ്കുരിക്കുകയോ ചെയ്തുകഴിഞ്ഞാൽ ആ വിവാഹബന്ധം അവിടെവച്ചവസാനിപ്പിക്കുന്നത് ഇരുക്കൂട്ടർക്കും അതുപോലെ തന്നെ സമൂഹത്തിനും ഒരനുഗ്രഹമായിരിക്കും. വിവാഹമോചനത്തിന്റെ നൂലാമാലകളിൽനിന്ന് ആളുകൾ രക്ഷപ്പെടുകയും ചെയ്യും.

അങ്ങനെ മുതലാളിത്ത ഉൽപ്പാദന സമ്പ്രദായത്തിന്റെ തിരോധാനത്തോടുകൂടി ലൈംഗികബന്ധങ്ങളുടെ ഏതേതെല്ലാം സ്വഭാവവിശേഷങ്ങളാണ് ഇല്ലാതാവുക എന്നതിനെക്കുറിച്ച് മാത്രമേ നമുക്കിപ്പോൾ രൂപമുള്ളൂ. പക്ഷെ, പുതുതായി വന്നുചേരുന്ന സവിശേഷതകൾ എന്തെല്ലാമായിരിക്കും? അതു തീരുമാനിക്കണമെങ്കിൽ പുതിയൊരു തലമുറ, ജീവിതത്തിലൊരിക്കലും ഒരു സ്ത്രീയെ പണത്തിന്റെയോ മറ്റെന്തെങ്കിലും സാമൂഹ്യശക്തിയുടെയോ സ്വാധീനമുപയോഗിച്ച് വിധേയയാക്കാൻ അവസരം കിട്ടിയിട്ടില്ലാത്ത പുരുഷൻമാരുടെയും അതുപോലെതന്നെ യഥാർഥ പ്രേമമല്ലാതെ മറ്റെന്തെങ്കിലും പരിഗണനകൾ വച്ചുകൊണ്ട് യാതൊരു പുരുഷനും വിധേയരാകാത്ത സ്ത്രീകളുടേയും ഒരു തലമുറ, വളർന്നുവന്നതിനുശേഷം മാത്രമേ സാധിക്കൂ. അങ്ങനെ ഒരു തലമുറ വന്നു കഴിഞ്ഞാൽ നമ്മൾ ഇന്നു ചിന്തിക്കുന്ന തരത്തിലൊന്നുമായിരിക്കില്ല അവർ പ്രവർത്തിക്കുക. അവർ അവരുടേതായ രീതിയും പൊതുഅഭിപ്രായവും രൂപപ്പെടുത്തിക്കൊള്ളും. അവ ഓരോ വ്യക്തിയുടെയും രീതിക്കനുസൃതവുമായിരിക്കും.

മോർഗനിൽ നിന്നാണല്ലോ നമ്മൾ തുടങ്ങിയത്. ഇനി നമുക്ക് അവിടേക്കുതന്നെ മടങ്ങാം. നാഗരിക കാലഘട്ടം അദ്ദേഹത്തിന്റെ പുസ്തകത്തിന്റെ പരിധിയിൽ പെടുന്നതല്ലെങ്കിലും ഏകഭാര്യാത്വത്തെക്കുറിച്ച് ലഘുവായി മാത്രമേ പരാമർശിക്കുന്നുള്ളൂ. എങ്കിലും, അദ്ദേഹം ഇത്രയും പറഞ്ഞുവച്ചിട്ടുണ്ട്:

> കുടുംബം ക്രമാനുഗതമായ നാലു രൂപങ്ങളിലൂടെ കടന്നുപോന്നിരിക്കുന്നു എന്ന വസ്തുത അംഗീകരിച്ചു കഴിഞ്ഞാലുടൻ ഉയർന്നുവരുന്ന ചോദ്യം ഇന്നുനിലവിലുള്ള അഞ്ചാമത്തെ രൂപം എന്നെന്നും നിലനിൽക്കുന്നതായിരിക്കുമോ എന്നതാണ്. അതിനുള്ള ഒരേയൊരു മറുപടി, മുൻകാലങ്ങളിലെന്നപോലെ തന്നെ സമൂഹം മുന്നേറുന്നതിനൊപ്പം കുടുംബവും മുന്നേറിക്കൊണ്ടിരിക്കുകയും സമൂഹം മാറുന്നതിനനുസരിച്ച് അതും മാറിക്കൊണ്ടിരിക്കുകയും ചെയ്യും എന്നാണ്. കുടുംബം അതിനു രൂപംനൽകിയ സാമൂഹ്യ വ്യവസ്ഥയുടെ സംസ്കാരത്തെ പ്രതിഫലിപ്പിക്കാതെ തരമില്ല. നാഗരികതയുടെ ഉദയത്തിനുശേഷം, ആധുനിക കാലത്തു വിശേഷിച്ചും

ഏകഭാര്യാത്വം വളരെയധികം പുരോഗതിനേടിയിരിക്കുന്നു. ആ സ്ഥിതിക്ക് സ്ത്രീപുരുഷസമത്വം സാക്ഷാത്കരിക്കപ്പെടുന്നിടത്തോളമെങ്കിലും അത് ഇനിയും പുരോഗമിക്കുമെന്ന് ഊഹിക്കുന്നതിൽ തെറ്റുണ്ടാവില്ല. അതിവിദൂരഭാവിയിലെ സമൂഹത്തിന്റെ ആവശ്യങ്ങൾ നിറവേറ്റുവാൻ ഏകഭാര്യാത്വ കുടുംബം അശക്തമാണെന്നു വന്നാൽ അതിനുപകരം വരുന്ന അടുത്തരൂപം എന്തായിരിക്കുമെന്നു പ്രവചിക്കുക സാധ്യമല്ല.

3

ഇറോക്വോയ് ഗണങ്ങൾ

ഇനി മോർഗന്റെ അടുത്ത കണ്ടുപിടിത്തത്തിലേക്കു നമുക്ക് കടക്കാം. രക്തബന്ധവ്യവസ്ഥയിൽ നിന്ന് കുടുംബത്തിന്റെ ആദി പ്രാകൃതരൂപം പുനഃസൃഷ്ടിച്ചെടുക്കുന്നത്രയെങ്കിലും പ്രാധാന്യ മുള്ള ഒരു കണ്ടുപിടിത്തമാണിത്. അമേരിക്കൻ ഇന്ത്യക്കാരുടെ ഗണം ഗ്രീക്കുകാരുടേതിനു റോമക്കാരുടേതിനും സമാനമാണെന്നും അവയിൽതന്നെ ആദിമമായത് അമേരിക്കൻ ഇന്ത്യക്കാരുടേതാണെ ന്നും എല്ലാ അപരിഷ്കൃത സമൂഹങ്ങളിലും അവ നാഗരികതയി ലേക്കു കടക്കുന്നിടംവരെയും നിലനിന്നിരുന്ന ഒരു സാമൂഹ്യസ്ഥാപ നമാണ് ഗണം എന്നും അദ്ദേഹം തെളിയിച്ചു. അതുവഴി ഗ്രീക്കും റോമനും ചരിത്രത്തിലെ ഏറ്റവും ക്ലിഷ്ടവും അപൂർണവുമായ ആദ്യകാലഘട്ടത്തിന് ഒറ്റയടിക്കു വ്യക്തതയുണ്ടാക്കുവാൻ മോർ ഗനു കഴിഞ്ഞു; മാത്രമല്ല, പ്രാകൃതകാലങ്ങളിലെ സാമൂഹ്യഘടന യുടെ അടിസ്ഥാന സവിശേഷതകളിലേക്ക് ആകസ്മികമായി വെളിച്ചം വീശുവാനും സാധിച്ചു.

'ഗണം' ആര്യഭാഷയിൽ ജനിച്ച പദമാണ്. അതിന്റെ സമാനപ ദങ്ങൾ മിക്കവാറും മറ്റെല്ലാഭാഷകളിലും കാണാം. ലത്തീൻ പദ മാണ് മോർഗൻ സ്വീകരിച്ചിരിക്കുന്നത്. ഒരേ പൂർവികനിൽ നിന്നു ജനിച്ച് ചില സാമൂഹ്യസ്ഥാപനങ്ങളാൽ ബന്ധിക്കപ്പെട്ടവരുടെ പ്രത്യേക സമൂഹത്തെയാണ് ലത്തീനിലും ഈ പദം കുറിക്കുന്നത്. ഈ സമൂഹത്തിന്റെ ഉൽപ്പത്തിയെയും സ്വഭാവത്തെയും കുറിച്ച് നേരിയ അറിവുപോലും മോർഗന്റെ കാലംവരെയും നമ്മുടെ ചരിത്ര കാരൻമാർക്കുണ്ടായിരുന്നില്ല.

ഗണത്തിന്റെ ഏറ്റവും നല്ല ആദിരൂപമായി മോർഗൻ കാണു ന്നത് ഇറോക്വോയികളുടെ, പ്രത്യേകിച്ചും അവരിൽപ്പെട്ട

സെനേക്കാ ഗോത്രത്തെയാണ്. ചെന്നായ, കരടി മുതലായ എട്ടുമൃഗങ്ങളുടെ പേരോടുകൂടിയ എട്ടു ഗണങ്ങളാണ് സെനേക്കാ ഗോത്രക്കാർക്കുള്ളത്. സെനേക്കാ ഗോത്രത്തിന്റെ ആചാരക്രമങ്ങൾ താഴെപ്പറയുന്നവയാണ്.

1. സാമാധാനകാലത്തെ തലവനെയും യുദ്ധകാലത്തെ പടനായകനെയും ഗണം തെരഞ്ഞെടുക്കുന്നു. ഗണത്തിൽതന്നെയുള്ള ആളായിരിക്കണം തലവൻ. ആ സ്ഥാനം പരമ്പരാഗതമായിരുന്നു. കാരണം അത് ഒഴിഞ്ഞുകിടക്കാൻ പാടില്ലല്ലോ. പടനായകനായി ഗണത്തിനുപുറത്തുള്ള ആളെയും വേണമെങ്കിൽ തെരഞ്ഞെടുക്കാം. ആ ലാവണം ചിലപ്പോൾ ഒഴിഞ്ഞുകിടക്കുകയുമാവാം. ഇറോകോയികൾ മരുമക്കത്തായക്കാരായതുകൊണ്ട് ഒരു തലവന്റെ അനന്തരവകാശിയായി വരുന്നത് അയാളുടെ മകനല്ല. സഹോദരനോ അനന്തരവനോ ആയിരിക്കും. ഗണത്തിൽപ്പെട്ട സ്ത്രീപുരുഷൻമാർ ഒന്നടങ്കം തെരഞ്ഞെടുപ്പിൽ പങ്കെടുക്കുന്നു. അങ്ങനെ തെരഞ്ഞെടുക്കപ്പെടുന്ന തലവനെ മറ്റ് ഏഴുഗണങ്ങൾകൂടി അംഗീകരിച്ചു കഴിഞ്ഞതിനുശേഷമേ ഔദ്യോഗികമായ സ്ഥാനാരോഹണം നടക്കുകയുള്ളൂ. ഇറോകോയിഗണങ്ങളുടെ കോൺഫെഡറസി (ഐക്യസഭ) ആണ് അത്തരം അംഗീകാരം കൊടുക്കുന്നത്. പിതൃസമാനവും തികച്ചും ധാർമികസ്വഭാവത്തിലുള്ളതുമായ അധികാരം മാത്രമാണ് തലവന് ഗണത്തിലുണ്ടായിരുന്നത്. ദണ്ഡനപരമായ യാതൊരു അധികാരവും ഉണ്ടായിരുന്നില്ല. തലവനെന്ന സ്ഥാനംകൊണ്ട് സെനേക്കാകളുടെ ഗോത്രസമിതിയിലും ഇറോകോയികളുടെ ഐക്യസഭയിലും അയാൾക്ക് അംഗത്വം കിട്ടിയിരുന്നു. പടനായകന് യുദ്ധസംരംഭങ്ങളെ സംബന്ധിച്ചു മാത്രമേ ഉത്തരവുകൾ പുറപ്പെടുവിക്കുവാനുള്ള അധികാരമുണ്ടായിരുന്നുള്ളൂ.

2. തലവനെയും പടനായകനെയും സ്ഥാനഭ്രഷ്ടരാക്കാനുള്ള അവകാശം ഗണത്തിനുണ്ട്. സ്ത്രീകളും പുരുഷൻമാരും ചേർന്നാണ് ഇതും ചെയ്യുന്നത്. ഗോത്രസമിതിക്കും, ഗണങ്ങളുടെ ആഗ്രഹത്തെ അവഗണിച്ചുകൊണ്ടു തന്നെയും ഇവരെ നീക്കം ചെയ്യാവുന്നതാണ്.

3. ഒരംഗവും ഗണത്തിനകത്തുനിന്നു വിവാഹം കഴിക്കാൻ പാടില്ല. ഗണത്തെ യോജിപ്പിച്ചു നിർത്തുന്ന അടിസ്ഥാന പ്രമാണമാണിത്. ഈ ചെറിയ വസ്തുത കണ്ടുപിടിച്ചതുവഴി ചരിത്രത്തിലാദ്യമായി ഗണത്തിന്റെ സ്വഭാവം വെളിച്ചത്തു കൊണ്ടുവരുവാൻ മോർഗന് കഴിഞ്ഞു. ഗണം, ഗോത്രം, കുലം എന്നിവകളെ സംബന്ധിച്ച് അന്നോളം നിലനിന്നുപോന്നിരുന്ന അജ്ഞതയും ഇവയെ അംഗങ്ങൾ തമ്മിൽ വിവാഹം പാടുള്ളവയെന്നും പാടില്ലാത്തവയെന്നും മറ്റും തരംതിരിച്ചുകൊണ്ടുള്ള ചില ചരിത്രകാരൻമാരുടെ അബദ്ധപഞ്ചാംഗങ്ങളും അതോടെ അവസാനിച്ചു.

4. മരിച്ച ആളിന്റെ സ്വത്ത് ഗണത്തിനകത്തുതന്നെ അയാളുടെ തായ്‌വഴിയിലുള്ള ഏറ്റവും അടുത്ത ബന്ധുക്കൾക്കായി വീതിച്ചു കൊടുക്കുന്നു. ദായക്രമം മരുമക്കത്തായമാണ്.

5. ഗണത്തിലെ അംഗങ്ങൾ അന്യോന്യം സഹായിക്കാനും പരിരക്ഷകൊടുക്കാനും പ്രത്യേകിച്ചും പുറത്തുള്ളവർ ഉപദ്രവിച്ചാൽ അവരോട് പകരം വീട്ടുന്നതിനു തുണചെയ്യാനും കടപ്പെട്ടിരുന്നു. ഗണം വ്യക്തിക്ക് പൂർണ്ണമായ സംരക്ഷണം ഉറപ്പു ചെയ്തിരുന്നു. ഒരുവനെ ഉപദ്രവിച്ചാൽ അതു ഗണത്തെ ഒന്നടങ്കം ഉപദ്രവിച്ചതിന് തുല്യമായി കണക്കാക്കും. ഇതിൽനിന്നാണ്, ഗണത്തിനകത്തെ രക്തബന്ധത്തിൽനിന്നാണ്, ചോരക്കു പകരം ചോദിക്കുക എന്ന വികാരം ജനിച്ചത്. അന്യനൊരുവൻ ഗണത്തിലെ ഒരംഗത്തെ കൊലപ്പെടുത്തിയാൽ അതിനു പകരംചോദിക്കുവാൻ ഗണം ഒന്നടങ്കം ശപഥം ചെയ്യുന്നു. ആദ്യം ഒത്തുതീർപ്പിനു ശ്രമിക്കും. കൊലയാളി മാപ്പുപറയുകയും വിലപിടിപ്പുള്ള പാരിതോഷികങ്ങൾ കാഴ്ചവയ്ക്കുകയും ചെയ്താൽ പ്രശ്നം അവിടെത്തീരും. ഇല്ലെങ്കിലോ, കൊലയാളിയെ വകവരുത്തുവാൻ ഒന്നോ അതിലധികമോ ആളുകളെ ഗണത്തിൽനിന്നു നിയോഗിക്കും. കൊലയാളിയെ കൊല്ലുന്നതിൽ അയാളുടെ ഗണത്തിൽപ്പെട്ടവർക്കുപോലും പരാതിക്കവകാശമില്ല.

6. ഓരോ ഗണത്തിലും കൃത്യമായ പേരുകൾ അല്ലെങ്കിൽ പേരുകളുടെ ഒരു സഞ്ചയം തന്നെയോ ഉണ്ടാവും. അവ ആ ഗോത്രത്തിലെ മറ്റു ഗണങ്ങളിൽപെട്ടവരാരും ഉപയോഗിക്കുവാൻ പാടില്ല. ഏതൊരു വ്യക്തിയുടെയും പേര് അയാളുടെ ഗണത്തെയും സൂചിപ്പിക്കുന്നു.

7. ഗണത്തിന് പുറത്തുനിന്ന് ആളുകളെ ദത്തെടുക്കാവുന്നതാണ്. ഗണത്തിലും ഗോത്രത്തിലും പൊതുവിൽ അവർ അംഗങ്ങളായി അംഗീകരിക്കപ്പെടുകയും ചെയ്യും. വധിക്കപ്പെടാത്ത യുദ്ധത്തടവുകാരെ അങ്ങനെ സെനേക്കാഗോത്രത്തിൽ ചേർത്തിരുന്നു. അംഗസംഖ്യ തീരെ കുറഞ്ഞുപോകുന്ന ഗണങ്ങൾ മറ്റു ഗണങ്ങളിൽനിന്ന്, അവരുടെ സമ്മതത്തോടുകൂടി, കൂട്ടത്തോടെ ആളുകളെ ദത്തെടുക്കുന്ന ഏർപ്പാടുമുണ്ട്.

8. മതാനുഷ്ഠാനങ്ങളിൽ ഗണത്തിന് പ്രത്യേകമായ പങ്കെന്തെങ്കിലുമുണ്ടായിരുന്നു എന്നു തെളിയിക്കുക വിഷമമാണ്. എങ്കിലും ഇറോക്വോയികളുടെ ആണ്ടോടാണ്ടുള്ള ആറ് മതാഘോഷങ്ങളിലും, തലവൻമാരെയും പടനായകൻമാരെയും വിശ്വാസ സംരക്ഷകരായി ആദരിക്കുകയും അവർ പൗരോഹിത്യകർമങ്ങൾ നിർവഹിക്കുകയും ചെയ്തിരുന്നു.

9. ഓരോ ഗണത്തിനും അതിന്റെ ഒരു പൊതുശ്മശാനമുണ്ട്. ഒരാൾ മരിച്ചാൽ അയാളുടെ ഗണം ഒന്നടങ്കം ദുഃഖത്തിൽ പങ്കുചേരു

ന്നു. ശവക്കുഴി ഒരുക്കുന്നതും എല്ലാവരും ചേർന്നാണ്. ചരമപ്രസംഗത്തിലും മറ്റു ചടങ്ങുകളിലും എല്ലാവരും പങ്കുകൊള്ളുന്നു.

10. ഗണത്തിന് അതിലെ പ്രായപൂർത്തിയായ സകല സ്ത്രീപുരുഷൻമാരും അംഗങ്ങളായുള്ള ഒരു സഭയുണ്ട്. ആർക്കും തുറന്ന് അഭിപ്രായം പറയാൻ അവകാശമുള്ള, തികച്ചും ജനാധിപത്യപരമായ, ഒരു വേദിയാണത്. തലവനെയും പടനായകനെയും മറ്റുപുരോഹിതൻമാരെയും തെരഞ്ഞെടുക്കുന്നതുൾപ്പെടെ ഗണത്തെ സംബന്ധിക്കുന്ന പ്രധാനപ്പെട്ട കാര്യങ്ങളിലെല്ലാം അന്തിമതീരുമാനമെടുക്കുന്നതും ഈ പരമാധികാരസഭയാണ്.

ഇവയെല്ലാമായിരുന്നു ഒരു മാമൂൽ അമേരിക്കൻ ഇന്ത്യൻ ഗണത്തിന്റെ അധികാരങ്ങൾ. ഗണത്തിലെ എല്ലാ അംഗങ്ങളും വ്യക്തിപരമായി സ്വതന്ത്രരായിരുന്നു; അതേസമയം തന്നെ മറ്റംഗങ്ങളുടെ സ്വാതന്ത്ര്യം പരിരക്ഷിക്കാൻ ബാധ്യസ്ഥരുമായിരുന്നു. വ്യക്തിസ്വാതന്ത്ര്യത്തിലും അവകാശങ്ങളിലും എല്ലാവരും തുല്യരായിരുന്നു. തലവനോ പടനായകനോ പ്രത്യേക പദവിയോ ആനുകൂല്യങ്ങളോ ഒന്നും അവകാശപ്പെട്ടിരുന്നില്ല. സ്വാതന്ത്ര്യവും സമത്വവും സാഹോദര്യവും-അവ നിയതമായ അർഥം കൈക്കൊണ്ടിരുന്നില്ലെങ്കിലും-ഗണത്തിന്റെ അടിസ്ഥാന തത്വങ്ങളായിരുന്നു ഗണം. അമേരിക്കൻ ഇന്ത്യൻ സാമൂഹ്യഘടനയുടെ അടിസ്ഥാനമായി വർത്തിച്ച സാമൂഹ്യവ്യവസ്ഥയുടെ ഒരു യൂണിറ്റായിരുന്നു ഗണം. അമേരിക്കൻ ഇന്ത്യന്റെ സാർവലൗകികമായ സ്വാതന്ത്ര്യ ബോധത്തിന്റെയും ആത്മാഭിമാനത്തിന്റെയും ഉറവിടം ഏതെന്നും ഇതിൽ നിന്ന് വെളിവാകുന്നു.

അമേരിക്കൻ ഇന്ത്യക്കാരുടെ വിവിധ ഗോത്രങ്ങളിൽ അഞ്ചോ ആറോ അതിലധികമോ ഗണങ്ങളുള്ളവയിൽ മൂന്നോ നാലോ അതിലധികമോ ഗണങ്ങൾ ഒന്നിച്ചുചേർന്ന് ഒരു ഗ്രൂപ്പായി നിൽക്കുന്നു. ഈ ഗ്രൂപ്പിനെ 'ഭ്രാതൃസംഘം' (ഗണസംഘം) എന്നാണ് മോർഗൻ അന്വർഥമായി വിശേഷിപ്പിച്ചിരിക്കുന്നത്. ഗണത്തിനകത്ത് വിവാഹം പാടില്ലെന്നു വന്നപ്പോൾ ഓരോ ഗോത്രവും ചുരുങ്ങിയത് രണ്ട് ഗണങ്ങളായിട്ടെങ്കിലും പിരിയാതെ നിവൃത്തിയില്ലെന്നു വന്നു. ആദ്യത്തെ ആ രണ്ട് ഗണങ്ങൾ പിന്നെയും പലതായി പിരിഞ്ഞു. ഇങ്ങനെ ഒരേ മൂലഗണത്തിൽ നിന്ന് വഴി പിരിഞ്ഞ ഗണങ്ങൾ ഒന്നു ചേർന്നാണ് ഈ ഭ്രാതൃസംഘം അഥവാ ഗണസംഘം ഉണ്ടായതെന്ന് കാണാവുന്നതാണ്.

ഇറോക്വോയികൾക്കിടയിൽ ഗണം നിർവഹിച്ചിരുന്ന ചുമതലകൾ ഭാഗികമായി സാമൂഹ്യവും ഭാഗികമായി മതപരവുമായിരുന്നു.

1. ഗണസംഘങ്ങൾ തമ്മിലാണ് പന്തുകളി നടക്കുന്നത്. ഓരോ ഗണസംഘത്തിൽപെട്ടവരും തങ്ങളുടെ ഭാഗത്തിന്റെ വിജയത്തിനു വേണ്ടി എതിരാളികളോട് വാതു വയ്ക്കും.

2. ഗോത്രസമിതി കൂടുമ്പോൾ ഓരോ ഗണസംഘത്തിലെയും തലവൻമാരും പടനായകൻമാരും ഒന്നിച്ച് ഓരോ പ്രത്യേക വിഭാഗമായിട്ടാണ് ഇരിക്കുന്നത്. ചർച്ചയിൽ പങ്കെടുക്കുന്നവർ അവരവരുടെ ഗണസംഘത്തിലെ തലവൻമാരെ ആയിരിക്കും സംബോധന ചെയ്യുക.

3. ഗോത്രത്തിൽ ഒരു കൊല നടത്താൻ കൊല്ലപ്പെട്ടവനും കൊലയാളിയും ഒരേ ഗണസംഘത്തിൽപ്പെട്ടവരല്ലെങ്കിൽ ബന്ധപ്പെട്ട ഗണങ്ങൾ വഴിക്കാണ് പ്രശ്നത്തിന് തീരുമാനമുണ്ടാക്കുന്നത്.

4. ഗണസംഘത്തിലെ ഗണനീയനായ ഒരാൾ മരിച്ചാൽ അയാളുടെ ഗണത്തിൽപ്പെട്ടവർ ദുഃഖാചരണം മാത്രം നടത്തിയാൽ മതി. മറ്റേ ഗണത്തിൽപ്പെട്ടവരാണ് ശവമടക്കും അതുമായി ബന്ധപ്പെട്ട കർമങ്ങളും നടത്തുന്നത്. ഒരു തലവൻ മരണമടഞ്ഞാൽ ആ വിവരം ഇറോക്വോയികളുടെ ഫെഡറൽ സമിതിയെ തെര്യപ്പെടുത്തുന്നതും എതിർഗണസംഘമാണ്.

5. തലവനെ തെരഞ്ഞെടുക്കുന്നതിലും ഗണസംഘത്തിന് അതിന്റേതായ ഒരു പങ്ക് വഹിക്കാനുണ്ട്. ഗണസംഘത്തിലെ മറ്റു ഗണങ്ങൾ തെരഞ്ഞെടുപ്പിന് അംഗീകാരം നൽകുന്നത് ഒരു ചടങ്ങു മാത്രമാണ്. പക്ഷെ എതിർസംഘത്തിൽപ്പെട്ടവർ എതിർത്താൽ തെരഞ്ഞെടുപ്പ് അസാധുവും നിലനിൽപ്പില്ലാത്തതുമാണ്.

6. പുതിയ അംഗങ്ങളെ ചേർക്കുന്നതിന് ചില മാന്ത്രികാനുഷ്ഠാനങ്ങളുണ്ട്. സെനേക്കാ ഗോത്രക്കാർക്കിടയിൽ ഈ അനുഷ്ഠാനങ്ങൾ നിർവഹിക്കുന്നതിനുവേണ്ടി ഓരോ ഗണസംഘത്തിലും ഓരോ പ്രത്യേക മതസംഘമുണ്ട്.

7. കുലത്തിന്റെ അടിസ്ഥാനത്തിൽ സംഘടിപ്പിച്ചുകൊണ്ടാണ് ഇറോക്വോയികൾ യുദ്ധത്തിൽ പങ്കെടുക്കുന്നത്.

പല ഗണങ്ങൾ ചേർന്ന് ഒരു ഗണസംഘം ഉണ്ടാകുന്നതുപോലെ പല ഗണസംഘങ്ങൾ ചേർന്ന് ഒരു ഗോത്രവും ഉണ്ടാകുന്നു. അമേരിക്കൻ ഇന്ത്യൻ ഗോത്രങ്ങളുടെ സവിശേഷതകൾ എന്തെല്ലാമാണ്?

1. തനതായ ഒരു പേരും സ്വന്തം ഭൂവിഭാഗവും ഉണ്ടായിരിക്കും. പാർപ്പിട പ്രദേശത്തിന് പുറമെ വേട്ടയാടലിനും മീൻപിടുത്തത്തിനുള്ള പ്രദേശങ്ങളും ഇതിൽപെടും. ഈ ഭൂമിക്കും അയൽഗോത്രക്കാരുടെ ഭൂമികൾക്കുമിടയിൽ വിശാലമായ നിഷ്പക്ഷമേഖലകൾ ഉണ്ടായിരിക്കും. അവിടെ യാതൊരു വിധ കയ്യേറ്റവും അനുവദിക്കുകയില്ല. അതിരുകൾ കൃത്യമായി നിർണയിക്കപ്പെട്ടവയല്ല.

2. തനതായ ഒരു ഗ്രാമ്യഭാഷ ഉണ്ടായിരിക്കും. ഗോത്രവും ഭാഷയും തമ്മിലുള്ള ബന്ധം അങ്ങേയറ്റം രൂഢമൂലമാണ്. ഗോത്രങ്ങൾ വിഘടിച്ച് പുതിയ ഗോത്രങ്ങളും അതിനനുസരിച്ച് പുതിയ ഭാഷാന്തരങ്ങളും ഉണ്ടാവുന്ന പ്രക്രിയ അടുത്തകാലംവരെയും അമേരിക്കയിൽ ദൃശ്യമായിരുന്നു. ദുർബലങ്ങളായ രണ്ട് ഗോത്ര

ങ്ങൾ ഒന്നായിത്തീരുമ്പോൾ സാജാത്യമുള്ള രണ്ട് ഭാഷകൾ ആ ഗോത്രക്കാർ ഉപയോഗിക്കുന്നതും അപൂർവമല്ല.

ഒരു ഗോത്രത്തിലെ ശരാശരി ജനസംഖ്യ 2000 മാണ്. അമേരിക്കയിൽ ഒരേ ഭാഷ സംസാരിക്കുന്ന ഗോത്രമെന്ന നിലയിൽ ഏറ്റവും കൂടുതൽ സംഖ്യാബലമുള്ളത് ചെറുക്കി ഗോത്രക്കാർക്കാണ്. അവരുടെ അംഗസംഖ്യ 26000 ത്തോളം വരും.

3. ഗണങ്ങൾ തെരഞ്ഞെടുക്കുന്ന തലവൻമാരെയും പടനായകൻമാരെയും വാഴിക്കുന്നതിനുള്ള അവകാശം ഗോത്രത്തിനാണ്.

4. ഗണത്തിന്റെ അഭിലാഷത്തിനു വിരുദ്ധമായി പോലും അവരെ നിഷ്കാസനം ചെയ്യാനുള്ള അവകാശം ഗോത്രത്തിനുണ്ട്. പല ഗോത്രങ്ങൾ ഒന്നു ചേർന്ന് ഒരു ഫെഡറേഷൻ ഉണ്ടാക്കിയിട്ടുണ്ടെങ്കിൽ ഈ അവകാശം ആ ഫെഡറൽ കൗൺസിലിനായിരിക്കും.

5. പൊതുവായ മതസങ്കൽപ്പങ്ങളും അനുഷ്ഠാനങ്ങളും ഉണ്ടായിരിക്കും. മതാശയങ്ങൾക്ക്–എല്ലാത്തരം ഭൂതപ്രേതാദികൾക്കും–ആകൃതി കൽപ്പിക്കുവാൻ കഴിഞ്ഞിരുന്നെങ്കിലും അവയുടെ വിഗ്രഹങ്ങളുണ്ടാക്കി ആരാധിക്കുന്നിടത്തോളം അമേരിക്കൻ ഇന്ത്യക്കാർ എത്തിയില്ല. പ്രകൃതിയെയും പഞ്ചഭൂതങ്ങളെയും പൂജിക്കുന്ന അവരുടെ മതം ബഹുദൈവതമായിരുന്നു. നൃത്തം എല്ലാ മതാഘോഷങ്ങളുടെയും അതിപ്രധാനമായ ഒരു ഘടകമാണ്.

6. പൊതുകാര്യങ്ങളുടെ നടത്തിപ്പിനുവേണ്ടി ഒരു ഗോത്രസമിതി ഉണ്ടായിരിക്കും. എല്ലാ ഗണങ്ങളുടെയും തലവൻമാരും പടനായകൻമാരും ഇതിൽ അംഗങ്ങളാണ്. മറ്റ് അംഗങ്ങൾക്കും സമിതി യോഗങ്ങളിൽ പങ്കെടുക്കാമെന്നു മാത്രമല്ല തുറന്നടിച്ച് അഭിപ്രായങ്ങൾ പറയുകയും ചെയ്യാം. സ്ത്രീകൾക്കും ഈ അവകാശം ഉണ്ടായിരുന്നു. എല്ലാ തീരുമാനങ്ങളും ഏകകണ്ഠമായിരിക്കണമെന്നു നിർബന്ധമായിരുന്നു. മറ്റു ഗോത്രങ്ങളുമായുള്ള ബന്ധം സമിതിക്കു മാത്രമേ കൈകാര്യം ചെയ്യാൻ പാടുള്ളു. പ്രതിപുരുഷൻമാരെ അയക്കുന്നതും യുദ്ധം പ്രഖ്യാപിക്കുന്നതും സമാധാനക്കരാർ ഉണ്ടാക്കുന്നതുമെല്ലാം സമിതി തന്നെ. സമാധാനക്കരാറിൽ ഏർപ്പെടാത്ത ഗോത്രങ്ങളെ ശത്രുക്കളായി പരിഗണിക്കും. അവരെ ഏതു സമയത്തും ആക്രമിക്കാം. അത്തരം യുദ്ധങ്ങൾക്കു നേതൃത്വം നൽകുന്നത് പയറ്റിതെളിഞ്ഞ ചില ആയോധനപടുക്കളായിരിക്കും; സന്നദ്ധഭടൻമാർ അടങ്ങുന്ന പട്ടാളവും യുദ്ധത്തിനു പോകാൻ സമിതിയുടെ അനുമതി ആവശ്യമില്ല.

7. ചില ഗോത്രങ്ങളിൽ ഒരു മുഖ്യതലവൻ ഉള്ളതായി കാണാം. പക്ഷെ അയാൾക്ക് കാര്യമായ അധികാരങ്ങൾ ഒന്നും തന്നെ ഉണ്ടായിരുന്നില്ല. അടിയന്തരപ്രശ്നങ്ങൾ വന്നാൽ സമിതി കൂടുന്നതുവരെയുള്ള സമയത്തേക്ക് താൽക്കാലികമായി ചില

ചില്ലറ നടപടികൾ എടുക്കുക എന്നതു മാത്രമാണ് മുഖ്യതലവന്റെ ജോലി. ഭരണനടത്തിപ്പിന് ഒരു അധികാരസ്ഥാനത്തെ സൃഷ്ടിക്കുന്നതിനുള്ള നേരിയൊരു ശ്രമമായിരുന്നു ഇതെന്നു കാണാം. പക്ഷെ, പിൽക്കാലത്തെ വികാസപരിണാമങ്ങൾ ഏറ്റവും ഉയർന്ന പടത്തലവനെയാണ് ആ സ്ഥാനത്ത് അവരോധിച്ചത്.

അമേരിക്കൻ ഇന്ത്യക്കാരിൽ ബഹുഭൂരിപക്ഷത്തിനും ഗോത്രോദ്ഗ്രഥനത്തിന്റെ ഘട്ടത്തിനപ്പുറത്തേക്കു കടക്കുവാൻ കഴിഞ്ഞിട്ടില്ല. അതിവിസ്തൃതമായ ഭൂവിഭാഗങ്ങളിൽ സംഖ്യാബലം കുറഞ്ഞ ഗോത്രങ്ങളായി വിശാലമായ അതിർത്തിമേഖലകളാൽ വേർതിരിക്കപ്പെട്ടും ചിലപ്പോൾ തമ്മിൽ ഒന്നിച്ചും ചിലപ്പോൾ ഭിന്നിച്ചും നിരന്തരമായ യുദ്ധത്തിന്റെ കെടുതികളാൽ ദുർബലപ്പെട്ടു കഴിയുന്ന അവസ്ഥയായിരുന്നു. എങ്കിലും ചില പ്രദേശങ്ങളിൽ ആദ്യം ചാർച്ചക്കാരായ ഗോത്രങ്ങളും പിന്നീട് മറ്റുള്ളവരും ഒന്നുചേർന്ന് സുസ്ഥിരമായ കോൺഫെഡറസികൾ രൂപം കൊണ്ടു. രാഷ്ട്രരൂപീകരണത്തിന്റെ ആദ്യപടിയായിരുന്നു അത്. അപരിഷ്കൃതദശയുടെ താഴ്ന്നഘട്ടം പിന്നിടാൻ കഴിഞ്ഞിട്ടില്ലാത്ത അമേരിക്കൻ ഇന്ത്യക്കാർക്കിടയിൽ കോൺഫെഡറസിയെ ഏറ്റവും പുരോഗതി നേടിയ സാമൂഹ്യ സ്ഥാപനമാക്കി വളർത്തിയെടുത്തത് ഇറോകോായികളാണ്. അതിന്റെ അടിസ്ഥാന സവിശേഷതകൾ താഴെപ്പറയുന്നവയാണ്.

1. രക്തബന്ധമുള്ള അഞ്ചു ഗോത്രങ്ങൾ തമ്മിൽ സമത്വത്തിന്റെയും സ്വാതന്ത്ര്യത്തിന്റെയും അടിസ്ഥാനത്തിലുള്ള ശാശ്വതമായ സഖ്യം. കോൺഫെഡറസിയുടെ യഥാർഥ അടിത്തറ ഈ രക്തബന്ധമായിരുന്നു. അൽപ്പമാത്രമായ പ്രാദേശിക ഭേദങ്ങൾ മാത്രമുള്ള ഒരു പൊതുഭാഷയാണ് എല്ലാ ഗോത്രങ്ങളും ഉപയോഗിച്ചിരുന്നത്. കോൺഫെഡറസിയിൽപ്പെട്ട ഗോത്രങ്ങളെല്ലാം ഒരേ പൂർവികനിൽനിന്നു വന്നവരാണെന്ന് ഇതു തെളിയിക്കുന്നു.

2. തുല്യസ്ഥാനമാനങ്ങളോടുകൂടിയ അൻപതു തലവൻമാർ അടങ്ങിയ ഒരു ഫെഡറൽ കൗൺസിലാണ് കോൺഫെഡറസിയുടെ കാര്യനിർവഹണസമിതിയായി പ്രവർത്തിച്ചത്. കോൺഫെഡറസിയെ സംബന്ധിക്കുന്ന എല്ലാ കാര്യങ്ങളിലും അവസാന തീരുമാനം കൈക്കൊള്ളുന്നത് ഈ കൗൺസിലാണ്.

3. കോൺഫെഡറസിയുടെ രൂപീകരണ കാലത്ത് അതിന്റെ ലക്ഷ്യങ്ങൾക്ക് അനുയോജ്യമായ വിധത്തിൽ എല്ലാ ഗോത്രങ്ങൾക്കും ഗണങ്ങൾക്കും പ്രാതിനിധ്യം കിട്ടത്തക്കവണ്ണമായിരുന്നു ഈ അമ്പതുതലവൻമാരെ തെരഞ്ഞെടുത്തിരുന്നത്. ഒഴിവു വരുന്ന സ്ഥാനത്തേക്ക് പുതിയ ആളെ തെരഞ്ഞെടുക്കുന്നത് ബന്ധപ്പെട്ട ഗണമാണ്. തലവൻമാരെ ഏതു സമയത്തു വേണമെങ്കിലും നീക്കം ചെയ്യുന്നതിനുള്ള അധികാരവും ഗണങ്ങൾക്കുണ്ട്. എങ്കിലും അവരെ അധി

കാരസ്ഥാനത്ത് വാഴിക്കുന്നതിനുള്ള അവകാശം ഫെഡറൽ കൗൺസിലിനായിരുന്നു.

4. ഈ തലവൻമാർ അവരവരുടെ ഗോത്രങ്ങളുടെയും തലവൻമാരായിരുന്നു. അവർക്കോരോരുത്തർക്കും ഗോത്രസമിതിയിലും അംഗത്വവും വോട്ടും നൽകപ്പെട്ടിരുന്നു.

5. ഫെഡറൽ കൗൺസിലിന്റെ തീരുമാനങ്ങളെല്ലാം ഏകകണ്ഠമായിരിക്കണം.

6. ഗോത്രത്തിന്റെ അടിസ്ഥാനത്തിലാണ് വോട്ട്. അതുകൊണ്ട് ഗോത്രസമിതിയിലെ എല്ലാ അംഗങ്ങളും സമ്മതിച്ചതിനുശേഷം മാത്രമേ ഏതു കാര്യത്തിലും അന്തിമ തീരുമാനം എടുക്കാൻ കഴിയൂ.

7. അഞ്ച് ഗോത്രസമിതികളുള്ളതിൽ ഏതിനും ഫെഡറൽ കൗൺസിൽ വിളിച്ചുകൂട്ടാവുന്നതാണ്. എന്നാൽ ഫെഡറൽ കൗൺസിലിന് സ്വയം വിളിച്ചുകൂട്ടാവുന്നതല്ല.

8. കോൺഫെഡറസിയിൽപെട്ട ഗോത്രങ്ങളിലെ അംഗങ്ങൾ ഒന്നടങ്കം ഒന്നിച്ചുകൂടി അവരുടെ മുമ്പാകെയാണ് ഫെഡറൽ കൗൺസിൽ യോഗം ചേരുക. യോഗത്തിൽ ഏതൊരു ഇറോക്വോയിക്കും സംസാരിക്കുവാൻ അവകാശമുണ്ട്. തീരുമാനങ്ങൾ എടുക്കുന്നത് കൗൺസിലാണെന്നുമാത്രം.

9. കോൺഫെഡറസിക്ക് ഔദ്യോഗികത്തലവനോ കാര്യനിർവഹണമുഖ്യനോ ഉണ്ടായിരുന്നില്ല.

10. എങ്കിലും സർവപ്രധാനികളായ രണ്ടു പടത്തലവൻമാർ ഉണ്ടായിരുന്നു. അവർക്കു രണ്ടുപേർക്കും തുല്യമായ പദവിയും അധികാരവും നൽകപ്പെടുകയും ചെയ്തിരുന്നു.

നാനൂറിൽപരം വർഷങ്ങളായി ഇറോക്വോയികൾ ജീവിച്ചതും ഇന്നും ജീവിച്ചുപോരുന്നതും മൊത്തത്തിൽ ഇത്തരത്തിലുള്ള ഒരു സാമൂഹ്യഭരണഘടനയിൻ കീഴിലാണ്. മോർഗന്റെ ഈ വിവരണം ഒട്ടു വിശദമായി ഞാൻ ഇവിടെ എടുത്തുദ്ധരിച്ചത് ഭരണകൂടം അജ്ഞാതമായിരുന്ന ഒരു സമൂഹത്തിന്റെ ഭരണഘടനയെക്കുറിച്ചു പഠിക്കുവാൻ ഇത് അവസരം നൽകുന്നതുകൊണ്ടാണ്. ഭരണകൂടത്തിനു അതിന്റെ കീഴിൽവരുന്ന സർവതിൽ നിന്നും വേറിട്ട പ്രത്യേകമായ ഒരു പൊതുഅധികാരസ്ഥാനം ഉണ്ടായിരിക്കുക എന്നത് അതിന്റ മുന്നുപാധിയാണ്. പക്ഷെ, അമേരിക്കൻ ഇന്ത്യൻ ഗോത്രങ്ങൾക്ക് രക്തബന്ധമുള്ള ഗോത്രങ്ങളുടെ ഒരു കോൺഫെഡറേഷൻ എന്നതിനപ്പുറത്തേക്ക്, എത്താൻ കഴിഞ്ഞിരുന്നില്ല. അതേയവസരം, മറ്റു പല ഗോത്രങ്ങളും കോൺഫെഡറസിയുടെ ഘട്ടംവരെ പോലും എത്തിയില്ല.

ഗണം എന്ന പ്രാഥമിക സാമൂഹ്യയൂണിറ്റ് ഉണ്ടായിക്കഴിഞ്ഞാൽപിന്നെ അതിൽനിന്ന് അനിവാര്യമായും ഗണസംഘങ്ങളും

ഗോത്രവും ഉരുത്തിരിയുക സ്വാഭാവികം മാത്രമാണ്. രക്തബന്ധസമൂഹത്തിലെ വ്യത്യസ്തങ്ങളായ ഈ മൂന്നു വിതാനങ്ങൾ ഓരോന്നും സ്വയം സമ്പൂർണമായിരിക്കുമ്പോൾ തന്നെ അന്യോന്യപൂരകങ്ങളുമാണ്.

ഗണാധിഷ്ഠിതമായ ഈ ഭരണഘടന അതിന്റെ ശിശുദൃശമായ ലാളിത്യം കൊണ്ടുതന്നെ അതിശയനീയമാണ്. പട്ടാളമോ പൊലീസോ രാജാവോ ന്യായാധിപനോ ജയിലോ വിചാരണയോ ഒന്നുമില്ലാതെതന്നെ കാര്യങ്ങൾ ചിട്ടയായി നടക്കുന്നു. വഴക്കുകളും തർക്കങ്ങളുമെല്ലാം ബന്ധപ്പെട്ട ഗോത്രത്തിലെയോ ഗണത്തിലെയോ അംഗങ്ങളെല്ലാം കൂടി പറഞ്ഞുതീർക്കുന്നു. ആളുകളെ വധിക്കുന്നത് അറ്റകയ്യായി, അപൂർവമായി മാത്രം കൈക്കൊള്ളുന്ന നടപടിയാണ്. അതിന്റെ പരിഷ്കൃത രൂപമാണ് ഇന്നത്തെ വധശിക്ഷ. ഗോത്രത്തിന്റെ പൊതുസ്വത്താണ് ഭൂമി. ഗൃഹകാര്യങ്ങൾവരെയും പൊതുവായി പല കുടുംബങ്ങൾ ചേർന്നാണു നടത്തുന്നത്, ദരിദ്രരോ ഭിക്ഷാംദേഹികളോ ഉണ്ടാവുകവയ്യ. വൃദ്ധരോടും യുദ്ധത്തിൽ അംഗഭംഗം സംഭവിച്ചവരോടുമുള്ള കടപ്പാടിനെക്കുറിച്ച് ഗണത്തിനു നല്ല ബോധമുണ്ട്. സ്ത്രീകളടക്കം എല്ലാവരും സ്വതന്ത്രരും തുല്യരുമാണ്. അടിമകൾക്ക് അവിടെ ഇടമില്ല. അന്യഗോത്രങ്ങളെ കീഴടക്കിവയ്ക്കുന്ന ഏർപ്പാടുമില്ല. അത്തരം ഒരു സമൂഹത്തിന്റെ സൃഷ്ടികളായ സ്ത്രീകളും പുരുഷൻമാരും ആത്മാഭിമാനവും നേരും സ്വഭാവശുദ്ധിയും ധൈര്യവും തികഞ്ഞവരാകാതെ തരമില്ല. അവരെ പരിചയപ്പെടാനിടവന്നിട്ടുള്ള വെള്ളക്കാരെല്ലാംതന്നെ ഈ ഗുണവിശേഷങ്ങളെ പ്രകീർത്തിച്ചിട്ടുമുണ്ട്.

വർഗവിഭജനം വരുന്നതിനു മുമ്പത്തെ സമൂഹം ഇത്തരത്തിലുള്ളതായിരുന്നു. അന്നത്തെ മനുഷ്യരുടെ അവസ്ഥയും ഇന്നത്തെ നാഗരികജനതകളിൽ ബഹുഭൂരിപക്ഷത്തിന്റെ അവസ്ഥയും തമ്മിൽ തട്ടിച്ചുനോക്കിയാൽ പ്രാചീനകാലത്തെ ഗണാംഗമായ സ്വതന്ത്രമനുഷ്യനും ഇന്നത്തെ തൊഴിലാളിക്കും ചെറുകൃഷിക്കാരനും ഇടക്ക് എന്തൊരന്തരമാണെന്നു കാണാം.

ഇതു ചിത്രത്തിന്റെ ഒരു വശം. പക്ഷെ, ഈ സംഘടന തിരോഭവിക്കുവാൻ വിധിക്കപ്പെട്ടതായിരുന്നു എന്ന വസ്തുത വിസ്മരിക്കാൻ പാടില്ല. ഗോത്രത്തിനപ്പുറത്തേക്ക് അത് വളർന്നില്ല. കോൺഫെഡറസിയുടെ രൂപീകരണം അതിന്റെ തകർച്ചക്കു വഴിയൊരുക്കുകയും ചെയ്തു. അതു പുറകെ വിശദമാക്കുന്നുണ്ട്. ഗോത്രത്തിനു പുറത്തുള്ളതെല്ലാം നിയമത്തിനും പുറത്തായിരുന്നു. വ്യക്തമായ സമാധാനക്കരാറിൽ ഏർപ്പെട്ടിട്ടില്ലാത്ത ഗോത്രങ്ങൾ തമ്മിൽ അന്തരമില്ലാതെ പടവെട്ടി. ആ യുദ്ധങ്ങളിൽ സകല മൃഗങ്ങളെയും അതിശയിക്കുന്ന ക്രൂരതയാണ് മനുഷ്യൻ കാട്ടിയത്. അങ്ങേയറ്റം അവികസിതമായ ഉൽപാദനസമ്പ്രദായം ഗണവ്യവസ്ഥയുടെ, അതിന്റെ സു

വർണദശയിൽപോലും, മുന്നുപാധിയായിരുന്നു. അതിവിശാലമായ ഭൂപ്രദേശങ്ങളിൽ വളരെക്കുറച്ച് ആളുകൾ എന്നതായിരുന്നു അവസ്ഥ. അതുകൊണ്ടുതന്നെ ഏതാണ്ട് പൂർണമായിത്തന്നെയും പ്രകൃതിക്ക് അടിപണിയുന്നവനായിരുന്നു ഗോത്രമനുഷ്യൻ. ആ പ്രകൃതിയാകട്ടെ അവന് അന്യവും അജ്ഞാതവും വിരുദ്ധവുമായിരുന്നു. അവന്റെ ബാലിശമായ മതസങ്കൽപ്പങ്ങളിൽ അതിന്റെ പ്രതിഫലനം കാണാം. അവനെ സംബന്ധിച്ചും പുറത്തുള്ളവരെ സംബന്ധിച്ചും ഗോത്രത്തിൽ ഒതുങ്ങുന്നതായിരുന്നു അവന്റെ ലോകം. ഗണവും ഗോത്രവും അവയോടു ബന്ധപ്പെട്ട സാമൂഹ്യസ്ഥാപനങ്ങളും പരിപാവനവും അലംഘ്യവും പ്രകൃതിയാൽ വിരചിതവുമായ ഒരു അധീശശക്തിയായി വർത്തിച്ചു. വ്യക്തിയായ മനുഷ്യൻ വികാരംകൊണ്ടും വിചാരംകൊണ്ടും പ്രവൃത്തികൊണ്ടും ആ ശക്തിക്ക് സർവവിധേയനായിരുന്നു. ആ യുഗത്തിലെ ആളുകൾ നമ്മിൽ മതിപ്പുളവാക്കുമെന്നു തോന്നാമെങ്കിലും, മാർക്സ് പറയുന്നതുപോലെ, അവർ എവിടെയും ഒരുപോലെ ആയിരുന്നു എന്നുമാത്രമല്ല എന്നും ആദിമസമൂഹത്തിന്റെ പൊക്കിൾകൊടിയാൽ ബന്ധിതരുമായിരുന്നു. ഈ ആദിമസമൂഹങ്ങളുടെ ശക്തി തകർക്കപ്പെടേണ്ടതായിരുന്നു. തകർക്കപ്പെടുകയും ചെയ്തു. പക്ഷെ, ആ തകർച്ചക്കു കാരണം പ്രാചീന ഗോത്രസമൂഹത്തിന്റെ ലളിതമായ ധാർമികമഹത്വത്തിൽനിന്നുള്ള അധഃപതനമായിരുന്നു എന്ന് ഒറ്റനോട്ടത്തിൽ തോന്നാം. നീചമായ ദുരാഗ്രഹം, മൃഗീയമായ കാമവെറി, ഒടുങ്ങാത്ത ദുര, പൊതുമുതൽ കൈക്കലാക്കാനുള്ള സ്വാർഥമോഹം തുടങ്ങിയ പരമഹീനങ്ങളായ വാസനകളിൽ നിന്നാണ് പുതിയ നാഗരികസമൂഹം, വർഗസമൂഹം, ജന്മംകൊണ്ടത്. മോഷണം, ബലാൽസംഗം, വഞ്ചന, ചതി തുടങ്ങിയ പരമഗർഹണീയങ്ങളായ മാർഗങ്ങളിലൂടെയാണ് പഴയ, വർഗരഹിതമായ, ഗോത്രസമൂഹത്തെ കളങ്കപ്പെടുത്തിയതും അട്ടിമറിച്ചതും. പുതിയ സമൂഹമാകട്ടെ, അതിന്റെ 2500 കൊല്ലക്കാലത്തെ നിലനിൽപ്പിൽ, ചൂഷിതരും മർദിതരുമായ ബഹുഭൂരിപക്ഷത്തിന്റെ ചെലവിൽ ഒരു ചെറുന്യൂനപക്ഷം നേടിയ വികാസം മാത്രമായി കലാശിച്ചിരിക്കുന്നു.

4

ഗ്രീക്ക് ഗണങ്ങൾ

അമേരിക്കൻ ഇന്ത്യക്കാരെപ്പോലെതന്നെ ഗ്രീക്കുകാരും ചരിത്രാതീതകാലത്തുതന്നെ ഗണം, ഗണസംഘം, ഗോത്രം, ഗോത്രങ്ങളുടെ കോൺഫെഡറസി എന്ന നിലയിലുള്ള സാമൂഹ്യഘടനയിൽ എത്തിക്കഴിഞ്ഞിരുന്നു. ഗ്രീക്കുഗോത്രങ്ങളിൽ ചിലവയിൽ ഗണസംഘം കണ്ടില്ലെന്നുവരാം. മറ്റു ചിലവയിൽ കോൺഫെഡറസികൾ രൂപമെടുക്കുകയും ചെയ്തിട്ടുണ്ടാവില്ല. എങ്കിലും എല്ലാ ഗോത്രങ്ങളിലും അടിസ്ഥാനയൂണിറ്റായ ഗണം തീർച്ചയായും ഉണ്ടായിരുന്നു. നാഗരികതയിലേക്കു കാലൂന്നിക്കൊണ്ടാണ് ഗ്രീക്കുകാർ ചരിത്രകാലഘട്ടത്തിലേക്കു കടക്കുന്നത്. ഗ്രീക്കുകാർ ഈ ഘട്ടത്തിൽ അമേരിക്കൻ ഇന്ത്യക്കാരിൽനിന്നും ഏതാണ്ട് രണ്ടു വികാസദശകളോളം മുന്നോട്ടു പോയിരിക്കുന്നതായി കാണാം. അതുകൊണ്ട് ഇറോകോയ് ഗോത്രത്തിന്റെ പഴമ ഗ്രീക്കുഗോത്രത്തിൽ കണ്ടെന്നു വരില്ല. സംഘവിവാഹം അപൂർവമായിക്കഴിഞ്ഞിരുന്നു. മരുമക്കത്തായം മക്കത്തായത്തിനു വഴിമാറിക്കൊടുത്തു. അതുവഴി സ്വകാര്യസ്വത്ത് ഉയർന്നുവരികയും അത് ഗോത്രഭരണഘടനയിൻമേൽ ആദ്യത്തെ ആഘാതമേൽപ്പിക്കുകയും ചെയ്തു. മക്കത്തായം വന്നതോടുകൂടി സമ്പന്നയായ ഒരു പെൺകുട്ടിയുടെ സ്വത്ത്, അവൾ വിവാഹിതയാകുന്ന പുരുഷന്റെ, എന്നുപറഞ്ഞാൽ, മറ്റൊരു ഗോത്രത്തിന്റെ, സ്വത്തായിത്തീരുന്നു. ഗോത്രഭരണഘടനയ്ക്ക് ഏറ്റ രണ്ടാമത്തെ ആഘാതം ഇതായിരുന്നു. ഗോത്രനിയമങ്ങളുടെ അടിത്തറയെത്തന്നെ ഇതു തകർത്തുകളഞ്ഞു.

ഗ്രോട്ടെയുടെ **ഗ്രീക്കു ചരിത്ര**മനുസരിച്ച് ഗ്രീസിലെ, പ്രത്യേകിച്ചും ഏഥൻസിലെ, ഗണങ്ങളെ സുഘടിതമാക്കി നിർത്തിയത് താഴെപ്പറയുന്ന ഘടകങ്ങളായിരുന്നു.

1. പൊതുവായ മതാഘോഷങ്ങളും ഗണത്തിന്റെ ആദിപിതാവായി സങ്കൽപ്പിക്കപ്പെടുന്ന ഒരു നിശ്ചിതദേവനോടുള്ള ഭക്തിയെ പുരസ്കരിച്ച് പുരോഹിതനു നൽകപ്പെടുന്ന പ്രത്യേക പദവിയും.

2. പൊതുശ്മശാനം.

3. പിതൃസ്വത്തിൻമേലുള്ള അന്യോന്യാവകാശം.

4. ബലപ്രയോഗത്തിനെതിരെ പരസ്പരം സഹായിക്കാനും സംരക്ഷണവും പിന്തുണയും നൽകാനുമുള്ള ബാധ്യത.

5. ചില പ്രത്യേക സാഹചര്യങ്ങളിൽ ഗണത്തിനകത്തുനിന്നു തന്നെ വിവാഹം കഴിക്കാനുള്ള അന്യോന്യാവകാശവും ബാധ്യതയും.

6. ഒരു ന്യായാധിപനും ഭണ്ഡാരം സൂക്ഷിപ്പുകാരനും; ചിലേടങ്ങളിൽ പൊതുസ്വത്തും. പല ഗണങ്ങൾ ചേർന്നുള്ള ഗണസംഘം അത്ര ദൃഢബദ്ധമായിരുന്നില്ലെങ്കിലും, ഏതാദൃശമായ അന്യോന്യാവകാശങ്ങളും കടപ്പാടുകളും, കൂട്ടായ ചില മതാനുഷ്ഠാനങ്ങൾ വിശേഷിച്ചും, അതിനെയും ഒന്നിച്ചു നിർത്തിയിരുന്നു.

7. പിതൃവഴിക്കുള്ള ദായക്രമം.

8. ഗോത്രത്തിനകത്തുനിന്നു വിവാഹം കഴിക്കുന്നതിനു വിലക്ക്. പക്ഷെ, പിതൃസ്വത്തിനവകാശികളായ പെൺകുട്ടികളെ ഇതിൽ നിന്നും ഒഴിവാക്കിയിരുന്നു. ഈ ഒഴിവാക്കൽ ഗോത്രത്തിനു പുറത്തുനിന്നു വിവാഹം കഴിക്കുക എന്നത് സാർവത്രികമായ നിയമമായിത്തീർന്നിരുന്നു എന്ന് വ്യക്തമാക്കുന്നു.

9. ചില പ്രത്യേക സാഹചര്യങ്ങളിൽ ഗണത്തിലേക്ക് ദത്തെടുക്കുവാനുള്ള അവകാശം. കുടുംബത്തിലേക്കാണ് ദത്തെടുക്കുന്നത്.

10. തലവൻമാരെ തെരഞ്ഞെടുക്കാനും നിഷ്കാസനം ചെയ്യാനുമുള്ള അവകാശം. എല്ലാ ഗണങ്ങളിലും തലവൻമാരുണ്ടായിരുന്നെങ്കിലും അപരിഷ്കൃതാവസ്ഥയുടെ അന്ത്യംവരെയും ആ സ്ഥാനം ചില കുടുംബങ്ങളിൽ മാത്രമൊതുങ്ങുന്ന പാരമ്പര്യാവകാശമായിക്കഴിഞ്ഞിരുന്നില്ല.

ഗ്രോട്ടെക്ക് മാത്രമല്ല നിബഹർ, മോംസെൻ തുടങ്ങിയ മറ്റു പഴയ ചരിത്രകാരൻമാർക്കും ഗണത്തെ ശരിയായി വ്യാഖ്യാനിക്കുവാൻ കഴിഞ്ഞില്ല. അതിന്റെ പല സവിശേഷതകളും കണ്ടെത്തുവാൻ അവർക്ക് കഴിഞ്ഞെങ്കിലും,കുടുംബങ്ങളുടെ ഒരു സംഘമായിട്ടാണ് ഗണത്തെ അവർ കണ്ടത്. അത് കാരണം ഗണത്തിന്റെ ശരിയായ സ്വഭാവമോ ഉൽപ്പത്തിയോ മനസിലാക്കുവാൻ അവർക്ക് സാധിക്കുമായിരുന്നില്ല. ഗണത്തിന്റെ ഭരണഘടനയിൽ കുടുംബം ഒരിക്കലും ഒരു യൂണിറ്റായിരുന്നില്ല. ആവുക സാധ്യവുമായിരുന്നില്ല. കാരണം, ഭർത്താവും, ഭാര്യയും നിർബന്ധമായും രണ്ട് ഗണങ്ങളിൽപെട്ടവരായിരിക്കണമെന്നുള്ളതുതന്നെ. ഗണങ്ങൾ മൊത്തത്തിൽ

ഗണസംഘത്തിലും ഗണസംഘങ്ങൾ ഗോത്രത്തിലും ഉൾപ്പെട്ടിരുന്നു. കുടുംബത്തെ സംബന്ധിച്ചിടത്തോളം, ഒരു പകുതി ഭർത്താവിന്റെ ഗണത്തിലും, രണ്ടാമത്തെ പകുതി ഭാര്യയുടെ ഗണത്തിലുമായിട്ടാണ് നിലനിന്നത്. ഇന്നും ഭരണകൂടം തന്നെയും പൊതുനിയമത്തിൽ കുടുംബത്തെ അംഗീകരിക്കുന്നില്ല. അംഗീകരിക്കുന്നത് സിവിൽ നിയമത്തിൽ മാത്രമാണ്. എങ്കിലും നാഗരികതയോളം മാത്രം പഴക്കമുള്ള ഏക ഭാര്യാകുടുംബമെന്ന കേന്ദ്രത്തിന് ചുറ്റുമായാണ് സമൂഹവും ഭരണകൂടവും രൂപമെടുത്തത് എന്ന അബദ്ധധാരണയാണ് ഇന്നോളം എഴുതപ്പെട്ടിട്ടുള്ള ചരിത്രമത്രയും വച്ചുപുലർത്തുന്നത്. പതിനെട്ടാം നൂറ്റാണ്ടിൽ ആ ധാരണ ചോദ്യം ചെയ്യപ്പെടാൻ വയ്യാത്തതായിത്തീരുകയും ചെയ്തു.

ഗ്രോട്ടെയെപ്പോലുള്ള ചരിത്രകാരൻമാരെ വഴിതെറ്റിച്ചതും ആ ധാരണയാണ്. ഏഥൻസിലെ ഓരോ ഗണവും അതിന്റെ പേര് സ്വീകരിച്ചിരുന്നത് വിഖ്യാതനായ ഒരു പൂർവികനിൽനിന്നാണ്. മരണപത്രമില്ലാതെ ഒരു ഗണാംഗം മരണമടഞ്ഞാൽ അയാളുടെ സ്വത്ത് ഗണത്തിലേക്ക് ചേരുന്നു. അതുപോലെതന്നെ ഒരാൾ കൊല ചെയ്യപ്പെട്ടാൽ കൊലയാളിക്കെതിരെ നടപടിയെടുക്കാനുള്ള അവകാശവും ചുമതലയും ആദ്യം അയാളുടെ ബന്ധുക്കൾക്കും പിന്നെ ഗണത്തിനും അവസാനമായി ഗണസംഘത്തിനുമാണ്. നമ്മുടെ അറിവിൽപ്പെട്ട ഏഥൻസിലെ ഏറ്റവും പ്രാചീനങ്ങളായ നിയമങ്ങളെല്ലാം തന്നെയും ഗണങ്ങളുടെയും ഗണസംഘങ്ങളുടെയും വിഭജനത്തെ ആധാരമാക്കിയുള്ളവയാണ്.

ഗോത്രത്തിന് പൊതുവായി ഒരു പൂർവികൻ എങ്ങനെ വന്നു എന്ന പ്രശ്നമാണ് ഈ ചരിത്രകാരൻമാരെ വല്ലാതെ കുഴക്കിയത്. കുടുംബമാണ് യൂണിറ്റെങ്കിൽ വിഭിന്നങ്ങളും വ്യത്യസ്തങ്ങളും യാതൊരു ബന്ധവുമില്ലാത്തവയുമായ കുടുംബങ്ങൾ ചേർന്ന് എങ്ങനെയാണ് ഗണം രൂപപ്പെട്ടത് എന്ന് വിശദമാക്കേണ്ടതുണ്ട്. അതിനവർക്കു കഴിയുന്നില്ല. പകരം ഈ പൊതുപൂർവികൻ എന്നത് ഒരു ഐതിഹ്യ സങ്കൽപ്പമായി അവർ എഴുതിത്തള്ളുന്നു.

അമേരിക്കൻ ഇന്ത്യക്കാർക്കിടയിലെന്ന പോലെ തന്നെ ഗ്രീസിലും ഗണസംഘം ഗണങ്ങളുടെ അമ്മയായിരുന്നു. ഗണസംഘത്തെ ഒരു സൈനിക യൂണിറ്റായി ഹോമർ ചിത്രീകരിക്കുന്നുണ്ട്. **ഇലിയഡിൽ** നെസ്റ്റർ അഗമെംനോണിനെ ഉപദേശിക്കുന്നു: ഗോത്രം ഗോത്രത്തെയും ഗണസംഘം ഗണസംഘത്തെയും തുണയ്ക്കുമാറ് പടയാളികളെ ഗോത്രങ്ങളായും ഗണസംഘങ്ങളായും അണിനിരത്തുക.'' ഗണസംഘത്തിൽപ്പെട്ട ഒരാളെ കൊലപ്പെടുത്തിയാൽ അതിനു പ്രതിവിധി ചെയ്യാനുള്ള അവകാശവും ചുമതലയും ഗണസംഘത്തിനായിരുന്നു. ഗണസംഘത്തിന് പൊതുവായ ദേവാലയങ്ങളും ഉത്സവങ്ങളുമുണ്ടായിരുന്നു. ആര്യൻമാരുടെ പരമ്പ

രാഗതമായ പഴയ പ്രകൃത്യുപാസനയിൽ നിന്ന് ഗ്രീസിന്റെ തനതായ ഐതിഹ്യ സങ്കൽപ്പങ്ങളെയാകെ വികസിപ്പിച്ചെടുക്കുവാൻ മുഖ്യമായും കാരണഭൂതമായത് ഗണസംഘങ്ങളും ഗണങ്ങളുമാണ്. ഗണസംഘങ്ങളിലും ഗണങ്ങളിലുമായിട്ടാണ് അവ വികാസം നേടിയതും. ഗണസംഘത്തിനും ഒരു തലവനും ആത്യന്തിക തീരുമാനങ്ങൾ കൈക്കൊള്ളാൻ അവകാശമുള്ള സഭയും ഭരണനീതിന്യായ സംവിധാനങ്ങളുമുണ്ടായിരുന്നു. പിൽക്കാലത്ത് രൂപം പ്രാപിച്ച രാഷ്ട്രംപോലും, ഗണങ്ങളെ അവഗണിച്ചുവെങ്കിലും ചില പൊതുകാര്യങ്ങൾ ഗണസംഘത്തിന് വിട്ടുകൊടുത്തിരുന്നു. ബന്ധുത്വമുള്ള ഗണങ്ങൾ ചേർന്നതായിരുന്നു ഗോത്രം.

അമേരിക്കയിലേതിൽനിന്ന് വ്യത്യസ്തമായി വളരെ പരിമിതമായ ഭൂപ്രദേശത്ത് തിങ്ങിപ്പാർക്കുന്ന അവസ്ഥയായിരുന്നു ഗ്രീസിൽ. എങ്കിൽകൂടിയും, ഒരേ മുഖ്യഗ്രാമ്യഭാഷ സംസാരിക്കുന്ന ഗോത്രങ്ങൾ മാത്രമാണ് കുടുതൽ വലിയ ഒരു സഞ്ചയത്തിൽ ഏകോപിതമായത്. കൊച്ചു അറ്റീക്കക്കുപോലും അതിന്റേതായ ഗ്രാമ്യഭാഷയുണ്ടായിരുന്നു. അതാണ് വളർന്ന് പിൽക്കാലത്തെ ഗ്രീക്കുഗദ്യമായി ത്തീർന്നത്.

ഗ്രീക്കുഗോത്രങ്ങൾ ചെറിയ ജനതകളായി സംയോജിച്ചതിന്റെ ചിത്രമാണ് നമുക്ക് ഹോമറിന്റെ ഇതിഹാസങ്ങളിൽ പൊതുവെ കാണാൻ കഴിയുന്നത്. പക്ഷെ, ഈ ജനതകൾക്കകത്തും ഗോത്രങ്ങളും ഗണസംഘങ്ങളും ഗണങ്ങളും പൂർണസ്വാതന്ത്ര്യത്തോടെ പുലർന്നിരുന്നു. അവർ മതിലക നഗരങ്ങളിൽ താമസിച്ചു. കാലിപ്പറ്റങ്ങളുടെ വർധനവും നിലംകൃഷിയും കൈത്തൊഴിലിന്റെ ആവിർഭാവവും ജനസംഖ്യാവർധനവിനു കാരണമായി. അതോടൊപ്പം സമ്പത്തിലുള്ള അന്തരവും വർധിച്ചു. സ്വാഭാവികമായി വികാസം നേടിവന്ന പഴയ ജനാധിപത്യത്തിനകത്ത് അങ്ങനെ ആഢ്യത്വത്തിന്റെ ബീജം ആദ്യമായി കടന്നുകൂടി. ഈ ചെറുചെറു ജനതകൾ ഏറ്റവും നൽപുള്ള ഭൂമിക്കും പരസമ്പത്ത് കൊള്ളയടിക്കുന്നതിനും വേണ്ടി നിരന്തരം യുദ്ധത്തിലേർപ്പെട്ടു. യുദ്ധത്തടവുകാരെ അടിമകളാക്കുന്ന സമ്പ്രദായം അപ്പോഴേക്കും വ്യവസ്ഥാപിതമായിക്കഴിഞ്ഞിരുന്നു.

ഈ ഗോത്രങ്ങളുടെയും ചെറു ജനതകളുടെയും സംവിധാനം താഴെപ്പറയും പ്രകാരമായിരുന്നു:

1. **കൗൺസിൽ:** സ്ഥിരമായ അധികാരകേന്ദ്രം കൗൺസിലായിരുന്നു. അതിലെ അംഗങ്ങൾ ആദ്യകാലത്ത് ഗണത്തലവൻമാരായിരുന്നിരിക്കാനാണ് ഏറ്റവുമധികം സാധ്യത. പക്ഷെ, പിൽക്കാലത്ത് അംഗങ്ങളുടെ എണ്ണം ക്രമാതീതമായി പെരുകിയതോടെ, പ്രത്യേക പരിഗണനകൾവെച്ച് അംഗങ്ങളെ നിശ്ചയിക്കുന്ന അവസ്ഥ വന്നു.

ആഢ്യത്വം വളരാനും ശക്തിപ്പെടാനും അതുകാരണമായി. പിൽക്കാലത്ത് രാഷ്ട്രം ഉദയം ചെയ്തതോടെ ഈ കൗൺസിൽ സെനറ്റായി രൂപാന്തരപ്പെട്ടു.

2. **ജനകീയസഭ**: ഇറോക്വോയികളുടേതുപോലെ ജനങ്ങൾക്കാകമാനം പങ്കെടുക്കാൻ അവകാശമുള്ള ഒരു സഭയാണിത്. ഹോമർ ചിത്രീകരിക്കുന്ന ഗ്രീക്കുകാർക്കിടയിലും അതുപോലെ തന്നെ ജർമൻകാർക്കിടയിലും തികച്ചും ജനകീയമായ ഒരു സഭയായി ഇതു വളർന്നിരുന്നു. കൗൺസിലാണ് സഭ വിളിച്ചുകൂട്ടിയിരുന്നത്. ഏതൊരംഗത്തിനും സംസാരിക്കുവാൻ അവകാശമുണ്ട്. പ്രധാനപ്പെട്ട കാര്യങ്ങളിൽ തീരുമാനമെടുക്കേണ്ടതു സഭയാണ്. അതിന്റെ തീരുമാനം അലംഘ്യവും അന്തിമവുമാണ്; എല്ലാ പുരുഷപ്രജകളും പോരാളികളായിരുന്ന അക്കാലത്ത് ജനങ്ങളിൽനിന്ന് വേറിട്ടതും അവർക്കെതിരെ നീങ്ങുന്നതുമായ ഒരു പൊതു അധികാരകേന്ദ്രം രൂപമെടുത്തു കഴിഞ്ഞിരുന്നില്ല. പ്രാകൃത ജനാധിപത്യം പൂർണപുഷ്കലമായിത്തന്നെ അന്നും നിലനിൽക്കുകയായിരുന്നു.

3. **പടത്തലവൻ** : (ബാസിലിയസ്) അമേരിക്കൻ ഇന്ത്യക്കാരെപ്പോലെതന്നെ തലവൻമാരെ തെരഞ്ഞെടുക്കുക എന്ന സമ്പ്രദായമാണ് ഗ്രീക്കുകാരും സ്വീകരിച്ചിരുന്നത്. ഒരു തലവൻ മരിച്ചാൽ ആ സ്ഥാനത്തേക്കു അനന്തരാവകാശിയായി വരുന്നത് മകനോ ആൺമക്കളിലൊരാളോ ആയിരിക്കും. അപ്പോൾപോലും ആളെ തീരുമാനിക്കുന്നത് തെരഞ്ഞെടുപ്പിലൂടെ ആയിരിക്കണം. ഇറോക്വോയികൾക്കിടയിലും ഗ്രീക്കുകാർക്കിടയിലും ആഢ്യകുടുംബങ്ങളും, ഗ്രീക്കുകാർക്കിടയിൽ കുടുംബപൈതൃകമായി പടത്തലവന്റെ അല്ലെങ്കിൽ രാജാവിന്റെ സ്ഥാനവും രൂപമെടുത്തു തുടങ്ങുന്നതിന്റെ ആദ്യസൂചനകളാണ് നമുക്ക് ഇവിടെ കാണാൻ കഴിയുന്നത്. അപ്പോൾ ഗ്രീക്കുകാർക്കിടയിൽ പടത്തലവനെ ജനങ്ങൾ തെരഞ്ഞെടുക്കുകയോ അല്ലെങ്കിൽ,ഏറ്റവും കുറഞ്ഞത് റോമൻ രാജാവിനെപ്പോലെ, സ്ഥാനാരോഹണത്തിന് ജനങ്ങളുടെ അംഗീകൃത പ്രതിനിധി സഭയായ കൗൺസിലിന്റെ അംഗീകാരം നേടുകയെങ്കിലുമോ വേണ്ടിയിരുന്നു എന്നു കരുതാവുന്നതാണ്. ഹോമറിന്റെ ഇതിഹാസങ്ങളിലെ നായകൻമാർ യഥാർഥത്തിൽ പരമാധികാരികളായ രാജാക്കൻമാരല്ല, പരമാധികാരികളായ പടത്തലവൻമാർ മാത്രമാണ്. ഗ്രീക്കെഴുത്തുകാർ രാജപദവി കൽപ്പിച്ചുകൊടുത്തിരിക്കുന്ന ഈ പടനായകസ്ഥാനവും അതോടൊപ്പമുള്ള കൗൺസിലും ജനകീയസഭയും ചേർന്നുണ്ടാകുന്നത് സൈനിക ജനാധിപത്യം മാത്രമാണെന്ന മാർക്സിന്റെ അഭിപ്രായം അന്നെത്തെ ഗ്രീക് സാമൂഹ്യഘടനയുടെ ഏറ്റവും ശരിയായ വിലയിരുത്തലായി കണക്കാക്കാം.

സൈനികച്ചുമതലകൾക്കു പുറമെ നീതിന്യായച്ചുമതലകളും

പടത്തലവൻ വഹിച്ചിരുന്നു. ഗോത്രത്തിന്റെയോ കോൺഫെഡറസിയുടെയോ അഗ്രസ്ഥാനീയനായ പ്രതിനിധി എന്ന നിലയിലാണ് സൈനികച്ചുമതലകൾ അയാളിൽ നിക്ഷിപ്തമായത്. പക്ഷെ, നീതിന്യായച്ചുമതലകൾ വ്യക്തമായി വകതിരിച്ചിരുന്നില്ല. ഇവയൊഴികെ ഭരണപരമായ മറ്റ് എന്തെങ്കിലും ചുമതലകൾ അയാൾക്കുണ്ടായിരുന്നതായി യാതൊരിടത്തും പരാമർശിച്ചു കാണുന്നില്ല. വീരേതിഹാസകാലത്ത് ആ പദം സ്വതന്ത്രജനങ്ങളുടെ നായകസ്ഥാനത്തെയാണ് കുറിച്ചിരുന്നതെന്നും **ബാസിലിയസ്സ്** സൈന്യങ്ങളുടെ മേധാവിയും ന്യായാധിപനും പുരോഹിതമുഖ്യനുമായിരുന്നുവെന്നും അരിസ്റ്റോട്ടിലും പറയുന്നുണ്ട്. അപ്പോൾ പിൽക്കാലത്തെ അർഥത്തിലുള്ള സർക്കാർ അധികാരങ്ങളൊന്നും പടത്തലവനില്ലായിരുന്നു എന്നു വ്യക്തമാണ്.

അങ്ങനെ വീരേതിഹാസകാലത്തെ സാമൂഹ്യഘടനയിൽ പഴയ ഗണവ്യവസ്ഥ അതിന്റെ പൂർണപ്രഭാവത്തോടുകൂടി നിലനിന്നിരുന്നു എന്നു കാണാം. പക്ഷെ, ഒപ്പംതന്നെ അതിന്റെ തകർച്ചയുടെ തുടക്കവും നമുക്ക് കാണാൻ കഴിയുന്നു. പിതൃവഴിക്ക് മക്കളിലേക്കു ചേരുന്ന സ്വത്തവകാശവും അതുവഴി കുടുംബത്തിൽ സമ്പത്ത് സ്വരൂപിക്കുവാൻ തുടങ്ങിയതും ഗണവ്യവസ്ഥയെ ഉലച്ചു. സമ്പത്തിലുണ്ടായ അന്തരം ആഢ്യകുടുംബങ്ങളുടെയും രാജവംശങ്ങളുടെയും ആവിർഭാവത്തിനു വഴിതെളിച്ചു. ആദ്യകാലത്ത് യുദ്ധത്തടവുകാരെ മാത്രമാണ് അടിമകളാക്കിയിരുന്നതെങ്കിൽ ക്രമേണ അത് സ്വന്തം ഗോത്രത്തിലെ മാത്രമല്ല ഗണത്തിലെതന്നെ അംഗങ്ങളെപ്പോലും അടിമകളാക്കുന്ന അവസ്ഥയിലേക്കു നീങ്ങി. ഗോത്രങ്ങൾ തമ്മിൽ പണ്ടു നടന്നിരുന്ന യുദ്ധങ്ങളുടെ ലക്ഷ്യം കൊള്ളയടിയായിരുന്നില്ല. ഈ കാലത്താകട്ടെ അതു കരുതിക്കൂട്ടിയുള്ള കൊള്ളയടികളായി മാറി. കരയിലും കടലിലും നിന്നു കൊള്ളയടിക്കപ്പെടുന്ന കാലികളും അടിമകളും ധനശേഖരങ്ങളും ഉപജീവനത്തിനുള്ള സ്ഥിരവരുമാനമാർഗമായി ഗണിക്കപ്പെട്ടു. ചുരുക്കത്തിൽ സമ്പത്തിനെ സർവധനാൽ പ്രധാനമായി ആദരിക്കാനും ആരാധിക്കാനും തുടങ്ങി. കയ്യൂക്കുകൊണ്ട് പരസമ്പത്ത് കൊള്ളയടിക്കുന്നതിനെ ന്യായീകരിക്കുവാൻ പാകത്തിൽ പഴയ ഗണവ്യവസ്ഥയെ അലങ്കോലപ്പെടുത്തി. ഒന്നുമാത്രമേ ഇല്ലാതിരുന്നുള്ളൂ. സ്വകാര്യവ്യക്തികൾ പുതുതായി നേടിയ സ്വത്തിനെ ഗണവ്യവസ്ഥയുടെ കമ്യൂണിസ്റ്റ് പാരമ്പര്യങ്ങളിൽനിന്നു പരിരക്ഷിക്കുകയും മുൻകാലത്ത് നിഷിദ്ധമായി എണ്ണപ്പെട്ടിരുന്ന സ്വകാര്യസ്വത്തിന് പാവനത്വം കൽപ്പിച്ചുകൊടുക്കുകയും അങ്ങനെ ചെയ്യുന്നത് മാനവരാശിയുടെ പരമോന്നതലക്ഷ്യമാണെന്നു വിധിക്കുകയും ക്രമപ്രവൃദ്ധമായി വരുന്ന പുതിയ ധനസമ്പാദനമാർഗങ്ങൾക്ക് അംഗീകാരം നൽകുകയും സർവസമ്മതമായി സമ്പത്തിന്റെ വർധനവിന് നിരന്തരമായി

ആക്കം കൂട്ടുകയും ചെയ്യുക മാത്രമല്ല, സമൂഹത്തിൽ പുതുതായി തലയുയർത്താൻ തുടങ്ങിയിരുന്ന വർഗവിഭജനത്തെയും സമ്പന്ന വർഗത്തിന് നിസ്വവർഗത്തെ ചൂഷണം ചെയ്യാനും ഭരിക്കാനും ഉള്ള അവകാശത്തെയും ശാശ്വതീകരിക്കുകയുംകൂടി ചെയ്യുന്ന ഒരു സ്ഥാപനം, അതുമാത്രമാണ് ഇല്ലാതിരുന്നത്.

അവസാനം ആ സ്ഥാപനവും വന്നുചേർന്നു. **ഭരണകൂടം** കണ്ടുപിടിക്കപ്പെട്ടു.

5

ഏഥൻസിലെ ഭരണകൂടത്തിന്റെ ഉദയം

പഴയ ഗണഭരണഘടനയുടെ ചില അംശങ്ങളിൽ വ്യതിയാനം വരുത്തിക്കൊണ്ടും മറ്റു ചിലവയെ പാടേ ഉപേക്ഷിച്ചുകൊണ്ടും എല്ലാറ്റിനുംമീതെ യഥാർഥ സർക്കാർ അധികാരികളെ പ്രതിഷ്ഠിച്ചു കൊണ്ടും അതേസമയംതന്നെ ഗോത്രവും ഗണവും ഗണസംഘവു മായി സംഘടിച്ച് സായുധരായി സ്വയം പ്രതിരോധിച്ചിരുന്ന യഥാർഥ 'ജനസേന'യുടെ സ്ഥാനത്ത് അധികാരികളുടെ ചൊൽപടിയി ലുള്ളതും അതുകൊണ്ടുതന്നെ ജനങ്ങൾക്കെതിരായിക്കൂടി ഉപയോഗിക്കാവുന്നതുമായ ഒരു 'പൊതുസായുധസേന' അവരോ ധിച്ചുകൊണ്ടുമാണല്ലോ ഭരണകൂടം വികാസം നേടിയത്. ആ വികാസത്തിന്റെ, വിശേഷിച്ചും ആരംഭകാലത്തെ, വിവിധ ദശാ സന്ധികൾ പഴയ ഏഥൻസിലെപ്പോലെ അത്ര ഭംഗിയായി മറ്റെങ്ങും കണ്ടെത്തുക സാധ്യമല്ല. ഏഥൻസിൽ സംഭവിച്ച മാറ്റങ്ങളുടെ രൂപ ങ്ങൾ മുഖ്യമായും മോർഗൻ വിവരിച്ചിട്ടുള്ളവ തന്നെയാണ്. ആ മാറ്റങ്ങൾക്ക് നിദാനമായ സാമ്പത്തിക ഉള്ളടക്കത്തെക്കുറിച്ച് മാത്രമേ ആകെക്കൂടി ഞാനിവിടെ കൂട്ടിച്ചേർക്കേണ്ടതായുള്ളു.

വീരേതിഹാസകാലത്തെ ഏഥൻസിലേക്ക് നമുക്ക് കടക്കാം. അപ്പോഴും അവിടത്തെ നാല് ഗോത്രങ്ങൾ അറ്റീക്കയുടെ നാല് ഭാഗങ്ങളിലായി വെവ്വേറെ കഴിയുകയായിരുന്നു. നാല് ഗോത്രങ്ങൾ മൊത്തം പന്ത്രണ്ട് ഗണസംഘങ്ങളായി പഴയപടി അന്നും കഴിഞ്ഞി രുന്നു. ഗണസംഘങ്ങളുടെ ആസ്ഥാനങ്ങളായി പന്ത്രണ്ട് പട്ടണ ങ്ങളുമുണ്ടായിരുന്നു. ജനകീയ സഭയും കൗൺസിലും പടത്തല വനും ഉൾക്കൊള്ളുന്ന ഭരണ സംവിധാനം തന്നെയാണ് നിലവിലു ണ്ടായിരുന്നത്. എഴുതപ്പെട്ട ചരിത്രത്തിന്റെ ആരംഭകാലത്തുതന്നെ

ഭൂമി പങ്കു വയ്ക്കുകയും സ്വകാര്യസ്വത്താക്കി മാറ്റുകയും ചെയ്തു കഴിഞ്ഞിരുന്നു. ധാന്യങ്ങൾക്കുപുറമെ മുന്തിരിയും എണ്ണക്കുരുക്കളും കൃഷി ചെയ്തിരുന്നു. ഒരു വശത്ത് ഭൂമിയുടെ ക്രയവിക്രയങ്ങൾ, മറുവശത്ത് കൃഷി, കൈത്തൊഴിൽ, കച്ചവടം, കപ്പലോട്ടം തുടങ്ങിയവയിൽ നടന്നുകൊണ്ടിരുന്ന തൊഴിൽവിഭജനം, ഈ പ്രകിയ ഗണസംഘങ്ങളിലെയും ഗണങ്ങളിലെയും ഗോത്രങ്ങളിലെയും അംഗങ്ങൾ തമ്മിൽ തമ്മിൽ അതിവേഗം കൂടിക്കലരാൻ കാരണമായി. ഗണസംഘങ്ങളുടെയും ഗോത്രങ്ങളുടെയും അധികാരത്തിൽപെട്ട പ്രദേശങ്ങളിൽ പുറത്തു നിന്നും വന്നവർക്ക് പാർക്കുവാൻ ഇടം നൽകപ്പെട്ടു. പക്ഷെ, അവർ ഗണത്തെയും ഗോത്രത്തെയും സംബന്ധിച്ചിടത്തോളം അന്യരായിരുന്നു. ഭരണകാര്യങ്ങളിൽ അവർക്ക് പങ്കെടുക്കുവാനും പാടില്ലായിരുന്നു.

ഈ മാറ്റങ്ങൾ ഗണഭരണ സംവിധാനത്തെയാകെ അലങ്കോലപ്പെടുത്തി. അതിന് പരിഹാരം കാണേണ്ടതാവശ്യമായിത്തീർന്നു. അങ്ങനെ തീസിയൂസിന്റെ പേരിൽ അറിയപ്പെടുന്ന ഒരു പുതിയ ഭരണസംവിധാനം പ്രാബല്യത്തിൽ വന്നു: ഏഥൻസിൽ ഒരു കേന്ദ്രഭരണം സ്ഥാപിതമായി; എന്നുപറഞ്ഞാൽ, അന്നോളം ഗണങ്ങൾ സ്വന്തമായി നടത്തിപ്പോന്നിരുന്ന ഭരണകാര്യങ്ങളിൽ ചിലത് പൊതുകാര്യങ്ങളായി പ്രഖ്യാപിക്കപ്പെടുകയും അവയുടെ നടത്തിപ്പിന്റെ ചുമതല ഏഥൻസിലിരിക്കുന്ന ഒരു കേന്ദ്രസമിതിയിൽ നിക്ഷിപ്തമാക്കപ്പെടുകയും ചെയ്തു. അതുവഴി ഏഥൻസുകാർ അമേരിക്കൻ ഇന്ത്യക്കാർക്ക് ചെന്നെത്താൻ കഴിഞ്ഞിരുന്നതിനേക്കാളും ഒരു പടികൂടി മുന്നോട്ടുകടന്നു. അയൽഗോത്രങ്ങൾ ചേർന്നുള്ള കേവല ഫെഡറേഷന്റെ സ്ഥാനത്ത് ഈ വിവിധ ഗോത്രങ്ങൾ കൂടിക്കലർന്ന് ഒരൊറ്റ ജനതയായി മാറുന്ന അവസ്ഥവന്നു. അതിനനുസരിച്ച് ഏഥൻസിന് ഒരു സാമാന്യ ജനകീയ നിയമസംഹിതയും നിലവിൽ വന്നു. ഈ നിയമസംഹിത ഗണങ്ങളുടെയും ഗോത്രങ്ങളുടെയും നിയമങ്ങൾക്കും നാട്ടുനടപ്പുകൾക്കും മീതെ ആധിപത്യം സ്ഥാപിച്ചു. അതുവഴി ഏഥൻസിലെ പൗരന് പൗരനെന്ന നിലയിൽ അയാളുടെ സ്വന്തം ഗോത്രത്തിന്റെ അധികാരപരിധിയിൽപെടാത്ത പ്രദേശങ്ങളിൽപോലും ചില അവകാശങ്ങളും പണ്ടത്തെക്കാൾ കൂടുതലായി ചില നിയമപരിരക്ഷകളും കൈവന്നു. ഗണസംവിധാനത്തെ തുരങ്കം വയ്ക്കുന്നതിന്റെ ആദ്യപടി മാത്രമായിരുന്നു ഇത്. കാരണം, ഇതേത്തുടർന്നാണ് അറ്റീക്കാഗോത്രങ്ങളിലൊന്നും പെടാത്തവരായ അന്യരെ ഏഥൻസിലെ പൗരൻമാരായി അംഗീകരിച്ചത്. മാത്രമല്ല, ഗോത്രവും ഗണസംഘവും ഗണവും ഒന്നും നോക്കാതെ ജനങ്ങളെ ഒന്നടങ്കം കുലീനർ, കൃഷിപ്പണിക്കാർ, കൈത്തൊഴിലുകാർ എന്ന് മൂന്നു വർഗങ്ങളായി തരംതിരിച്ചു, പൊതുഅധികാരസ്ഥാനങ്ങൾ കുലീനർക്കുമാത്രമായി നീക്കിവെയ്ക്കുകയും ചെയ്തു. പക്ഷെ,

ഒടുവിലത്തേതൊഴികെ നിയമപരമായി മറ്റ് വർഗവ്യവച്ഛേദനങ്ങളൊന്നും ഈ പരിഷ്കാരത്തിന്റെ ഫലമായി നടപ്പിലാക്കപ്പെട്ടില്ലെന്നുള്ളത് ശരിയാണ്. എങ്കിൽ വർഗവ്യവച്ഛേദനമെന്ന പുതിയസാമൂഹ്യ പ്രതിഭാസം നിശബ്ദം കടന്നുവരികയായിരുന്നു എന്നുള്ളത് പ്രധാനപ്പെട്ട കാര്യമാണ്. ആചാരമുറയനുസരിച്ച് ഗണത്തിലെ ഔദ്യോഗിക സ്ഥാനങ്ങൾ പരമ്പരാഗതമായി വഹിച്ചുപോന്നിരുന്ന ചില കുടുംബങ്ങൾ ആ സ്ഥാനങ്ങൾ അവരുടെ പ്രത്യേക അവകാശമാക്കി മാറ്റിയെന്നും സമ്പത്തുകൊണ്ട് ശക്തരായിക്കഴിഞ്ഞ ഈ കുടുംബങ്ങൾ പ്രത്യേകാനുകൂല്യങ്ങളുള്ള വർഗമായി ഗണത്തിന് പുറത്ത് സംഘടിക്കുവാൻ തുടങ്ങിയെന്നും ഈ പിടിച്ചുപറിക്ക് പുത്തൻ ഭരണകൂടം അംഗീകാരം കൊടുത്തുവെന്നുമാണ് ഇത് കാണിക്കുന്നത്. കൃഷിപ്പണിക്കാരും കൈത്തൊഴിലുകാരുമെന്ന നിലയിലുള്ള തൊഴിൽവിഭജനം ഗണസംവിധാനത്തെയാകെ നിഷ്പ്രഭമാക്കിയെന്നുംകൂടി ഇത് കാണിക്കുന്നു. അവസാനമായി ഗണസംവിധാനവും ഭരണകൂടവും തമ്മിലുള്ള ഒരിക്കലും തീരാത്ത വൈരുധ്യത്തിന്റെ പ്രഖ്യാപനവുമാണിത്. ഗണാംഗങ്ങളെ പ്രത്യേകാനുകൂല്യങ്ങളുള്ളവരും അധഃസ്ഥിതരുമെന്ന രണ്ട് വർഗങ്ങളായും അതിൽതന്നെ രണ്ടാമത്തെ വർഗത്തെ തൊഴിലിന്റെ അടിസ്ഥാനത്തിൽ പിന്നെയും രണ്ട് വർഗങ്ങളായും വിഭജിക്കുകയും അങ്ങനെ ഒന്നിനെ മറ്റൊന്നിന് എതിരാക്കിനിർത്തുകയും ചെയ്തുകൊണ്ട് ഗണത്തെ തകർക്കുക എന്നതായിരുന്നു ഭരണകൂടത്തിന്റെ രൂപീകരണത്തിനുവേണ്ടി നടത്തിയ ശ്രമങ്ങളിൽ ആദ്യത്തേത്.

അവിടന്നിങ്ങോട്ട് സൊളോന്റെ കാലംവരെയുള്ള ഏഥൻസിന്റെ രാഷ്ട്രീയ ചരിത്രം അപൂർണമായി മാത്രമേ അറിയാൻ കഴിഞ്ഞിട്ടുള്ളൂ. **ബാസിലിയസിന്റെ** സ്ഥാനം ഇല്ലാതായി പകരം കുലീനർക്കിടയിൽ നിന്നു തെരഞ്ഞെടുക്കപ്പെടുന്ന **ആർകൻ** ഭരണത്തലവനായി. കുലീനരുടെ ഈ ഭരണം മൂത്തുമൂത്ത് ബിസി 600 ആയപ്പോഴേക്ക് അസഹ്യമായിത്തീർന്നു. സാധാരണ ജനങ്ങളുടെ സ്വാതന്ത്ര്യത്തെ ചവിട്ടിമെതിക്കുവാൻ മുഖ്യമായും പണവും പലിശക്കുകൊടുപ്പുമാണ് ഉപയോഗപ്പെടുത്തിയത്. ഏഥൻസിലും അതിന്റെ ചുറ്റുവട്ടത്തിലുമായി കേന്ദ്രീകരിച്ചിരുന്ന കുലീനർ കടൽമാർഗമുള്ള വ്യാപാരവും ചിലപ്പോഴൊക്കെ നടത്താറുള്ള കടൽക്കൊള്ളയും വഴിക്ക് ധാരാളം പണം വാരിക്കൂട്ടി. ഇവിടം മുതൽക്കങ്ങോട്ട് വികസ്വരമായ നാണയ വ്യവസ്ഥ സ്വാഭാവിക സമ്പദ്ഘടനയിൽ അധിഷ്ഠിതമായിരുന്ന പരമ്പരാഗത സാമൂഹ്യജീവിതത്തിൻമേൽ അമ്ളം കണക്കെ കാർന്നു കയറി. നാണയ വ്യവസ്ഥക്കെതിരെ യാതൊരു തരത്തിലും പിടിച്ചുനിൽക്കുവാൻ ഗണസംവിധാനത്തിന് കഴിയുകയില്ല. ചെറുകിടക്കാരുടെ രക്ഷാകവചമായിരുന്ന ഗണബന്ധങ്ങളുടെ തകർച്ച

ക്കൊപ്പം അവരുടെ തകർച്ചയും ആരംഭിച്ചു. പണയം എന്ന നിയമ സമ്പ്രദായം ഇതിനകം കണ്ടുപിടിച്ചു കഴിഞ്ഞിരുന്നു. അതിനു ഗണത്തെയും ഗോത്രത്തെയുമൊന്നും മാനിക്കേണ്ട കാര്യമില്ല. പഴയ ഗണസംവിധാനത്തിനാകട്ടെ പണത്തെയോ അതു കടം കൊടുക്കുന്നതിനെയോ വാങ്ങുന്നതിനെയോകുറിച്ച് യാതൊരു രൂപവുമില്ലായിരുന്നുതാനും. അതുകൊണ്ട് അനുസ്യൂതമായി വളർന്നു പടർന്നുകൊണ്ടിരുന്ന കുലീനൻമാരുടെ പണാധിപത്യം, ഹുണ്ടികക്കാരന്റെ താൽപര്യം സംരക്ഷിക്കാനും അവൻ ചെറു കൃഷിക്കാരന്റെ മേൽ നടത്തുന്ന ചൂഷണത്തിന് നിയമസാധുത്വം നൽകാനുംവേണ്ടി ഒരു പുതിയ നിയമം കൊണ്ടുവന്നു. അറ്റീക്കിയിലെമ്പാടും പണയക്കുറ്റികൾ ഉയർന്നു-ഇന്നയാൾക്ക് ഇന്ന സംഖ്യക്ക് പണയം എഴുതിയ ഭൂമി എന്ന് അവ സൂചിപ്പിച്ചു. അത്തരം കുറ്റികളില്ലാത്ത ഭൂമികളുണ്ടായിരുന്നെങ്കിൽ, അവ പണയാധാരത്തിന്റെ കാലാവധി കഴിഞ്ഞതുകൊണ്ടോ ആധാരക്കാരനു കടം വീട്ടാൻ കഴിയാത്തതുകൊണ്ടോ കുലീനരായ ഹുണ്ടികക്കാരുടെ കൈവശത്തിലായവയാണ്. അങ്ങനെ നഷ്ടപ്പെട്ട സ്വന്തം ഭൂമിയിൽ ആറിലൊന്നു വാരത്തിന് കൃഷി ചെയ്തു കഴിയാൻ അനുവദിക്കപ്പെട്ടാൽ, കൃഷിക്കാരനും സന്തുഷ്ടനായിരുന്നു. പക്ഷെ, അത്രയും കൊണ്ടായില്ല. ഭൂമി വിറ്റുകിട്ടുന്ന തുക കടം വീട്ടാൻ മതിയാകാതെ വന്നാൽ സ്വന്തം മക്കളെ അടിമകളാക്കി അന്യനാട്ടുകാർക്കു വിറ്റും കടം വീട്ടാൻ കടക്കാരൻ നിർബന്ധിതനായിരുന്നു. അച്ഛൻ സ്വന്തം മക്കളെ വിൽക്കുക -പിതൃപ്രാമാണ്യത്തിന്റെയും ഏകഭാര്യാത്വത്തിന്റെയും ആദ്യഫലം അതായിരുന്നു! പോര, ചോരകുടിയനായ ഹുണ്ടികക്കാരന് അതുകൊണ്ടും മുതലും പലിശയും ആയില്ലെങ്കിൽ കടക്കാരനെത്തന്നെയും അടിമയാക്കി വിറ്റ് കടം വസൂലാക്കാമായിരുന്നു. ഏഥൻസിൽ പൊട്ടി വിരിഞ്ഞ നാഗരികതയുടെ സുപ്രഭാതം അത്തരത്തിലുള്ളതായിരുന്നു.

മുൻപ് ജീവിതമാകെ, ഗണസംവിധാനമനുസരിച്ചായിരുന്ന കാലത്ത്, ഇത്തരമൊരു 'വിപ്ലവം' അസാധ്യമായിരുന്നു. പക്ഷേ, ഇവിടെ അതുനടന്നു, എങ്ങനെയെന്ന് ആർക്കും അറിയില്ലെന്നു മാത്രം.

ഗ്രീക്കുകാർക്കിടയിലാകട്ടെ കാലിപ്പറ്റങ്ങളുടെയും സുഖഭോഗവസ്തുക്കളുടെയും മറ്റും രൂപത്തിൽ പ്രത്യക്ഷപ്പെട്ട സ്വകാര്യസ്വത്ത് വ്യക്തികൾ തമ്മിലുള്ള കൈമാറ്റത്തിനു വഴിയൊരുക്കി. അതോടെ ഉൽപ്പന്നങ്ങൾ 'ചരക്കു'കളായി മാറുകയും ചെയ്തു. തുടർന്നു നടന്ന വിപ്ലവത്തിന്റെ മൂലസ്രോതസ് ഇതാണ്, ഉൽപ്പാദകർ അവരുടെ ഉൽപ്പന്നങ്ങൾ സ്വയം ഉപയോഗിച്ചുതീർക്കാതെ മറ്റു കൈകളിലേക്കു പകരാൻ തുടങ്ങിയതോടെ ആ ഉൽപ്പന്നങ്ങളിൻമേൽ

അവർക്ക് നിയന്ത്രണം ഇല്ലാതായി; കൈമാറ്റത്തിനുശേഷം അവർക്കെന്തു സംഭവിക്കുന്നു എന്നറിയാൻ നിവൃത്തിയില്ലാതെയുമായി. അങ്ങനെ ഉൽപ്പന്നം എന്നെങ്കിലുമൊരിക്കൽ അതിന്റെ ഉൽപ്പാദകർക്കെതിരാവുകയും അവരെ ചൂഷണം ചെയ്യാനും അടിച്ചമർത്താനുമുള്ള ഉപാധിയായി മാറുകയും ചെയ്യാനുള്ള സാധ്യത ഉയർന്നുവന്നു. വ്യക്തികൾ തമ്മിലുള്ള കൈമാറ്റത്തിന് അറുതി വരുത്താതെ ഒരു സമൂഹത്തിനും യാതൊരു കാലത്തേക്കും അതിന്റെ ഉൽപ്പാദനത്തിന്റെ നിയന്താവായിരിക്കുവാനോ ഉൽപ്പാദന രീതി ചെലുത്തുന്ന സാമൂഹ്യ സ്വാധീനങ്ങളിൻമേലുള്ള നിയന്ത്രണം തുടർന്നും നിലനിർത്തുവാനോ കഴിയില്ല.

ഏഥൻസുകാർക്ക് ഇതൊക്കെ അനുഭവിച്ചറിയാൻ പിന്നെ ഏറെക്കാലം വേണ്ടിവന്നില്ല. ചരക്കുകളുടെ ഉൽപ്പാദനത്തോടൊപ്പം കൃഷിക്കാർ തനതു സമ്പാദ്യത്തിനായി ഒറ്റക്കൊറ്റക്കു കൃഷിപ്പണി നടത്തുന്ന ഏർപ്പാടും ആവിർഭവിച്ചു. അതിന്റെ തൊട്ടുപിന്നാലെ തന്നെ ഭൂമിയുടെ ഉടമാവകാശം വ്യക്തികളിലേക്കു മാറുവാനും തുടങ്ങി. പിന്നെ, മറ്റെല്ലാറ്റിനും പകരമായി കൈമാറാവുന്ന ആ സാർവലൗകികച്ചരക്കുണ്ടല്ലോ, പണം അതും രംഗപ്രവേശം ചെയ്തു. പക്ഷെ, പണം കണ്ടുപിടിച്ചപ്പോൾ അതുവഴി ഒരു പുതിയ സാമൂഹ്യശക്തിയെ സൃഷ്ടിക്കുകയായിരുന്നുവെന്നോ സമൂഹമൊന്നടങ്കം കുമ്പിടേണ്ടുന്ന ഒരു സാർവലൗകികശക്തിയായി അതു മാറിയേക്കുമെന്നോ ഉള്ള യാതൊരു സംശയവും മനുഷ്യർക്കുണ്ടായിരുന്നില്ല. സ്വന്തം സ്രഷ്ടാക്കളുടെ അറിവോ ആഗ്രഹമോ കൂടാതെ പൊടുന്നനെ പൊട്ടിമുളച്ച ഈ പുതിയ ശക്തിയുടെ താരുണ്യത്തിന്റെ മുഴുവൻ ക്രൂരത ഏഥൻസുകാർക്ക് അനുഭവപ്പെട്ടു.

പണത്തിന്റെ ജൈത്രയാത്രക്കു മുമ്പിൽ നിസ്സഹായമായി നോക്കി നിൽക്കാനേ പഴയ ഗണസംവിധാനത്തിനു കഴിയുമായിരുന്നുള്ളു. പണം, ഉത്തമർണർ, അധമർണർ, ബലം പ്രയോഗിച്ച് കടംപിരിവ് എന്നിവയ്ക്ക് സ്വന്തം ചട്ടക്കൂട്ടിനകത്ത് സ്ഥാനം നൽകാൻ ഗണത്തിന് കഴിഞ്ഞില്ല. ഗണ–ഗോത്രഭേദങ്ങളൊന്നും നോക്കാതെ അറ്റീക്കയിൽ, പ്രത്യേകിച്ചും ഏഥൻസിൽ, ആളുകളുടെ കൂടിക്കലർന്നുള്ള ജീവിതം തലമുറകൾ പിന്നിടുന്നതിനൊത്ത് ശക്തിപ്പെട്ടുവരികയും ചെയ്തു. ഏഥൻസുകാരന് അവന്റെ ഗണത്തിൽപെടാത്തവർക്ക് സ്വന്തം ഭൂസ്വത്ത് വിൽക്കാമെന്നുവന്നു; എങ്കിലും വീടുവിൽക്കുവാൻ പാടില്ലായിരുന്നു. വ്യവസായവും വാണിജ്യവും അഭിവൃദ്ധിപ്പെട്ടതോടെ കൃഷി, കൈത്തൊഴിൽ, വ്യാപാരം, കപ്പലോട്ടം തുടങ്ങിയ വിവിധ പണിത്തുറകൾക്കിടയിൽ തൊഴിൽവിഭജനം കൂടുതൽ ശക്തിപ്രാപിച്ചു. അതോടെ തൊഴിലിന്റെ അടിസ്ഥാനത്തിൽ പുതുതായുയർന്നു വന്ന ചില പൊതുതാൽപര്യങ്ങളെ മുൻനിർത്തി ഏറെക്കുറെ സുവ്യക്തമായ ചേരിക

ളായി ജനങ്ങൾ വിഭജിക്കപ്പെട്ടു. ഈ താൽപര്യങ്ങൾക്കാവട്ടെ ഗണത്തിലും ഗണസംഘത്തിലും യാതൊരു സ്ഥാനവുമില്ലായിരുന്നു. അതുകൊണ്ട് അവ കൈകാര്യം ചെയ്യാൻ പുതിയ അധികാര സ്ഥാനങ്ങൾ ആവശ്യമായിത്തീർന്നു, അടിമകളുടെ എണ്ണം ഈ ആദ്യദശയിൽ തന്നെ ഗണ്യമായി വർധിക്കുകയും സ്വതന്ത്ര പൗരൻമാരുടേതിനേക്കാൾ പല മടങ്ങായി ഉയരുകയും ചെയ്തു കഴിഞ്ഞിരുന്നു. ആദികാലത്ത് അടിമത്തമെന്ന വാക്കുതന്നെ ഗണസംവിധാനത്തിന് അജ്ഞാതമായിരുന്നു. അതുകൊണ്ട് എണ്ണംപെരുകിവരുന്ന ഈ അടിമകളെ നിയന്ത്രിച്ചു നിർത്തുന്നതിനുള്ള മാർഗമെന്തെന്നും അതിനറിയില്ലായിരുന്നു. വാണിജ്യത്തിൽ ആകൃഷ്ടരായിത്തീർന്ന ഒട്ടധികം അന്യദേശീയർ എളുപ്പം പണമുണ്ടാക്കുവാൻ പറ്റിയ ഏഥൻസിലേക്കു കുടിയേറി. അവിടെ പഴയ ഭരണവ്യവസ്ഥയനുസരിച്ച് അവർക്ക് എന്തെങ്കിലും അവകാശമോ നിയമത്തിന്റെ പരിരക്ഷയോ ഉണ്ടായിരുന്നില്ല. പരമ്പരാഗതമായ സഹിഷ്ണുത എത്രയുണ്ടെങ്കിലും ശരി, ജനങ്ങൾക്കിടയിൽ ഈ അന്യദേശീയർ അസ്വാസ്ഥ്യജനകമായ ഒരു അന്യഘടകമായിത്തന്നെ അവശേഷിച്ചു.

ചുരുക്കത്തിൽ, ഗണസംവിധാനത്തിന്റെ അന്ത്യം അടുക്കുകയായിരുന്നു. അതിന്റെ കൺമുമ്പാകെത്തന്നെ നടന്നുകൊണ്ടിരുന്ന ഏറ്റവും വേദനാജനകങ്ങളായ ദോഷങ്ങളെ, നിയന്ത്രിക്കുവാനോ തടയുവാനോ അതിനു കഴിവില്ലാതായി. അതേ അവസരത്തിൽ ഭരണകൂടം നിശബ്ദമായി വളർന്നുകൊണ്ടിരുന്നു. ആദ്യം നഗരവും നാട്ടിൻപുറവും തമ്മിലും പിന്നെ നഗരത്തിലെ വിവിധ വ്യാവസായികത്തുറകൾ എന്ന നിലയിലും ഉണ്ടായ തൊഴിൽവിഭജനത്തിലൂടെ രൂപംകൊണ്ട പുതിയ ഗ്രൂപ്പുകൾ അവരുടെ താൽപ്പര്യങ്ങൾ സംരക്ഷിക്കുന്നതിനാവശ്യമായ പുതിയ കർമോപാധികളും സൃഷ്ടിച്ചു. എല്ലാത്തരം പൊതുഉദ്യോഗങ്ങളും സൃഷ്ടിക്കപ്പെട്ടു. ശൈശവദശയിലായിരുന്ന ഭരണകൂടത്തിന് പിന്നെ ഏറ്റവുമധികം ആവശ്യമായിരുന്നത് സ്വന്തമായ ഒരു പട്ടാളമാണ്. കപ്പലോട്ടക്കാരായ ഏഥൻസുകാർക്ക് ആദ്യം നാവികസേനയാണ് വേണ്ടിവന്നത്. ചെറിയ യുദ്ധങ്ങൾക്കും ചരക്കു കപ്പലുകളുടെ സംരക്ഷണത്തിനും ആ സേനയെ ഉപയോഗിച്ചു. ഏറെത്താമസിയാതെ ഓരോ ഗോത്രത്തിന്റെയും അധിവാസപ്രദേശങ്ങളെ പന്ത്രണ്ടു ചെറു ജില്ലകളായി തിരിച്ചു. ഓരോ ജില്ലക്കും ഓരോ പടക്കപ്പലും രണ്ടു കുതിരപ്പടയാളികളും വീതം ഉണ്ടായിരിക്കണമെന്നും തീരുമാനിച്ചു. അതുവഴി ദ്വിമുഖമായ ഒരു ആക്രമണമാണ് ഗണസംവിധാനത്തിന്റെമേൽ നടന്നത്. ഒന്നാമത്, സായുധജനങ്ങളാകമാനം സായുധരായിരിക്കുക എന്നതിൽ നിന്ന് ഭിന്നമായ ഒരു പൊതുശക്തിയെ അതു സൃഷ്ടിച്ചു. രണ്ടാമത്, ജനങ്ങളെ രക്തബന്ധാടിസ്ഥാനത്തിലല്ലാതെ പ്രദേശത്തിന്റെ അടിസ്ഥാനത്തിൽ ആദ്യമായി അതു വിഭജിച്ചു.

ഗണസംവിധാനത്തിന് ചൂഷിതവർഗങ്ങളെ സഹായിക്കുവാൻ കഴിവുണ്ടായിരുന്നില്ല. അവരുടെ ഏകാശ്രയം വികസിച്ചുകൊണ്ടിരുന്ന ഭരണകൂടമായിരുന്നു. സൊളോന്റെ ഭരണഘടനയിൽ അതിന്റെ പ്രതിഫലനം കാണുവാനും കഴിഞ്ഞു. അത് ഗണസംവിധാനത്തെ ക്ഷയിപ്പിച്ചുകൊണ്ട് സ്വയം ശക്തിപ്രാപിച്ചു. സ്വത്തിൻമേൽ കൈവച്ചുകൊണ്ട് സൊളോൻ രാഷ്ട്രീയ വിപ്ലവങ്ങളുടെ ഒരു പരമ്പരയുടെ തുടക്കം കുറിച്ചു. ഒരുതരത്തിലുള്ള സ്വത്തിനെ മറ്റൊരുതരത്തിലുള്ള സ്വത്തിന്റെ ആക്രമണത്തിൽനിന്നു രക്ഷിക്കുന്നതിനുവേണ്ടിയുള്ളതാണല്ലോ ഇന്നോളം നടന്നിട്ടുള്ള എല്ലാ വിപ്ലവങ്ങളും. ഒന്നിനെ ചവിട്ടിമെതിക്കാതെ മറ്റൊന്നിനെ രക്ഷിക്കാനാവില്ല. മഹത്തായ ഫ്രഞ്ചുവിപ്ലവത്തിൽ ബൂർഷ്വാസ്വത്തിനെ രക്ഷിക്കുന്നതിനുവേണ്ടി ഫ്യൂഡൽസ്വത്തിനെ ബലികഴിക്കുകയാണല്ലോ ചെയ്തത്. സൊളോന്റെ വിപ്ലവത്തിലാകട്ടെ, അധമർണരുടെ സ്വത്ത് സംരക്ഷിക്കുന്നതിനുവേണ്ടി ഉത്തമർണരുടെ സ്വത്തിൻമേൽ കൈവയ്ക്കുകയാണുണ്ടായത്. കടങ്ങളെല്ലാം ചുമ്മാതെ അങ്ങു റദ്ദാക്കി. സ്വത്തവകാശങ്ങളെ നഗ്നമായി ലംഘിച്ചുകൊണ്ടല്ലാതെ അതു സാധ്യമല്ലെന്നു തീർച്ച. പക്ഷെ, രാഷ്ട്രീയവിപ്ലവങ്ങളെന്നു പറയപ്പെടുന്ന സകല വിപ്ലവങ്ങളും ഒരുതരം സ്വത്തിന്റെ സംരക്ഷണത്തിനുവേണ്ടി മറ്റൊരുതരം സ്വത്ത് പിടിച്ചെടുക്കുക, എന്നു പറഞ്ഞാൽ മോഷ്ടിക്കുക, എന്നതായിരുന്നല്ലോ. അപ്പോൾ 2,500 കൊല്ലമായി സ്വകാര്യസ്വത്ത് സംരക്ഷിച്ചുപോരുന്നത് സ്വത്തവകാശങ്ങൾ ലംഘിച്ചുകൊണ്ടാണെന്നത് തികച്ചും സത്യമാണെന്നു കാണാൻ വിഷമമില്ല.

അങ്ങനെ സ്വതന്ത്രപൗരന്മാരായ ഏഥൻസുകാരെ വീണ്ടും അടിമപ്പെടുത്തുന്നതു തടയാൻ ഒരുപായം കണ്ടുപിടിക്കേണ്ടിയിരുന്നു. കടക്കാരൻ അയാളെത്തന്നെ പണയപ്പെടുത്തുന്ന ഏർപ്പാട് നിരോധിക്കുക, ഭൂസ്വത്തിന് പരിധി നിശ്ചയിക്കുക തുടങ്ങിയ പൊതുവായ ചില നടപടികൾ വഴിക്കാണ് ആദ്യം അതിനു ശ്രമിച്ചത്. തുടർന്ന് ഭരണഘടനയിൽ മാറ്റങ്ങളും വരുത്തി. അവയിൽ പ്രധാനപ്പെട്ടവ താഴെപറയുന്നവയാണ്:

കൗൺസിലിന്റെ അംഗസംഖ്യ ഓരോ ഗോത്രത്തിൽ നിന്നും നൂറ് എന്ന കണക്കിൽ മൊത്തം നാനൂറായി ഉയർത്തി. അപ്പോഴും അടിസ്ഥാനം ഗോത്രം തന്നെയായിരുന്നു. ഇതുമാത്രമാണ് പഴയ സംവിധാനത്തിൽനിന്നുമെടുത്തത്. ഭൂസ്വത്തിന്റെ അളവിന്റെയും അതിൽനിന്നുള്ള ആദായത്തിന്റെയും അടിസ്ഥാനത്തിൽ പൗരൻമാരെ നാലായി സൊളോൻ തരംതിരിച്ചു. ഏറ്റവും കൂടുതൽ സ്വത്തുള്ളവർ ഒന്നാം വിഭാഗത്തിലും സ്വത്തില്ലാത്തവരും നാമമാത്രമായി ഉള്ളവരും നാലാംവിഭാഗത്തിലും പെടുന്നു. ആദ്യത്തെ മൂന്നു വിഭാഗങ്ങൾക്കുമാത്രമേ ഔദ്യോഗികസ്ഥാനങ്ങൾ വഹിക്കാൻ

പാടുള്ളൂ. അതിൽ തന്നെ ഏറ്റവും ഉയർന്ന തസ്തികകൾ ഒന്നാം വിഭാഗത്തിനുമാത്രവും. ജനസഭയിൽ സംസാരിക്കുവാനും വോട്ടു ചെയ്യുവാനും മാത്രമേ നാലാംവിഭാഗത്തിന് അവകാശമുണ്ടായിരുന്നുള്ളൂ. പക്ഷെ, ഇവിടെ ഉദ്യോഗസ്ഥൻമാരെല്ലാം തെരഞ്ഞെടുക്കപ്പെടുന്നവരാണ്, അവർ അവരുടെ ചെയ്തികൾക്ക് ഇവിടെ സമാധാനം പറയേണ്ടതുണ്ട്, നിയമങ്ങളത്രയും നിർമിക്കുന്നത് ഇവിടെയാണ്, ഇവിടെ ഭൂരിപക്ഷം നാലാം വിഭാഗക്കാർക്കുമാണ്. ആഢ്യത്വത്തിനു നഷ്ടപ്പെട്ട സ്ഥാനമാനങ്ങൾ സമ്പത്തിന്റെ അടിസ്ഥാനത്തിൽ ഭാഗികമായെങ്കിലും പുനഃസ്ഥാപിക്കപ്പെട്ടു. എങ്കിലും നിർണായകമായ അധികാരം ജനങ്ങളുടെ കൈയിൽതന്നെയായിരുന്നു. പട്ടാളത്തെയും നാലു വിഭാഗങ്ങളുടെ അടിസ്ഥാനത്തിൽ പുനഃസംഘടിപ്പിച്ചു. ഒന്നും രണ്ടും വിഭാഗങ്ങൾ കുതിരപ്പട്ടാളത്തിലും മൂന്നാംവിഭാഗം സായുധരായ കാലാളായും നാലാം വിഭാഗം ലഘുവായ ആയുധങ്ങളോടുകൂടിയ കാലാൾപടയിലോ നാവികരായോ സേവനമനുഷ്ഠിക്കണമെന്നായിരുന്നു. നാലാം വിഭാഗത്തിന് വേതനവും നൽകിയിരുന്നിരിക്കാം.

അങ്ങനെ തികച്ചും നൂതനമായ ഒന്ന്– സ്വകാര്യ ഉടമാവകാശം –ഭരണഘടനയിൽ സന്നിവേശിപ്പിക്കപ്പെട്ടു. പൗരൻമാരുടെ അവകാശങ്ങളും കടമകളും അവരുടെ ഭൂസ്വത്തിന്റെ അളവിന് ആനുപാതികമായി നിർണയിക്കപ്പെട്ടു. സ്വത്തുകാർ സമൂഹത്തിൽ സ്വാധീനം നേടിയതോടെ പഴയ രക്തബന്ധ ഗ്രൂപ്പുകൾ പിൻതള്ളപ്പെട്ടു. ഗണഭരണ സംവിധാനത്തിന് മറ്റൊരടിയായിരുന്നു ഇത്.

എങ്കിലും രാഷ്ട്രീയാവകാശങ്ങളെ സ്വത്തനുസരിച്ച് ഉച്ചനീചക്രമത്തിൽ തരംതിരിക്കുകയെന്നത് ഭരണകൂടത്തെ സംബന്ധിച്ചിടത്തോളം അത്യന്താപേക്ഷിതമായിരുന്നില്ല. അതില്ലാതെ തന്നെ പല ഭരണകൂടങ്ങളും, അങ്ങേയറ്റം വികാസം നേടിയവ തന്നെയും, രൂപമെടുക്കുകയുണ്ടായിട്ടുണ്ട്. ഏഥൻസിൽതന്നെയും താൽക്കാലികമായ ഒരു പങ്കേ അതിനുണ്ടായിരുന്നുള്ളൂ.

അടുത്ത എൺപതുവർഷക്കാലം ഏഥൻസുകാർ ക്രമാനുഗതമായി പിന്തുടർന്ന പാതയിലൂടെയാണ് തുടർന്നുള്ള നൂറ്റാണ്ടുകളിലും അവർ മുന്നേറിയത്. ഭൂമി പണയം വാങ്ങി നടത്തിയിരുന്ന പലിശക്കൊള്ളയും ഭൂസ്വത്തിന്റെ അമിതമായ കേന്ദ്രീകരണവും നിയന്ത്രിക്കപ്പെട്ടു. അടിമകളുടെ അധ്വാനത്തെ ആശ്രയിച്ചുകൊണ്ടു വാണിജ്യവും കൈത്തൊഴിലും മുഖ്യതൊഴിൽതുറകളായി മാറി. വൈജ്ഞാനികമണ്ഡലം വികസ്വരമായി. പണ്ടത്തെപ്പോലെ സഹപൗരൻമാരെ ചൂഷണം ചെയ്യുന്നതിനുപകരം ഇപ്പോൾ ഏഥൻസുകാർ അവരുടെ ചൂഷണം മുഖ്യമായും അടിമകളുടെയും അന്യദേശീയരുടെയും മേലാണ് കേന്ദ്രീകരിച്ചത്. ജംഗമസ്വത്തുക്കൾ, പണവും അടിമകളും കപ്പലുകളും മറ്റും, അടിക്കടി വർധിച്ചുകൊണ്ടിരുന്നു.

ഭൂമി വാങ്ങുന്നതിനുള്ള ഉപാധികൾ എന്ന നിലവിട്ട് ഇവ സ്വയം തന്നെ സ്വത്തുക്കളായിത്തീർന്നു! ഇത്, ഒരുവശത്ത്. വ്യവസായ വാണിജ്യരംഗങ്ങളിലെ പുതിയ സമ്പന്നവർഗത്തിന് ആഢ്യൻമാരുടെ പഴയ അധികാരശക്തിയുമായി വിജയകരമായി മത്സരിക്കുവാൻ അവസരമൊരുക്കിക്കൊടുത്തപ്പോൾ, മറുവശത്ത് പഴയ ഗണസംവിധാനത്തിന്റെ അവസാനത്തെ അടിക്കല്ലുകളും കൂടി ഇളക്കുകയും ചെയ്തു. ഗോത്രവും ഗണവും ഗണസംഘവും, അവയിലെ അംഗങ്ങൾ അറ്റിക്കയിലാകമാനം ചിതറി ഇടകലർന്നു കഴിഞ്ഞതോടെ, ഉപയോഗശൂന്യമായ രാഷ്ട്രീയഘടകങ്ങളായി മാറി. ഏഥൻസിലെ പൗരൻമാരിൽ വലിയൊരു സംഖ്യ ഒരു ഗണത്തിലും പെടാത്ത കുടിയേറ്റക്കാരായിരുന്നു. അവർക്കു പൗരത്വമില്ലാതെ പഴയ ഗണവ്യവസ്ഥയിൽ യാതൊരു സ്ഥാനവും നൽകപ്പെട്ടിരുന്നില്ല. ഇതിനുംപുറമെ ശരീരപരിരക്ഷയൊഴികെ മറ്റൊരവകാശങ്ങളുമില്ലാത്ത പുതിയ കുടിയേറ്റക്കാരുടെ പ്രവാഹം തുടർന്നുകൊണ്ടുമിരുന്നു.

അതേസമയം പഴയ ആഢ്യൻമാരും പുത്തൻ സ്വത്തുകാരും തമ്മിലുള്ള ശക്തിപരീക്ഷണം തുടരുകയായിരുന്നു. ആഢ്യൻമാർ അവരുടെ അവകാശാധികാരങ്ങൾ വീണ്ടെടുക്കുവാൻ ഒരു ശ്രമം നടത്തി, അൽപ്പകാലത്തേക്ക് അധീശത്വം പുനഃസ്ഥാപിക്കുകയും ചെയ്തു. പക്ഷേ, ക്ളീസ്തെനീസിന്റെ വിപ്ളവം (ബി.സി. 509) അവരുടെ അന്തിമപതനം വരുത്തിത്തീർത്തു. അതോടൊപ്പം ഗണസംവിധാനത്തിന്റെ അവസാനത്തെ അവശിഷ്ടവും നിലംപതിച്ചു.

ഗണങ്ങളെ അവഗണിച്ചുകൊണ്ട് പ്രദേശത്തെ അടിസ്ഥാനമാക്കി നേരത്തെ തുടങ്ങിവച്ച വിഭജനം ക്ളീസ്തെനീസ് തന്റെ പുതിയ ഭരണഘടനവഴി കൂടുതൽ ഉറപ്പിച്ചു. ജനങ്ങളെയല്ല, ഭൂപ്രദേശങ്ങളെയാണ് ക്ളീസ്തെനീസ് വിഭജിച്ചത്. അതോടെ ആളുകൾ രാഷ്ട്രീയമായി അവർ നിവസിക്കുന്ന പ്രദേശത്തിന്റെ അനുബന്ധമായിത്തീർന്നു. അറ്റിക്കയെ മൊത്തത്തിൽ സ്വയംഭരണാധികാരമുള്ള നൂറ് പട്ടണപ്രദേശങ്ങളായിട്ടാണ് വിഭജിച്ചത്. ഓരോന്നിനും തെരഞ്ഞെടുക്കപ്പെട്ട ഭരണത്തലവനും ഭണ്ഡാരം സൂക്ഷിപ്പുകാരനും ന്യായാധിപൻമാരും പുരോഹിതൻമാരും സ്വന്തമായ ക്ഷേത്രവും പരദേവതയും ഉണ്ടായിരുന്നു. പരമാധികാരം പൗരസഭക്കായിരുന്നു. സ്വയംഭരണാവകാശമുള്ള ഇന്നത്തെ മുനിസിപ്പാലിറ്റിയുടെ പ്രാകൃതരൂപമായിരുന്നു അത് എന്ന മോർഗന്റെ അഭിപ്രായം തികച്ചും ശരിയാണ്. ഏഥൻസിലെ ഭരണകൂടത്തിന്റെ മൗലികഘടകത്തിൽതന്നെയാണ് വളർച്ചയുടെ പരമകാഷ്ഠയിലെത്തിയ ആധുനിക ഭരണകൂടം ചെന്നവസാനിക്കുന്നത്.

ഏഥൻസിലെ പത്ത് നഗരങ്ങൾവീതം ചേർന്ന് ഓരോ പ്രാദേശിക ഗോത്രങ്ങളായി. ഓരോ പ്രാദേശിക ഗോത്രവും

അൻപത് പ്രതിനിധികളെ കൗൺസിലിലേക്ക് തെരഞ്ഞെടുത്തയക്കുന്നു. അങ്ങനെ തെരഞ്ഞെടുക്കപ്പെട്ട മൊത്തം അഞ്ഞൂറംഗങ്ങളടങ്ങുന്നതും ഭരണച്ചുമതലവഹിക്കുന്നതുമായ കൗൺസിൽ, എല്ലാ പൗരൻമാർക്കും അംഗത്വവും വോട്ടവകാശവുമുള്ള പൗരസഭ- ഇവ രണ്ടും ചേർന്ന ഏഥൻസിലെ ഭരണകൂടം സുപ്രതിഷ്ഠിതമായി. ആർകൺമാരും മറ്റു ഉദ്യോഗസ്ഥൻമാരും വിവിധ വകുപ്പുകളുടെയും കോടതികളുടെയും കാര്യങ്ങൾ നോക്കി. പക്ഷെ, ഒരുദ്യോഗസ്ഥനും പരമമായ നിർവഹണാധികാരമുണ്ടായിരുന്നില്ല.

ഈ പുതിയ ഭരണഘടന വരികയും കുടിയേറ്റക്കാരെയും സ്വതന്ത്രരാക്കപ്പെട്ട അടിമകളെയും പൊതുജീവിതത്തിൽ ഉൾപ്പെടുത്തുകയും ചെയ്തതോടുകൂടി ഗണസംവിധാനത്തിന്റെ എല്ലാ അംശങ്ങളും പൊതുജീവിതത്തിൽനിന്ന് ഉന്മൂലനം ചെയ്യപ്പെട്ടു. ഗോത്രവും ഗണവും മറ്റും സ്വകാര്യസംഘടനകളുടെയും മതസംഘങ്ങളുടെയും നിലയിലേക്കു താണു. എങ്കിലും അവയുടെ ധാർമിക സ്വാധീനവും ഗണം നിലവിലുണ്ടായിരുന്ന പഴയ കാലങ്ങളിലെ പാരമ്പര്യധാരണകളും വിശ്വാസപ്രമാണങ്ങളും പിന്നെയും ഏറെക്കാലം നിലനിന്നിരുന്നു.

ബഹുജനങ്ങളിൽനിന്ന് വ്യതിരിക്തമായ ഒരു പൊതു അധികാരശക്തി ഉണ്ടായിരിക്കുക എന്നത് ഭരണകൂടത്തിന്റെ മൗലിക സവിശേഷതകളിലൊന്നാണെന്ന് നാം കണ്ടുകഴിഞ്ഞു. അതിന്റെ ആദ്യത്തെ മൂർത്തരൂപമാണ് ഭരണകൂടത്തോളംതന്നെ പഴക്കമുള്ള പൊലീസ്. അങ്ങനെ ഏഥൻസുകാരും ഭരണകൂടത്തോടൊപ്പം തന്നെ ഒരു പൊലീസ് സേന രൂപീകരിച്ചു. വില്ലണിഞ്ഞ കാലാളും കുതിരക്കാരുമടങ്ങുന്ന ഈ കൂലിപ്പൊലീസിൽ അടിമകൾ മാത്രമാണുണ്ടായിരുന്നത്. ഇത് അന്തസിന് തീരെ നിരക്കാത്ത ഒരു പണിയായിട്ടാണ് ഏഥൻസിലെ സ്വതന്ത്രപൗരൻ കണക്കാക്കിയത്. തന്നെ അടിമക്കയ്യാമം വച്ചാലും വേണ്ടില്ല മേച്ഛമായ ഈ പണി തന്നെക്കൊണ്ടാവില്ല എന്നതായിരുന്നു അവന്റെ നിലപാട്. പഴയ ഗണമനോഭാവത്തിന്റെ ഒരു ബഹിർ പ്രകടനമായിരുന്നു ഇത്.

ഇതിനകം രൂപസ്പഷ്ടത കൈവരിച്ചുകഴിഞ്ഞ ഈ ഭരണകൂടം ഏഥൻസുകാരുടെ പുതിയ ജീവിതസാഹചര്യങ്ങൾക്ക് എത്ര അനുയോജ്യമായിരുന്നു എന്നതിന്റെ തെളിവാണ് സമ്പത്തിലും വാണിജ്യത്തിലും വ്യവസായത്തിലും ഉണ്ടായ അഭൂതപൂർവമായ വളർച്ച. അന്നുവരെ കുലീനരും സാധാരണക്കാരും തമ്മിലുള്ള വർഗവൈരുധ്യമായിരുന്നു സാമൂഹ്യ-രാഷ്ട്രീയ സ്ഥാപനങ്ങളുടെ അടിത്തറയായി വർത്തിച്ചിരുന്നതെങ്കിൽ ഇപ്പോഴത് സ്വതന്ത്രരും അടിമകളും പൗരൻമാരും ആശ്രിതരും തമ്മിലുള്ള വർഗവൈരുധ്യമായി മാറി. ഏഥൻസ് അഭിവൃദ്ധിയുടെ ഉച്ചകോടിയിലെത്തിയ കാലത്ത് അവിടെ സ്ത്രീകളും കുട്ടികളും ഉൾപ്പെടെ മൊത്തം

90,000 ത്തോളം സ്വതന്ത്രപൗരൻമാരാണുണ്ടായിരുന്നത്. അടിമകളും ആശ്രിതരുമാകട്ടെ യഥാക്രമം 3,65,000 ഉം 45,000 ഉം. വാണിജ്യവും വ്യവസായവും വികസിച്ചതോടെ സമ്പത്ത് ചുരുക്കം ചിലരുടെ പക്കൽ കുന്നുകൂടാനും കേന്ദ്രീകരിക്കാനും തുടങ്ങി. സ്വതന്ത്രപൗരൻമാരിൽ ബഹുഭൂരിപക്ഷവും നിർധനരായി. മ്ലേച്ഛവും അപമാനകരവും പിടിച്ചുനിൽക്കാൻ പ്രയാസകരവുമായ അടിമപ്പണിക്കു പോവുകയോ കൈത്തൊഴിലിലേർപ്പെടുകയോ അതുമല്ലെങ്കിൽ തെരുവു തെണ്ടികളായി മാറുകയോ മാത്രമേ അവർക്ക് മാർഗമുണ്ടായിരുന്നുള്ളു. നിലവിലിരുന്ന സാഹചര്യത്തിൽ അവസാനത്തേതാണു സംഭവിച്ചത്. സമൂഹത്തിൽ ബഹുഭൂരിപക്ഷം വരുന്ന അവർ അവരുടെ പതനത്തിനൊപ്പം ഏഥൻസിലെ ഭരണകൂടത്തെയും നിലംപതിപ്പിച്ചു. രാജഭരണത്തിന്റെ അക്രീതദാസൻമാരായ യൂറോപ്പിലെ പള്ളിക്കൂടം വാധ്യാൻമാർ പറഞ്ഞുവിശ്വസിപ്പിക്കാൻ ശ്രമിക്കുന്നതുപോലെ ജനാധിപത്യമല്ല, മറിച്ച്, സ്വതന്ത്രപൗരൻ അവന്റെ അധ്വാനത്തിനു പതിത്വം കൽപ്പിക്കുവാൻ കാരണമായ അടിമത്തമാണ് ഏഥൻസിലെ ഭരണകൂടത്തെ തറപറ്റിച്ചത്.

ഏഥൻസിലെ ഭരണകൂടത്തിന്റെ ഉദയം ഭരണകൂടനിർമാണത്തിന്റെ ഒരു മാമൂൽമാതൃകയാണ് മൊത്തത്തിൽ നമുക്ക് കാഴ്ച വയ്ക്കുന്നത്. കാരണം, ആഭ്യന്തരമോ ബാഹ്യമോ ആയ രക്തച്ചൊരിച്ചിലുകളൊന്നും കൂടാതെ തികച്ചും സംശുദ്ധമായ ഒരു രൂപത്തിലാണ് അതു ജനിച്ചത്. കൂടാതെ ഗണസമൂഹത്തിൽനിന്ന് നേരെ ഉദിച്ചുയർന്ന ആ ഭരണകൂടം ഭരണകൂടത്തിന്റെ അതിവികസ്വരമായ ഒരു രൂപത്തെ, ജനാധിപത്യ റിപ്പബ്ലിക്കിനെ, ആണ് പ്രതിനിധാനം ചെയ്യുന്നത്. പോരാത്തതിന്, അതിനെ സംബന്ധിക്കുന്ന പ്രധാന വിവരങ്ങളെല്ലാം നമുക്ക് കിട്ടിയിട്ടുമുണ്ട്.

6

ഗണവും ഭരണകൂടവും റോമിൽ

റോമിൽ ആദ്യമായി വാസമുറപ്പിച്ചത് 100 ഗണങ്ങളടങ്ങുന്ന ഒരു ലത്തീൻ ഗോത്രമാണെന്നാണ് റോമിന്റെ ഉൽപ്പത്തിയെ സംബന്ധിച്ച ഇതിഹാസകഥയിൽ പറയുന്നത്. ഏറെത്താമസിയാതെ, ഇവരുടെ പിന്നാലെ മറ്റൊരു 100 ഗണങ്ങളടങ്ങുന്ന ഒരു സെബിലിയൻഗോത്രവും വന്നെത്തി. അവസാനം, പല വിഭാഗങ്ങളിൽപെട്ട മൂന്നാമതൊരു ഗോത്രവും അതിലും–ഗണങ്ങൾ 100 തന്നെ–ഇങ്ങോട്ടു കുടിയേറി. ഈ മൂന്നു ഗോത്രങ്ങൾ ചേർന്നാണ് പിന്നീട് റോമൻജനതയായിത്തീർന്നത്.

ഈ കഥയിൽ നിന്ന് ഒറ്റനോട്ടത്തിൽ നമുക്ക് മനസിലാക്കാൻ കഴിയുന്നത് ഗണം സ്വാഭാവികമായ ഒരു സൃഷ്ടിയായിരുന്നുവെന്നും ഇങ്ങോട്ട് കുടിയേറിയ ഗണങ്ങൾതന്നെയും പഴയ സ്ഥലങ്ങളിൽ തന്നെ തുടർന്നും നിലനിന്നിരുന്ന മാതൃഗോത്രങ്ങളിൽനിന്നു വഴി പിരിഞ്ഞുപോന്നവയായിരുന്നുവെന്നും മാത്രമാണ്. എന്നാൽ, ഈ ഗോത്രങ്ങൾ കൃത്രിമമായി രൂപീകരിക്കപ്പെട്ടതിന്റെ ലക്ഷണങ്ങളും കാണാനുണ്ട്. എങ്കിലും അവയിൽ ഏറിയകൂറും രക്തബന്ധമുള്ളവർ മാത്രമേ ചേർന്നിരുന്നുള്ളു. ഒരുപക്ഷെ, ഇവ ഓരോന്നിന്റെയും ബീജകേന്ദ്രം ഒരു പഴയ ഗോത്രമായിരുന്നുവെന്നും വരാം. ഈ മൂന്നു ഗോത്രങ്ങളുടെയും സംവിധാനത്തിൽ പൊതുവായ മറ്റൊരു ഘടകം കൂടിയുണ്ടായിരുന്നു. അത് **ക്യൂറിയ** എന്നറിയപ്പെടുന്ന ഗണസംഘമായിരുന്നു. ഒരു ക്യൂറിയയിൽ 10 ഗണങ്ങളാണുണ്ടായിരുന്നത്. റോമിലെ മൂന്നു ഗോത്രങ്ങളിലുംകൂടെ അങ്ങനെ മൊത്തം 30 ക്യൂറിയകളുണ്ടായിരുന്നു. ഗ്രീക്കു ഗണത്തോട് അങ്ങേയറ്റം ഐകരൂപ്യമുള്ളതായിരുന്നു റോമൻഗണം എന്നത്

അംഗീകരിക്കപ്പെട്ട വസ്തുതയാണ്. അതുകൊണ്ട് റോമൻ ഗണത്തെക്കുറിച്ച് ദീർഘമായി ഉപന്യസിക്കേണ്ട കാര്യമില്ല. റോമൻ ഗണത്തിന്റെ സംവിധാനം, ആ നഗരത്തിന്റെ ആദിമദശയിലെങ്കിലും, താഴെപ്പറയുന്ന തരത്തിലുള്ളതായിരുന്നു:

1. മരിച്ചവരുടെ സ്വത്തിൻമേൽ മറ്റെല്ലാ ഗണാംഗങ്ങൾക്കും പാരമ്പര്യാവകാശം. ദായക്രമം മക്കത്തായമായി മാറിക്കഴിഞ്ഞതു കൊണ്ട് പെൺവഴിക്കുള്ള സന്താനങ്ങൾക്ക് സ്വത്തിൻമേൽ അവകാശമില്ല. നമുക്കറിയാൻ കഴിഞ്ഞിട്ടുള്ള റോമൻനിയമങ്ങളിൽ ഏറ്റവും പഴയതായ പന്ത്രണ്ടു പട്ടികയനുസരിച്ച് സ്വത്തിൻമേലുള്ള അവകാശം ഒന്നാമതായി മക്കൾക്കും മക്കളില്ലെങ്കിൽ ആൺവഴിക്കുള്ള ബന്ധുക്കൾക്കും അവരുമില്ലെങ്കിൽ ഗണത്തിനുമാണ്. എങ്ങനെവന്നാലും സ്വത്ത് ഗണത്തിനകത്തുതന്നെ നിൽക്കും. സമ്പത്തും ഏകഭാര്യാത്വവും ഏറിവന്നതിന്റെ ഫലമായി ഗണത്തിന്റെ നിയമക്രമങ്ങളിലേക്ക് പുതിയ നിയമരൂപങ്ങൾ കടന്നു വരുന്നതാണ് നമുക്കിവിടെ കാണാൻ കഴിയുന്നത്. ഗണാംഗങ്ങൾക്ക് മൊത്തമുണ്ടായിരുന്ന അവകാശം ക്രമേണ ചുരുങ്ങിച്ചുരുങ്ങി ബന്ധുക്കൾക്കും പിന്നീട് മക്കൾക്കും മാത്രമായിത്തീർന്നു.
2. പൊതുവായ ശ്മശാനം
3. പൊതുവായ മതാഘോഷങ്ങൾ.
4. ഗണത്തിനകത്തുനിന്ന് വിവാഹം കഴിക്കാതിരിക്കുക. റോമിൽ അത് എഴുതപ്പെട്ട നിയമമായില്ലെങ്കിലും നാട്ടു നടപ്പായി അനുസരിച്ചു പോന്നു.
5. പൊതു ഉടമയിലുള്ള ഭൂമി. ആദികാലത്ത്, ഭൂമി ആദ്യമായി വിഭജിച്ച സമയത്ത് എല്ലാ ഗണങ്ങൾക്കും ഉണ്ടായിരുന്നതാണിത്. വ്യക്തികൾക്ക് ആദ്യമായി ഭൂമിവിഭജിച്ചുകൊടുത്തത് റോമുലസാണ്. പക്ഷെ, അതിനുശേഷവും ഗണഉടമയിലും ഭരണകൂടത്തിന്റെ ഉടമയിലും ഭൂമി ഉണ്ടായിരുന്നു.
6. ഗണാംഗങ്ങൾ ആക്രമിക്കപ്പെട്ടാൽ ആക്രമിച്ചവരോടു പകരം വീട്ടുന്നതിനു സഹായിക്കാനും പിന്തുണക്കാനുമുള്ള അന്യോന്യ ബാധ്യത.
7. ഗണപ്പേര് സ്വീകരിക്കുവാൻ അംഗങ്ങൾക്കുള്ള അവകാശം. ചക്രവർത്തിമാരുടെ കാലംവരെക്കും ഇതു പ്രാബല്യത്തിലുണ്ടായിരുന്നു. സ്വതന്ത്രരാക്കപ്പെട്ട അടിമകൾക്കും അവരുടെ മുൻ യജമാനൻമാരുടെ ഗണപ്പേര് സ്വീകരിക്കുവാനുള്ള അവകാശമുണ്ടായിരുന്നു.
8. അന്യരെ ഗണത്തിലേക്കു ദത്തെടുക്കുവാനുള്ള അവകാശം. ദത്തെടുക്കുന്നത് ഒരു കുടുംബത്തിലേക്കാണെങ്കിലും ദത്തെടുക്ക

പ്പെടുന്നവർ അതുവഴി ഗണത്തിലെ അംഗങ്ങളായിത്തീരുന്നു.

9. തലവൻമാരെ തെരഞ്ഞെടുക്കാനും നീക്കം ചെയ്യാനുമുള്ള അവകാശത്തെക്കുറിച്ച് എങ്ങും പറഞ്ഞുകാണുന്നില്ല. എങ്കിലും ആദ്യകാലത്ത് രാജസ്ഥാനീയർ മുതൽ താഴോട്ടുള്ള ഉദ്യോഗസ്ഥൻമാരും പുരോഹിതൻമാരും തെരഞ്ഞെടുക്കപ്പെടുകയായിരുന്നതുകൊണ്ട് ഗണത്തലവൻമാരെയും, പാരമ്പര്യാവകാശത്തോടു കൂടിയാണെങ്കിൽപോലും, തെരഞ്ഞെടുക്കുകയായിരുന്നു എന്നു ന്യായമായും കരുതാവുന്നതാണ്.

റോമൻഗോത്രത്തിന്റെ അധികാരങ്ങൾ ഇതെല്ലാമായിരുന്നു. പിതൃവഴിക്കുള്ള അവകാശമൊഴികെ മറ്റെല്ലാകാര്യങ്ങളിലും ഇറോക്വോയ് ഗോത്രത്തിനുണ്ടായിരുന്ന അവകാശങ്ങളുടെയും ബാധ്യതകളുടെയും തനിപ്പകർപ്പാണിത്.

പക്ഷെ, റോമൻ ഗണസംവിധാനത്തിലെ വിവാഹവും സ്വത്തവകാശവും സംബന്ധിച്ച ചില പ്രശ്നങ്ങളിൽ സമുന്നതരായ ചരിത്രകാരൻമാർക്കിടയിൽപോലും ഇന്നു ചില അഭിപ്രായവ്യത്യാസങ്ങൾ നിലനിൽക്കുന്നുണ്ട്. എന്നാൽ, മറ്റു കാര്യങ്ങളിൽ പൊതുധാരണയാണുള്ളത്. റോമൻഗണസംഘത്തിന് ഗ്രീസിലെ ഗണസംഘത്തെക്കാൾ പ്രധാനപ്പെട്ട ചുമതലകളാണുണ്ടായിരുന്നത്. ഓരോ ഗണസംഘത്തിനും അതിന്റേതായ മതാനുഷ്ഠാനങ്ങളും ബലിപ്പുരകളും പുരോഹിതൻമാരുമുണ്ട്. ഈ ഗോത്രങ്ങൾക്ക്, മറ്റു ലത്തീൻഗോത്രങ്ങളെപ്പോലെതന്നെ, ആദ്യകാലത്ത് തെരഞ്ഞെടുക്കപ്പെട്ട ഒരു തലവൻ ഉണ്ടായിരുന്നിരിക്കാനാണ് സാധ്യത. യുദ്ധത്തലവനും പുരോഹിതമുഖ്യനും അയാൾ തന്നെയായിരുന്നു.

അങ്ങനെ ഒരു ഗണത്തിലും അതുവഴിഗണസംഘത്തിലും ഗോത്രത്തിലുംപെട്ടവർക്ക് മാത്രമേ റോമൻജനതയിൽ സ്ഥാനമുണ്ടായിരുന്നുള്ളു. റോമൻ ജനതയുടെ ആദ്യത്തെ ഭരണഘടന താഴെപ്പറയുന്ന തരത്തിലുള്ളതായിരുന്നു: മുന്നൂറ് ഗണങ്ങളുടെ തലവൻമാർ അംഗങ്ങളായുള്ള സെനറ്റാണ് പൊതുകാര്യങ്ങൾ നിർവഹിച്ചിരുന്നത്. ഇവിടെയും ഒരേ കുടുംബത്തിൽനിന്നുതന്നെ തലവനെ തെരഞ്ഞെടുക്കുന്ന സമ്പ്രദായം നിലവിൽ വരികയും അത് ആദ്യമായി കുലീനൻമാരുടെ കുടുംബപാരമ്പര്യം സൃഷ്ടിക്കുകയും ചെയ്തു. ഈ കുടുംബങ്ങൾ സെനറ്റംഗത്വവും മറ്റെല്ലാ ഔദ്യോഗിക സ്ഥാനങ്ങളും തങ്ങളുടെ കുത്തകയാണെന്നവകാശപ്പെട്ടു. കാലക്രമത്തിൽ ജനങ്ങളും ഈ അവകാശവാദം അംഗീകരിച്ചുകൊടുത്തു. ആദ്യത്തെ സെനറ്റംഗങ്ങൾക്കും അവരുടെ സന്തതിപരമ്പരകൾക്കും റോമുലസ് പ്രത്യേക സ്ഥാനമാനങ്ങൾ കൽപ്പിച്ചുകൊടുത്തതായുള്ള ഐതിഹ്യം ഇതാണ് സൂചിപ്പിക്കുന്നത്. പല കാര്യങ്ങളിലും തീരുമാനമെടുക്കാനും ഭാവിയിൽ

കൈക്കൊള്ളേണ്ട പ്രധാന നടപടികളെക്കുറിച്ച്, പ്രത്യേകിച്ചും പുതിയ നിയമങ്ങളെക്കുറിച്ച്, പ്രാഥമികചർച്ച നടത്തുവാനും സെനറ്റിന് അധികാരമുണ്ടായിരുന്നു. ഇത്തരം കാര്യങ്ങളിൽ അന്തിമ തീരുമാനം എടുക്കുന്നത് ജനകീയസഭയാണ്. ജനകീയസഭയിൽ ഗണസംഘങ്ങൾ തിരിഞ്ഞാണ്, ഒരുപക്ഷെ, ഓരോ ഗണസംഘവും ഗണമായി തിരിഞ്ഞുമാണ് ആളുകൾ പങ്കെടുക്കുന്നത്. ഓരോ ഗണത്തിനും ഒരു വോട്ട് എന്ന അടിസ്ഥാനത്തിലാണ് തീരുമാനങ്ങൾ എടുക്കുന്നത്. ഗ്രീസിലെ ബാസിലിയസിന് തുല്യനായ 'റെക്സ്' ഉൾപ്പെടെയുള്ള ഉന്നതോദ്യോഗസ്ഥൻമാരെ തെരഞ്ഞെടുക്കുന്നതും നിയമങ്ങൾ അംഗീകരിക്കുകയോ നിരാകരിക്കുകയോ ചെയ്യുന്നതും യുദ്ധം പ്രഖ്യാപിക്കുന്നതും (സന്ധിയുണ്ടാക്കാനുള്ള അധികാരം സെനറ്റിനാണ്.) മരണശിക്ഷ അന്തർഭവിക്കുന്ന കേസുകളിൽ സുപ്രീംകോടതിയുടെ നിലയിൽ അപ്പീൽ കേൾക്കുകയും വിധി പറയുന്നതും ജനകീയസഭയാണ്. സെനറ്റും ജനകീയസഭയും അവയോടൊപ്പം റെക്സും ചേർന്നാൽ ഭരണസംവിധാനം പൂർണമാവുന്നു. സേനാനായകനും പുരോഹിതമുഖ്യനും ചില കോടതികളുടെ അധ്യക്ഷനും കൂടിയായിരുന്നു റെക്സ്. ഈ നിലകളിലുള്ള അധികാരങ്ങളല്ലാതെ ജനങ്ങളുടെ സ്വാതന്ത്ര്യത്തിൻമേലോ ജീവധനാദികളിൻമേലോ യാതൊരു അധികാരവും അയാൾക്കില്ലായിരുന്നു. അയാളുടെ സ്ഥാനം പരമ്പരാഗതമല്ല. മറിച്ച് ആ സ്ഥാനത്തേക്ക് ആളെ തെരഞ്ഞെടുക്കുകയാണ്. തെരഞ്ഞെടുക്കുന്നതും വാഴിക്കുന്നതും ജനകീയസഭയാണ്. മുൻഗാമി നാമനിർദ്ദേശംചെയ്യുന്ന ആളെയാണ് തെരഞ്ഞടുക്കുന്നതെന്നും വരാം. റെക്സിനെ സ്ഥാനഭ്രഷ്ടനാക്കാനുള്ള അധികാരവും ജനകീയസഭക്കുണ്ട്.

വീരയുഗത്തിലെ ഗ്രീസിലെപ്പോലെ, ഗണം, ഗണസംഘം, ഗോത്രം എന്നിവകളിൽ അധിഷ്ഠിതവും അവയിൽനിന്ന് രൂപമെടുത്തതുമായ ഒരു സൈനിക ജനാധിപത്യമാണ് ഇതും. ഗണസംഘവും ഗോത്രവും ഭാഗികമായി കൃത്രിമസൃഷ്ടികളാണെന്നു വരാമെന്നിരിക്കിലും അവയ്ക്കു ജന്മംനൽകിയ സമൂഹത്തിന്റെ തനിമയും സ്വാഭാവികതയും അവയ്ക്കുമുണ്ടായിരുന്നു. സ്വാഭാവികമായി ഉയർന്നുവന്ന കുലീനൻമാർ സമൂഹത്തിൽ സ്ഥാനമുറപ്പിച്ചെങ്കിലും,ക്രമേണ അവരുടെ അധികാരശക്തി വർധിപ്പിക്കുവാനുള്ള ശ്രമംനടന്നെങ്കിലും, അതുകൊണ്ടൊന്നും ഭരണസംവിധാനത്തിന്റെ അടിസ്ഥാനപരമായ സ്വഭാവത്തിൽ യാതൊരു മാറ്റവും സംഭവിച്ചില്ല എന്നതു മാത്രമാണ് പ്രധാനപ്പെട്ട കാര്യം.

അതേസമയം, അയൽപ്രദേശങ്ങൾ വെട്ടിപ്പിടിച്ച് അതിർത്തികൾ വിപുലപ്പെടുത്തിയതുവഴിയും കുടിയേറ്റം വഴിക്കും റോമാനഗര

ത്തിന്റെയും റോമാഭൂപ്രദേശത്തിന്റെയും ജനസംഖ്യ പെരുകിക്കൊണ്ടിരുന്നു. പുതുതായി വന്നുചേർന്നവർ ഗോത്രത്തിലും ഗണസംഘത്തിലും ഗണത്തിലും പെടാത്തവരായതുകൊണ്ട് അവരെ റോമൻപ്രജകളായി കണക്കാക്കിയില്ല. എങ്കിലും ഭൂസ്വത്ത് സമ്പാദിക്കാനുള്ള അവകാശവും വ്യക്തിസ്വാതന്ത്ര്യവും അതുപോലെതന്നെ നികുതികൊടുക്കാനും സൈനികസേവനം നടത്താനുമുള്ള ബാധ്യതയും അവർക്കുണ്ടായിരുന്നു. പക്ഷെ, ഔദ്യോഗികസ്ഥാനത്തിനോ ജനകീയസഭയിൽ അംഗത്വത്തിനോ പുതുതായി വെട്ടിപ്പിടിച്ച ഭൂമിയുടെ പങ്കിനോ അർഹതയില്ല. അങ്ങനെ പൊതുഅവകാശങ്ങൾ യാതൊന്നുമില്ലാത്ത അവർ പുറംജാതികളായിത്തീർന്നു.

പഴയ റോമൻ ജനത അവർക്കെതിരെ വാതിൽ കൊട്ടിയടച്ചു. പക്ഷെ, ഈ പുറംജാതികൾ നേടിയിരുന്ന സൈനികപരിശീലനവും അവരുടെ പടക്കോപ്പുകളും നിരന്തരമായി ഏറിക്കൊണ്ടിരുന്ന സംഖ്യയും പഴയ റോമക്കാർക്ക് ശല്യമായിത്തീർന്നു. ഭൂമിയും തുല്യമായിത്തന്നെ അവർക്കുണ്ടായിരുന്നു. വ്യാപാരവും വ്യവസായവും വഴിക്കുള്ള സമ്പത്ത് അത്ര കാര്യമായി ഉണ്ടായിത്തുടങ്ങിയിരുന്നില്ലെങ്കിലും ഉള്ളതിൽ ഏറിയപങ്കും പുറം ജാതികളുടെ കയ്യിൽ തന്നെയായിരുന്നു.

പഴയ ഗണസംവിധാനത്തെ കടപുഴക്കിയ വിപ്ലവം എപ്പോൾ എങ്ങനെയാണ് സംഭവിച്ചതെന്നും അതിന്റെ കാരണങ്ങളേവയെന്നുമുള്ള കാര്യങ്ങളിലേക്കു വെളിച്ചം വീശുവാൻ ചരിത്രകാരൻമാർക്ക് കഴിഞ്ഞിട്ടില്ല. നമുക്കു തീർച്ചയായി പറയാവുന്നത് ഒന്നുമാത്രം: റോമൻപ്രജകളും പുറംജാതികളും തമ്മിലുള്ള സംഘട്ടനത്തിൽ നിന്നാണ് ആ വിപ്ലവത്തിനുള്ള കാരണങ്ങൾ ഉദ്ഭവിച്ചത്.

വിപ്ലവത്തിനുശേഷം നിലവിൽവന്ന പുതിയ ഭരണഘടന അന്നത്തെ റെക്സായിരുന്ന സെർവിയസ് തുല്ലിയസ്സിന്റെ പേരിലാണ് അറിയപ്പെടുന്നത്. ഗ്രീസിലെ, വിശേഷിച്ചും സൊളോന്റെ, ഭരണഘടനയുടെ മാതൃകയിലുള്ള ആ ഭരണഘടന സൈനികസേവനം നടത്തിയിട്ടുണ്ടോ ഇല്ലയോ എന്നതിനെ അടിസ്ഥാനമാക്കി പ്രജകളേയും പുറംജാതികളേയും ഒരുപോലെ ഉൾപ്പെടുത്തുകയോ ഉൾപ്പെടുത്താതിരിക്കുകയോ ചെയ്തു കൊണ്ടുള്ള ഒരു പുതിയ ജനകീയ സഭയ്ക്ക് രൂപം നൽകി. സൈനിക സേവനത്തിന് ബാധ്യസ്ഥരായ പുരുഷൻമാരെ അവർക്കുള്ള മൊത്തം സമ്പത്തിന്റെ അടിസ്ഥാനത്തിൽ ആറായി തിരിച്ച്, ഒരു ലക്ഷം കഴുതകളുള്ളവർ ഒന്നും 75,000 ഉള്ളവർ രണ്ടും 50,000 ഉള്ളവർ മൂന്നും 25,000 ഉള്ളവർ നാലും 11,000 കഴുതകളുള്ളവർ അഞ്ചും അതിൽ താഴെയുള്ളവരും ഒന്നുമില്ലാത്തവരുമായ തൊഴിലാളിവർഗം ആറും വിഭാഗങ്ങളായി. പൗരൻമാരെ പട്ടാളക്കാരെയെന്നവണ്ണം നൂറിന്റെ കുപ്പിണികളാക്കി

ഓരോ കുപ്പിണിക്കും ഓരോ വോട്ട് എന്നതായിരുന്നു പുതിയ ജനകീയസഭയുടെ രീതി. അങ്ങനെ ഒന്നാം വിഭാഗത്തിന് 30, രണ്ടാം വിഭാഗത്തിന് 22, മൂന്നിന് 20, നാലിന് 22, അഞ്ചിന് 30, ആറാം വിഭാഗത്തിന് പേരിനുമാത്രം ഒന്നും– ഇതായിരുന്നു സഭയിലെ പ്രാതിനിധ്യം. ഇതുകൂടാതെ ഏറ്റവും വലിയ സമ്പന്നൻമാർ മാത്ര മടങ്ങുന്ന കുതിരപ്പടയുടെ പതിനെട്ട് പ്രതിനിധികളുമുണ്ടായിരുന്നു. ഇവരും ഒന്നാം വിഭാഗക്കാരും ചേർന്നാൽ ഭൂരിപക്ഷമായി. അവർ യോജിച്ചുകഴിഞ്ഞാൽ പിന്നെ തീരുമാനങ്ങൾ എടുക്കുന്നതിന് മറ്റു വിഭാഗക്കാരോട് ചോദിക്കുകപോലും വേണ്ട.

ഗണസംഘത്തിന്റെ പ്രതിനിധികൾ അടങ്ങുന്ന പഴയ ജനകീ യസഭക്കുണ്ടായിരുന്ന രാഷ്ട്രീയാധികാരങ്ങളെല്ലാം ഈ പുതിയ സഭയുടെ കയ്യിൽവന്നു. അതോടെ പഴയ സഭ അന്തർധാനം ചെയ്തു. ഗണവും ഗണസംഘവും ഏഥൻസിലെപ്പോലെതന്നെ വെറും സ്വകാര്യസംഘങ്ങളോ മതസംഘടനകളോ ആയി തരംതാണു. ആ നിലയിൽ അവ പിന്നെയും ഏറെക്കാലം നിലനിൽക്കുകയും ചെയ്തിരുന്നു. പ്രദേശത്തിന്റെ അടിസ്ഥാനത്തിൽ നാലായി തിരിച്ച് നാല് പ്രാദേശിക ഗോത്രങ്ങളാക്കിക്കൊണ്ട് പഴയ മൂന്നുഗോത്ര ങ്ങളെയും ഭരണകൂടത്തിന്റെ സംവിധാനത്തിൽ നിന്ന് ഒഴിവാക്കി.

അങ്ങനെ രക്തബന്ധാധിഷ്ഠിതമായ പഴയ സാമൂഹ്യക്രമ ത്തെ തകർത്തുകൊണ്ട് പ്രദേശത്തിന്റെ അടിസ്ഥാനത്തിലുള്ള വിഭജനത്തിലും സമ്പത്തിന്റെ ശ്രേഷ്ഠതയിലും അധിഷ്ഠിതമായ ഒരു പുതിയ ഭരണഘടന, ശരിക്കും ഭരണകൂടത്തിന്റേതായ ഒരു ഭരണഘടന, സ്ഥാനം പിടിച്ചു. ഇവിടെ പൊതുഅധികാരം സൈനി കസേവനത്തിനു ബാധ്യസ്ഥരായ പൗരസഞ്ചയത്തിൽ നിക്ഷിപ്ത മായി; അത് അടിമകൾക്കും സൈനികസേവനം നടത്താനോ ആയുധങ്ങൾ കൊണ്ടുനടക്കാനോ അവകാശമില്ലാത്ത തൊഴിലാളി കൾ എന്നു പറയപ്പെടുന്നവർക്കും എതിരായി പ്രയോഗിക്കാനും തുടങ്ങി.

അവസാനത്തെ റെക്സായിരുന്ന തർക്യുനിയസ് സൂപ്പർ ബസ് പരമാധികാരം കയ്യാളി. അയാളെ നിഷ്കാസനം ചെയ്ത്. ആ സ്ഥാനത്ത് രണ്ട് പടത്തലവൻമാരെ (ഇറോക്വോയികൾക്കിടയിലെ പ്പോലെ) നിയമിച്ചതോടെ പുതിയ ഭരണഘടന അനായാസമായി കൂടുതൽ ശക്തി പ്രാപിച്ചു. ഔദ്യോഗികസ്ഥാനങ്ങൾക്കും പൊതു ഭൂമിയുടെ പങ്കിനും വേണ്ടി സാധാരണക്കാരും കുലീനരും തമ്മിൽ നടന്ന പോരാട്ടങ്ങൾ, സൈനികസേവനത്തിനു പോയതുകാരണം സ്വയം നശിക്കേണ്ടിവന്ന കൃഷിക്കാരുടെ ഭൂമികൾ ക്രമേണ തട്ടിയെടുത്തും അവയിൽ അടിമകളെക്കൊണ്ട് പണിയെടുപ്പിച്ചും വമ്പിച്ച ഭൂവുടമകളും പണക്കാരുമായിത്തീർന്നവരുടെ ഒരു പുതിയ

വർഗം ഉയർന്നുവന്നത്, കുലീനൻമാർ അവസാനം അതിൽ ലയിച്ചത്, ആ പുതിയ വർഗം ഇറ്റലിയെ വിജനീകരിച്ചതും അതുവഴി ആദ്യം ചക്രവർത്തിഭരണത്തിനും പിന്നീടു അപരിഷ്കൃതാവസ്ഥയിലായിരുന്ന ജർമൻകാർക്കും വാതിൽ തുറന്നുകൊടുത്തതും- എല്ലാമുൾപ്പെടുന്ന റോമൻ റിപ്പബ്ലിക്കിന്റെ ചരിത്രമത്രയും ഈ ഭരണഘടനയിലൂടെയാണ് കടന്നുപോയത്.

7

കെൽറ്റ് ഗണങ്ങളും ജർമൻ ഗണങ്ങളും

കാടത്തത്തിന്റെയും അപരിഷ്കൃതാവസ്ഥയുടെയും ഘട്ടത്തിൽ അങ്ങേയറ്റം വൈവിധ്യത്തോടുകൂടി കഴിഞ്ഞുപോരുന്ന ജനങ്ങൾക്കിടയിൽ ഏറെക്കുറെ ശുദ്ധമായ രൂപത്തിൽതന്നെയുള്ള ഗണസംവിധാനം ഇന്നും നമുക്ക് കാണാൻ കഴിയും. അതുപോലെ തന്നെ ഏഷ്യയിലെ പരിഷ്കൃതരാജ്യങ്ങളുടെ പ്രാചീന ചരിത്രത്തിലും ഏതാദൃശങ്ങളായ സ്ഥാപനങ്ങളുടെ അവശിഷ്ടങ്ങൾ കണ്ടെത്താവുന്നതാണ്. പക്ഷെ, അവയിലേക്കെല്ലാം കടക്കാൻ സ്ഥലപരിമിതി അനുവദിക്കുന്നില്ല. ഗണത്തിന്റെ ഒരുതരത്തിലല്ലെങ്കിൽ മറ്റൊരു തരത്തിലുള്ള രൂപം എല്ലായിടത്തും കാണാം. കെൽറ്റുകളുടെയും ജർമൻകാരുടെയും ഗണസംവിധാനത്തെക്കുറിച്ചുമാത്രം ഇവിടെ ഒട്ടൊന്നു പരാമർശിക്കാം.

ഗണവ്യവസ്ഥയെ ഉയർത്തിപ്പിടിക്കുന്ന ഏറ്റവും പഴയ കെൽറ്റിക് നിയമങ്ങൾ അയർലണ്ടിലും സ്കോട്ട്ലണ്ടിലും ഇന്നും അവശേഷിക്കുന്നുണ്ട്. ഇംഗ്ളീഷുകാരുടെ ആധിപത്യവും നിയമങ്ങളും കോടതികളുംകൂടി അവയെ നശിപ്പിച്ചുകളഞ്ഞെങ്കിലും, ആ നിയമങ്ങൾ ജനമനസുകളിൽ ഇന്നും പച്ചപിടിച്ചുതന്നെ നിൽക്കുന്നു. ഇംഗ്ലീഷുകാർ ആധിപത്യം സ്ഥാപിക്കുന്നതിനു പല നൂറ്റാണ്ടുകൾക്കു മുമ്പും, എന്നാൽ പതിനൊന്നാം നൂറ്റാണ്ടിനു പിമ്പല്ലാതെയും, എഴുതപ്പെട്ടിട്ടുള്ള ഏറ്റവും പഴയ വെൽഷ് നിയമങ്ങളിൽ ഗ്രാമങ്ങൾ ഒന്നടങ്കം ചേർന്നുള്ള കൂട്ടുകൃഷിയെക്കുറിച്ചുള്ള സൂചനകൾ കാണാം. ഓരോ കുടുംബത്തിനും സ്വന്തമായി കൃഷിചെയ്യുവാൻ അഞ്ച് ഏക്കർ ഭൂമി വീതം ഉണ്ടായിരുന്നു. ഇതിനും പുറമേയാണ് പൊതുവിലുള്ള ഭൂമി. അതു കൂട്ടായി കൃഷിചെയ്യുകയും വിളവു പങ്കുവയ്ക്കുകയും ചെയ്തിരുന്നു. ഈ ഗ്രാമസമൂഹങ്ങൾ

ഗണസംഘത്തെയോ അതിന്റെ ഉപവിഭാഗങ്ങളെയോ ആണ് പ്രതിനിധാനം ചെയ്തിരുന്നതെന്നു നിസംശയം പറയാം.

ഈ നിയമങ്ങളിൽനിന്നു ബോധ്യമാവുന്ന മറ്റൊരു കാര്യം പതിനൊന്നാം നൂറ്റാണ്ടുവരെയും കെൽറ്റുകളുടെ ഇടയിൽ യുഗ്മ കുടുംബം ഏകഭാര്യാത്വത്തിന് അത്രയൊന്നും വഴിമാറിക്കൊടുത്തിരുന്നില്ല എന്നുള്ളതാണ്. വെയിൽസിൽ വിവാഹം പിരിയാൻ പാടില്ലാത്ത ഒരു ബന്ധമായി മാറിക്കഴിഞ്ഞിരുന്നില്ല, എന്നല്ല, വിവാഹശേഷം ഏഴുവർഷത്തിനിടയിൽ എപ്പോൾ വേണമെങ്കിലും ബന്ധമൊഴിയാം എന്നു പറയുന്നതാവും ഏറെ ശരി. ബന്ധമൊഴിയുന്നതോടൊപ്പം വസ്തുവകകളും രണ്ടായി പങ്കിട്ടെടുക്കണം. പങ്കുവയ്ക്കുന്നത് ഭാര്യയാണ്, ഭർത്താവിന് ഇഷ്ടമുള്ള പങ്ക് തെരഞ്ഞെടുക്കാം. വീട്ടുസാമാനങ്ങൾ പങ്കുവയ്ക്കുന്ന രീതി രസകരമാണ്. വിവാഹമോചനത്തിനു മുൻകയ്യെടുക്കുന്നതു പുരുഷനാണെങ്കിൽ സ്ത്രീധനവും മറ്റുചില ഉരുപ്പടികളും അയാൾ ഭാര്യക്കു മടക്കിക്കൊടുക്കണം. സ്ത്രീയാണ് മുൻകയ്യെടുക്കുന്നതെങ്കിൽ അവൾക്കു കിട്ടുന്ന വീതം കുറവായിരിക്കും. മൂത്തതിനെയും ഇളയതിനെയും ഭർത്താവിനും, നടുക്കുള്ളതിനെ ഭാര്യക്കും എന്ന കണക്കിനാണ് കുട്ടികളെ വീതിക്കുന്നത്. വിവാഹമോചനത്തിനു ശേഷം സ്ത്രീ പുനർവിവാഹം കഴിച്ചാലും ആദ്യഭർത്താവിനു വേണമെങ്കിൽ അവളെ തിരിച്ചുവിളിക്കാം. ഔപചാരികമായ വിവാഹച്ചടങ്ങൊന്നും കൂടാതെ ഒരു പുരുഷനും സ്ത്രീയും ഏഴുവർഷം ഒന്നിച്ചുകഴിഞ്ഞാൽ അവരെ ഭാര്യാഭർത്താക്കൻമാരായി കണക്കാക്കും. അവിവാഹിതകൾ ചാരിത്ര്യം കാത്തുസൂക്ഷിക്കുന്നതിൽ അത്രയൊന്നും നിഷ്കർഷ കാട്ടിയിരുന്നില്ല, അതു നിർബന്ധവുമല്ലായിരുന്നു. ജാരബന്ധത്തിലേർപെടുന്ന ഭാര്യയെ ഭർത്താവിനു തല്ലാം. അതുകഴിഞ്ഞാൽ കാര്യം തീർന്നു. കാരണം, ഒരു കുറ്റത്തിന് ഒന്നുകിൽ പിഴ ഈടാക്കാം അല്ലെങ്കിൽ പ്രതികാരം ചെയ്യാം, അല്ലാതെ രണ്ടും കൂടി പാടില്ല എന്നാണു നിയമം. വളരെ നിസാരമായ കാരണങ്ങളിൻമേൽ വിവാഹമോചനം നേടാനുള്ള സ്വാതന്ത്ര്യം സ്ത്രീകൾക്കുണ്ടായിരുന്നു. ഭർത്താവിന്റെ വായയുടെ ദുർഗന്ധം മതിയായ ഒരു കാരണമായിരുന്നു. പ്രഥമരാത്രിയുടെ അവകാശത്തിൽ നിന്ന് വർഗത്തലവനെയോ രാജാവിനെയോ ഒഴിവാക്കുന്നതിനുവേണ്ടി കൊടുക്കുന്ന 'തമ്പ്രാൻപണം' നിയമസംഹിതയിൽ പ്രധാന്യം കൽപ്പിക്കപ്പെട്ട ഒരു കാര്യമായിരുന്നു. ജനകീയസഭയിൽ സ്ത്രീകൾക്കു വോട്ടവകാശമുണ്ടായിരുന്നു. അയർലണ്ടിലും ഇതൊക്കെത്തന്നെയായിരുന്നു സ്ഥിതി. അവിടെ ഒരു നിശ്ചിത കാലത്തേക്കുള്ള വിവാഹങ്ങൾകൂടി ഉണ്ടായിരുന്നു. ഭാര്യയെ ഉപേക്ഷിച്ചാൽ അവൾക്ക് വീട്ടുജോലിയുടെ പ്രതിഫലമുൾപ്പെടെയുള്ള നിർലോഭമായ ആനുകൂല്യങ്ങൾ കൃത്യമായി കൊടുത്തേ

മതിയാവൂ. സ്വത്ത് ഭാഗംവയ്ക്കുമ്പോൾ നിയമാനുസൃതരായ മക്കളെന്നോ അല്ലാത്ത മക്കളെന്നോ ഉള്ള ഭേദമൊന്നും ഇല്ലായിരുന്നു. ചുരുക്കത്തിൽ ഈ യുഗ്മവിവാഹ സമ്പ്രദായവുമായി തട്ടിച്ചുനോക്കുമ്പോൾ വടക്കേ അമേരിക്കയിലെ വിവാഹസമ്പ്രദായം കർശനമായിരുന്നു. പക്ഷെ, സീസറുടെ കാലത്തുപോലും സംഘവിവാഹത്തിൽ കഴിഞ്ഞിരുന്ന ഒരു ജനതയെ സംബന്ധിച്ചിടത്തോളം പതിനൊന്നാം നൂറ്റാണ്ടിൽ ഇതിൽ അദ്ഭുതപ്പെടാനൊന്നുമില്ല.

പഴയ നിയമപുസ്തകങ്ങൾ മാത്രമല്ല ഇംഗ്ലണ്ടിലെ രാജാവിന്റെ അധീശത്വം സ്ഥാപിച്ചെടുക്കാൻ വേണ്ടി പതിനേഴാം നൂറ്റാണ്ടിൽ അയർലണ്ടിലേക്ക് അയക്കപ്പെട്ട ഇംഗ്ലീഷ് നിയമജ്ഞൻമാരും അവിടെ ഗണവ്യവസ്ഥ നിലനിന്നിരുന്നു എന്ന വസ്തുത സ്ഥിരീകരിക്കുന്നുണ്ട്. അന്നുപോലും ഭൂമി മുഴുവൻ ഗണത്തിന്റെ പൊതുസ്വത്തായിരുന്നു. ചിലേടങ്ങളിൽ അത് ഗണനാഥൻ കയ്യടക്കി തനതു വകയായി മാറ്റിയിരുന്നതായും കാണാം. ഒരു ഗണാംഗം മരിക്കുകയും അങ്ങനെ അയാളുടെ കുടുംബം ഇല്ലാതാവുകയും ചെയ്താൽ, ഗണനാഥൻ ഗണഭൂമി മുഴുവനും അവശേഷിക്കുന്ന കുടുംബങ്ങൾക്കായി പുനർവിതരണം ചെയ്യുന്നു. അത്തരം ഗ്രാമങ്ങൾ അപൂർവമായെങ്കിലും ഇന്നും കാണാം: നാൽപതൻപതു വർഷങ്ങൾക്കുമുൻപ് അവ ധാരാളം ഉണ്ടായിരുന്നു. ഒരു കാലത്ത് ഗണത്തിന്റെ പൊതുസ്വത്തായിരുന്നതും ആധിപത്യം സ്ഥാപിച്ച ഇംഗ്ലീഷുകാർ കയ്യടക്കിയതുമായ ഭൂമി തുണ്ടായിതിരിച്ച് കുടിയാനായ ഓരോ കൃഷിക്കാരനും കൊടുത്തുവെങ്കിലും എല്ലാം കൂടി ചേർത്തു കൃഷിയിറക്കുകയും വിളവ് പങ്കുവയ്ക്കുകയുമാണ് കൃഷിക്കാർ ചെയ്യുന്നത്. ചതുപ്പുനിലവും മേച്ചിൽസ്ഥലവും പൊതുവായി ഉപയോഗിക്കുന്നു. ഭൂമി കാലാകാലങ്ങളിൽ, ചിലപ്പോൾ ആണ്ടോടാണ്ടുതന്നെയും, പുനർവിതരണം ചെയ്യുന്ന ഏർപ്പാട് അൻപതുകൊല്ലം മുമ്പുവരെയുംനിലവിലുണ്ടായിരുന്നു. ചില പ്രദേശങ്ങളിൽ ഒരേ ഗണത്തിലെ അംഗങ്ങൾ ഇന്നും അവരുടെ പഴയ വാസസ്ഥാനങ്ങളിൽതന്നെ ഒന്നിച്ചു കഴിഞ്ഞുകൂടുന്നുണ്ടെന്നും കൂടി ആനുഷംഗികമായി പറഞ്ഞുകൊള്ളട്ടെ.

സ്കോട്ട്ലണ്ടിലെ ഗണവ്യവസ്ഥയുടെ തകർച്ച 1745 ലെ കലാപം അമർച്ചചെയ്തിടത്തു തുടങ്ങുന്നു. ഇവിടെ ഉണ്ടായിരുന്ന ഗണത്തിന്റെ ശരിയായ രൂപമെന്തെന്നു ഇനിയും പഠിച്ചറിയേണ്ടതായിട്ടാണിരിക്കുന്നത്. എങ്കിലും വാൾടർ സ്കോട്ടിന്റെ നോവലുകൾ സ്കോട്ട്ലണ്ടിലെ പീഠഭൂമികളിലെ ഗണത്തിന്റെ വ്യക്തമായ ചിത്രം നമുക്കു നൽകുന്നുണ്ട്. മോർഗൻ പറയുന്നതുപോലെ:

> രൂപഘടനയിലും ആത്മചൈതന്യത്തിലും ഗണത്തിന്റെ ഒരു ജ്ജ്വലമാതൃകയും ഗണജീവിതത്തിന് അതിന്റെ അംഗങ്ങ

ളുടെ മേലുള്ള സ്വാധീനത്തിന്റെ ദൃഷ്ടാന്തവുമാണിത്........... അവരുടെ കുടിപ്പകയിലും പ്രതികാരവാഞ്ഛയിലും ഗണാംഗങ്ങൾ കൂട്ടമായി ഒരിടത്തുതന്നെ പാർക്കുന്നതിലും ഭൂമി പൊതുവായി ഉപയോഗിക്കുന്നതിലും അവർക്ക് അന്യോന്യം മൂപ്പനോടുമുള്ള കൂറിലും എല്ലാംതന്നെ ഗണസമൂഹത്തിന്റെ ഗുണവിശേഷങ്ങളാണ് നമുക്ക് കാണാൻ കഴിയുന്നത്............ദായക്രമം പിതൃവഴിക്കുള്ളതായിരുന്നു. ആൺവഴിക്കുള്ള സന്താനങ്ങളെ ഗോത്രത്തിലെ തന്നെ അംഗങ്ങളായും പെൺവഴിക്കുള്ളവരെ അവരവരുടെ പിതാക്കൻമാരുടെ ഗോത്രത്തിലെ അംഗങ്ങളായും കണക്കാക്കി.

തായവകാശം പണ്ട് സ്കോട്ട്ലണ്ടിൽ നിലവിലുണ്ടായിരുന്നുവെന്നാണ് 'പിക്ട്സ്' രാജകുടുംബത്തിന്റെ ചരിത്രത്തിൽ നിന്നു തെളിയുന്നത്. ഗണമുഖ്യനോ രാജാവിനോ ഏതൊരു വധുവിന്റെമേലും പ്രഥമരാത്രിക്കുള്ള അവകാശം, അല്ലെങ്കിൽ അതിനു പകരം തമ്പ്രാൻ പണത്തിനുള്ള അവകാശം, മധ്യകാലങ്ങൾവരെയും അയർലണ്ടിലും സ്കോട്ട്ലണ്ടിലും നിലവിലുണ്ടായിരുന്നു. അക്കാലംവരെയും പുനലുവൻ കുടുംബം നിലവിലുണ്ടായിരുന്നു എന്നാണ് ഇതു കാണിക്കുന്നത്.

കുടിയേറ്റത്തിന്റെ കാലംവരെയും ജർമൻകാർ ഗോത്രവ്യവസ്ഥയിലാണ് കഴിഞ്ഞിരുന്നതെന്നുള്ളത് തർക്കമറ്റ വസ്തുതയാണ്. ഡാന്യൂബ്, റൈൻ എന്നീ നദികൾക്കിടയിലെ പ്രദേശങ്ങളിലേക്കും വടക്കൻ കടൽത്തീരങ്ങളിലേക്കും അവർ കുടിയേറിയത് ഏതാനും നൂറ്റാണ്ടുകൾക്കു മുമ്പു മാത്രമാണെന്നു വ്യക്തമാണ്. 'സുയേവി'കൾ സീസറുടെ കാലത്തുതന്നെയും പൂർണമായും പാർപ്പുറപ്പിച്ചു കഴിഞ്ഞിരുന്നില്ല. അവർ ഗണങ്ങളുമായിട്ടാണ് പാർപ്പുറപ്പിച്ചതെന്ന് സീസർ തറപ്പിച്ചു പറയുന്നുണ്ട്. എല്ലാ ജർമൻകാരെ സംബന്ധിച്ചും ഗണം എന്ന വാക്കിന് ദുർവ്യാഖ്യാനം ചെയ്യാൻ പഴുതില്ലാത്തവിധം സുനിശ്ചിതമായ അർഥമാണുള്ളത്. കീഴടക്കപ്പെട്ട റോമൻ പ്രവിശ്യകളിലേക്ക് ജർമൻകാർ കുടിയേറിപ്പാർത്തത് ഗണങ്ങളായിട്ടാണ്. ഡാന്യൂബിനു തെക്കുള്ള പ്രദേശങ്ങളിൽ ഗണങ്ങളായിട്ടാണ് കുടിയേറിപ്പാർപ്പു നടന്നതെന്നുള്ള വസ്തുത അലമാന്നിയൻനിയമം തെളിയിക്കുന്നുണ്ട്. ഇവർ പൊതുഭൂമിയുടെ ഉടമകളായ വലിയ തറവാടുകളായിരുന്നുവെന്നും അവ പിന്നീട് ഗ്രാമസമൂഹങ്ങളായി ഉറച്ചുവെന്നും പ്രസിദ്ധ റഷ്യൻ നരവംശ ശാസ്ത്രജ്ഞനായ കൊവല്യേവ്സ്കി അടുത്ത കാലത്ത് അഭിപ്രായപ്പെടുകയുണ്ടായി.

മെക്സിക്കോക്കാരെയും ഗ്രീക്കുകാരെയുംപോലെ ജർമൻകാരും ഗണത്തിന്റെ അടിസ്ഥാനത്തിലാണ് പട്ടാളത്തെ സംഘടിപ്പിച്ചിരുന്നത്. പക്ഷെ, 'കുലത്തിന്റെയും ചാർച്ചയുടെയും അടിസ്ഥാനത്തിൽ അണിനിരക്കട്ടെ' എന്ന ടാസിറ്റസിന്റെ വാക്കുകൾ കാണിക്കു

ന്നത് അദ്ദേഹത്തിന്റെ കാലമായപ്പോഴേക്കും ഗണം റോമിൽ നിർജീവമായി കഴിഞ്ഞിരുന്നു എന്നാണ്.

> *ടാസിറ്റസ് മറ്റൊരിടത്ത് പറയുന്നു:*
>
> അമ്മാവൻ അനന്തരവനെ സ്വന്തം മകനായി കരുതുന്നു; അമ്മാവനും അനന്തരവനും തമ്മിലുള്ള രക്തബന്ധം അച്ഛനും മകനും തമ്മിലുള്ളതിനെക്കാൾ പാവനവും ദൃഢവുമാണെന്നുപോലും ചിലർ കണക്കാക്കുന്നു; ബാധ്യതകൾക്ക് മകനെക്കാൾ നല്ല പണയം അനന്തരവനാണെന്ന് കരുതുന്നതിന്റെ കാരണം ഇതാണ്.

ടാസിറ്റസിന്റെ ഈ വിവരണം മർമ പ്രാധാന്യമുള്ളതാണ്. എന്തെന്നാൽ തായവകാശം പൂർണചൈതന്യത്തോടുകൂടി നിലനിൽക്കുന്നതും അതുവഴി ഗണത്തിന്റെ മൂലരൂപവുമാണ് നാം ഇവിടെ കാണുന്നത്. അത് ജർമൻകാരുടെ പ്രത്യേകതയായി ചിത്രീകരിക്കുകയും ചെയ്തിരിക്കുന്നു. ഒരു ബാധ്യതയിൽ മകനെ പണയപ്പെടുത്തുന്ന അച്ഛൻ വിശ്വാസവഞ്ചന നടത്തുകയും അത് മകന്റെ ജീവഹാനിക്കിടവരുത്തുകയും ചെയ്താൽ അത് അയാളെ മാത്രം സംബന്ധിക്കുന്ന കാര്യമാണ്. പക്ഷെ അനന്തരവനാണ് അങ്ങനെ സംഭവിക്കുന്നതെങ്കിലോ അത് ഏറ്റവും പരിപാവനമായ ഗണനിയമത്തിന്റെ ലംഘനമായി പരിഗണിക്കപ്പെടും. അനന്തരവനെ പണയപ്പെടുത്തിയ ആൾ, അവന്റെ ജീവൻ സംരക്ഷിക്കാൻ ഏറ്റവും കടപ്പെട്ട ബന്ധു എന്ന നിലയിൽ, അവന്റെ മരണത്തിന് സമാധാനം പറയേണ്ടിയിരുന്നു; ഒന്നുകിൽ അവനെ പണയപ്പെടുത്തരുതായിരുന്നു, അഥവാ പണയപ്പെടുത്തിയാൽ കരാർ പാലിക്കുകയും ചെയ്യണമായിരുന്നു.

ഇതിലും പ്രധാനപ്പെട്ടതാണ് നോർവീജിയൻ ഭാഷയിലെ പഴയ ഒരു പാട്ട്. പ്രളയത്തിനുമുൻപുള്ള ജീവിതത്തെ വർണിക്കുകയും ക്രിസ്തീയവിശ്വാസത്തിന്റെ അംശങ്ങൾ ഉൾക്കൊള്ളുകയും ചെയ്യുന്ന 'ദിവ്യയുടെ ദർശനം' എന്ന ഈ പാട്ടിലെ ഒരു ഭാഗം ഇങ്ങനെയാണ്:

> *സഹോദരൻമാർ തമ്മിൽ തമ്മിൽ അങ്കംവെട്ടും. ഓരോരുത്തരും അപരന്റെ കൊലയാളിയായിത്തീരും. അനന്തരവൻമാർ രക്തബന്ധങ്ങൾ വിച്ഛേദിച്ചുപോകും.*

അനന്തരവർ രക്തബന്ധങ്ങൾ കൈവിടുന്നതിനെയാണ് ഭ്രാതൃഹത്യ എന്ന പാതകത്തിന്റെ പരമകാഷ്ഠയായി കവി ഇവിടെ കാണുന്നത്. തായ്‌വഴിക്കുള്ള ബന്ധത്തിന്റെ ഔൽകൃഷ്ട്യമാണ് ഇവിടെ ഊന്നിപ്പറഞ്ഞിരിക്കുന്നത്. അങ്ങനെ ടാസിറ്റസിന് എട്ടുനൂറ്റാണ്ടു

കൾക്കു ശേഷം എഴുതപ്പെട്ട ഈ ഗാനം തെളിയിക്കുന്നത് അന്നും മാതൃദായം സ്കാൻഡിനേവിയയിൽ നിന്ന് അന്തർധാനം ചെയ്തുകഴിഞ്ഞിരുന്നില്ല എന്നാണ്.

എങ്കിലും ജർമൻകാർക്കിടയിൽ ടാസിറ്റസിന്റെ കാലത്തു തന്നെ മാതൃദായം പിതൃദായത്തിനു വഴിമാറിക്കൊടുത്തുതുടങ്ങിയിരുന്നു. മക്കൾ അച്ഛന്റെ അനന്തരവകാശികളായിത്തീർന്നു, മക്കളില്ലെങ്കിൽ ആ അവകാശം പിതൃസഹോദരൻമാർക്കും മാതൃസഹോദരൻമാർക്കുമായി. മാതൃസഹോദരൻമാർക്ക് അവകാശം വന്നത് തീർച്ചയായും മാതൃദായത്തിന്റെ തുടർച്ചയായിട്ടാണ്. പിതൃദായം നിലവിൽ വന്നിട്ട് അധികകാലമായില്ലെന്നാണതു കാണിക്കുന്നത്. മാതൃദായത്തിന്റെ അംശങ്ങൾ മധ്യകാലങ്ങൾ വരെയും നിലനിന്നു പോന്നതായും കാണാം. അന്നും പിതൃത്വം, പ്രത്യേകിച്ചും അടിയാൻമാർക്കിടയിൽ, സംശയാസ്പദമായ ഒരു കാര്യമായിരുന്നു. ഒരു അടിയാന്റെ യജമാനൻ ആരെന്നു സാക്ഷ്യപ്പെടുത്തേണ്ടിവന്നാൽ അതു ചെയ്യേണ്ടത് അവന്റെ തായ്‌വഴിക്കുമാത്രമുള്ള ആറ് അടുത്ത ബന്ധുക്കളാണ്.

ജർമൻകാർക്ക് സ്ത്രീകളോടുണ്ടായിരുന്ന ബഹുമാനം മാതൃദായത്തിന്റെ മറ്റൊരവശിഷ്ടമാണ്. ജർമൻകാർ കരാർ പാലിക്കുമെന്ന് ഉറപ്പുവരുത്തുവാൻ ഏറ്റവും പറ്റിയ മാർഗം കുലീനകുടുംബങ്ങളിലെ പെൺകുട്ടികളെ പണയമാക്കുന്നതാണെന്നു കരുതപ്പെടുന്നു. യുദ്ധത്തിൽ അവരുടെ സമരവീര്യം ഏറ്റവുമധികം ആളിക്കത്തിക്കുന്നത് തങ്ങളുടെ ഭാര്യമാരെയും പെൺമക്കളെയും ശത്രുക്കൾ പിടികൂടുകയും അടിമകളാക്കുകയും ചെയ്യുമല്ലോ എന്നുള്ള ഭീകരചിന്ത ഒന്നുമാത്രമാണ്. സ്ത്രീയെ പരിപാവനയും ഒരുതരം ദിവ്യദൃഷ്ടിയുള്ളവളുമായാണ് അവർ കണക്കാക്കിയത്. ഏറ്റവും പ്രധാനപ്പെട്ട കാര്യങ്ങളിലെല്ലാം അവർ അവളുടെ ഉപദേശം സ്വീകരിക്കുകയും ചെയ്തിരുന്നു. റോമൻഭരണത്തെ പിടിച്ചുകുലുക്കിക്കൊണ്ട് ജർമൻകാർ നടത്തിയ ആക്രമണത്തിന്റെ പ്രചോദനകേന്ദ്രമായി വർത്തിച്ചത് വെലേദ എന്ന പുരോഹിതയായിരുന്നു.

വീട്ടിനകത്ത് സ്ത്രീക്കായിരുന്നു ആധിപത്യമെന്നുതോന്നുന്നു. പുരുഷൻമാർ നായാട്ടും കുടിയും വെടിപറച്ചിലുമായി കഴിഞ്ഞിരുന്നതുകൊണ്ട് ജോലികളെല്ലാം ചെയ്യേണ്ടിവന്നത് സ്ത്രീകളും വയസൻമാരും കുട്ടികളും ചേർന്നായിരുന്നു എന്നാണ് ടാസിറ്റസ് പറയുന്നത്. പക്ഷെ, കൃഷിനടത്തിയിരുന്നത് ആരാണെന്ന് അദ്ദേഹം പറയുന്നില്ല. അതേസമയം അടിമകളെക്കൊണ്ട് നിർബന്ധിതമായി പണിയെടുപ്പിച്ചിരുന്നില്ല എന്ന് വ്യക്തമായി പറയുന്നുമുണ്ട്. അപ്പോൾ കൃഷിപ്പണി വല്ലതുമുണ്ടായിരുന്നെങ്കിൽ അത് ചെയ്യേണ്ടിയിരുന്നത് പുരുഷൻമാരാണെന്ന് ഊഹിക്കാവുന്നതാണ്.

നേരത്തെപറഞ്ഞതുപോലെ, യുഗ്മകുടുംബത്തിൽ നിന്നും

ചെറുകെച്ചെറുകെ ഏകഭാര്യാത്വത്തിലേക്കു നീങ്ങുന്ന ഒരു വിവാഹ രൂപമാണ് അന്നുണ്ടായിരുന്നത്. അതു തീർത്തും ഏകഭാര്യാത്വ മായി മാറിക്കഴിഞ്ഞിരുന്നില്ല, പ്രമാണിമാർക്ക് ബഹുഭാര്യാത്വം അനു വദിക്കപ്പെട്ടിരുന്നു. പെൺകുട്ടികൾ കർശനമായും ചാരിത്ര്യം സൂക്ഷിക്കുവാൻ ജർമൻകാർ നിഷ്കർഷിച്ചിരുന്നു എന്നു മൊത്ത ത്തിൽപറയാം. വിവാഹബന്ധത്തിന്റെ അലംഘ്യതയെക്കുറിച്ച് വികാരവായ്പോടെ ടാസിറ്റസ് എഴുതിയിട്ടുണ്ട്. ഭാര്യ അവിഹിത വേഴ്ചയിലേർപെടുക എന്ന ഒരൊറ്റക്കാരണത്തിന്റെ പേരിൽ മാത്രമേ വിവാഹമോചനം അനുവദിക്കപ്പെട്ടിരുന്നുള്ളു. പക്ഷെ, ഇവിടെ ടാസിറ്റസിന്റെ വിവരണത്തിൽ പലയിടത്തും പഴുതുകളു ണ്ട്. എന്നുതന്നെയല്ല, ഭോഗലാലസതയിൽ മുഴുകിക്കഴിഞ്ഞ റോമ ക്കാർക്ക് സന്മാർഗത്തിന്റെ ഒരു ചിത്രം വരച്ചുകാട്ടിക്കൊടുക്കുവാ നാണ് അദ്ദേഹം ശ്രമിച്ചിരിക്കുന്നത്. ജർമൻകാർ, അവർ കഴിഞ്ഞി രുന്ന കാടുകളിൽ നന്മയുടെ എത്ര തികഞ്ഞ പ്രതീകങ്ങളായിരുന്നെ ങ്കിലും ശരി, അവരെ മറ്റു യൂറോപ്പുകാരുടെ ശരാശരി നിലയിലേക്ക് എത്തിക്കുവാൻ പുറംലോകവുമായി നേരിയ ബന്ധം വയ്ക്കുക മാത്രം മതിയായിരുന്നു എന്ന കാര്യം തീർച്ചയാണ്. റോമൻ ജീവിത ത്തിന്റെ ചുഴിയിൽ അകപ്പെട്ടതോടെ ജർമൻകാരുടെ സദാചാരബോ ധത്തിന്റെ അവസാന ലാഞ്ചനയും, അവരുടെ ഭാഷയെക്കാളും വേഗ ത്തിൽ, അപ്രത്യക്ഷമായി.

അച്ഛൻ പുലർത്തിയിരുന്ന ചങ്ങാത്തവും അതുപോലെ തന്നെ കുടിപ്പകയും പാരമ്പര്യമായി മകനിലേക്കു പകരുന്നു. ആരെയെ ങ്കിലും കൊന്നതിനോ ഉപദ്രവിച്ചതിനോ അച്ഛൻ പിഴയൊടുക്കേണ്ട തുണ്ടെങ്കിൽ ആ ബാധ്യതയും മകൻ ഏറ്റെടുക്കുന്നു. ഇത് ജർമൻ കാരുടെ ഒരു പ്രത്യേകതയായിട്ടാണ് ഒരു തലമുറക്കു മുമ്പുവരെയും കണക്കാക്കിയിരുന്നത്. പക്ഷെ, ഇവയൊക്കെയും ഗണവ്യവസ്ഥ യിൽനിന്ന് ആവിർഭവിച്ചവയും മറ്റു നൂറുകണക്കായ ഗണങ്ങളിലും നിലവിലുണ്ടായിരുന്നവയുമാണെന്ന് ഇന്നു തെളിയിക്കപ്പെട്ടിരിക്കു ന്നു.

ടാസിറ്റസിന്റെ കാലത്ത് കൃഷിഭൂമിയുടെ വിഭജനം പൂർത്തിയാ യിക്കഴിഞ്ഞിരുന്നോ എന്നും അതിനെക്കുറിച്ച് അദ്ദേഹം പറഞ്ഞി ട്ടുള്ള ഭാഗം എങ്ങനെ വ്യാഖ്യാനിക്കണം എന്നുമുള്ള പ്രശ്നങ്ങളെ ച്ചൊല്ലി അന്തമില്ലാതെ നടന്നിരുന്ന ചൂടേറിയ വാദകോലാഹലങ്ങൾ കാലഹരണപ്പെട്ടു കഴിഞ്ഞിരിക്കുന്നു. കാരണം, മിക്കവാറും മറ്റെല്ലാ ജനതകൾക്കിടയിലുമെന്നപോലെ ജർമൻകാർക്കിടയിലും ആദ്യം ഗണങ്ങളും പിന്നീട് കമ്യൂണിസാധിഷ്ഠിത കുടുംബ സമൂഹങ്ങളും പൊതുവായിട്ടാണ് ഭൂമി കൃഷി ചെയ്തിരുന്നതെന്നും, പിൽക്കാലത്ത് കൃഷിഭൂമി കുടുംബങ്ങൾക്കു പങ്കുവച്ചും കാലാകാലം പുതുക്കി പങ്കുവെച്ചും കൊടുക്കുന്ന സമ്പ്രദായം ജർമനിയുടെ ചില ഭാഗങ്ങ

ളിൽ ആവിർഭവിച്ചത് ഇന്നും നിലവിലുണ്ടെന്നുമുള്ള കാര്യങ്ങളെല്ലാം അസന്ദിഗ്ധമായി തെളിയിക്കപ്പെട്ടു കഴിഞ്ഞവയാണ്. സീസർക്കും ടാസിറ്റസിനുമിടയിലെ 150 വർഷക്കാലം കൊണ്ട് കൂട്ടായ കൃഷിയിൽനിന്ന് ഒറ്റക്കുള്ള കൃഷിയിലേക്കു മാറിയെങ്കിൽ അതു തീർച്ചയായും ഒരു മുന്നേറ്റം തന്നെയാണ്. അത്ര കുറഞ്ഞൊരു കാലം കൊണ്ടു ബാഹ്യശക്തികളുടെ ഇടപെടൽകൂടാതെയും പൂർണമായ സ്വകാര്യഉടമയിലേക്കു മാറുക തീർത്തും അസാധ്യമായിരുന്നു. അതുകൊണ്ട് കൃഷിഭൂമി പങ്കുവെച്ചും പുതുക്കി പങ്കുവച്ചും കൃഷിചെയ്യുന്ന സമ്പ്രദായമാണ് അന്നുണ്ടായിരുന്നത് എന്നു മാത്രമേ ടാസിറ്റസിന്റെ വിവരണത്തിൽനിന്ന് എനിക്കു മനസിലാക്കാൻ സാധിക്കുള്ളു. അന്നത്തെ ഗണസംവിധാനത്തിനു ചേർന്നതും അതായിരുന്നു.

കമ്യൂണിസാധിഷ്ഠിത മാതൃദായസമൂഹത്തിന്റെയും ഇന്നത്തെ വ്യതിരിക്ത കുടുംബത്തിന്റെയും ഇടക്കണ്ണിയായി തറവാടിനെ അടിസ്ഥാനമാക്കിയിട്ടുള്ള പിതൃദായസമൂഹം പരക്കെ നിലവിലുണ്ടായിരുന്നു എന്ന് കൊവല്യേവ്സ്കി തെളിയിച്ചു കാട്ടിയിരിക്കുന്നു. അപ്പോൾ ഭൂമി പൊതുഉടമയിലായിരുന്നോ അതോ സ്വകാര്യഉടമയിലായിരുന്നുവോ എന്നതല്ല, പൊതുഉടമസ്ഥത ഏതുരൂപത്തിലുള്ളതായിരുന്നു എന്നതാണു പ്രശ്നമെന്നുവരുന്നു. സീസറുടെ കാലത്ത് സുവേയികൾക്കിടയിൽ ഭൂമി പൊതുഉടമയിലായിരുന്നുവെന്നും കൂട്ടായിട്ടാണ് കൃഷി നടത്തിയിരുന്നതെന്നും തീർച്ചയാണ്. എങ്കിലും അവരുടെ സാമ്പത്തികയൂണിറ്റ് ഗണമായിരുന്നോ അതോ തറക്കൂട്ടമായിരുന്നോ അല്ലെങ്കിൽ ഇവക്കു രണ്ടിനുമിടയിലുള്ള കമ്യൂണിസാധിഷ്ഠിത രക്തബന്ധഗ്രൂപ്പായിരുന്നോ അതുമല്ലെങ്കിൽ വിവിധ പ്രദേശങ്ങളിലായി ഈ മൂന്നുരൂപങ്ങളും നിലനിന്നിരുന്നോ എന്ന പ്രശ്നത്തിന് ഇനിയും ഉത്തരം കണ്ടെത്തേണ്ടതായിട്ടാണിരിക്കുന്നത്. ടാസിറ്റസിന്റെ വിവരണത്തിൽനിന്ന് ഗ്രാമസമൂഹത്തിന്റെയല്ല, തറക്കൂട്ടസമൂഹത്തിന്റെ ചരിത്രമാണ് നമുക്കു കിട്ടുന്നത്. എന്നാണ് കൊവല്യേവ്സ്കിയുടെ അഭിപ്രായം. ഏതായാലും, ജർമനിയിലും സ്കാൻഡിനേവിയയിലും ഇംഗ്ളണ്ടിലും മറ്റു സമൂഹരൂപങ്ങൾക്കിടയിൽ ഒരു ഇടക്കണ്ണിയായി തറക്കൂട്ട സമൂഹവും നിലനിന്നിരിക്കാൻ വളരെ സാധ്യതയുണ്ടെന്നകാര്യം നിഷേധിക്കാവതല്ല.

സീസറുടെ കാലത്ത് ജർമൻകാർ സ്ഥിരവാസമുറപ്പിക്കാൻ തുടങ്ങിയിരുന്നതേയുള്ളൂ. ടാസിറ്റസിന്റെ കാലമായപ്പോഴേക്കും അവർ സ്ഥിരവാസമുറപ്പിച്ചിട്ട് ഒരു നൂറ്റാണ്ടുകഴിഞ്ഞിരുന്നു. അതിനനുസരണമായി ഉപജീവനോപാധികളുടെ ഉൽപ്പാദനത്തിലും പുരോഗതി കൈവരിച്ചു. കാട്ടുകമ്പുകൾകൊണ്ടുണ്ടാക്കിയ കുടിലുകളിലാണ് അവർ കഴിഞ്ഞത്. കാട്ടിലെ മാതിരി പരുക്കൻ കമ്പിളിയും മൃഗചർമങ്ങളും കൊണ്ടുള്ള വസ്ത്രങ്ങളാണ് ഉപയോഗിച്ചിരുന്നത്.

സ്ത്രീകൾക്കും പ്രമാണിമാർക്കും ലിനൻകൊണ്ടുള്ള അടിവസ്ത്രങ്ങളുമുണ്ടായിരുന്നു. ഇന്നും അയർലണ്ടിലെയും സ്കോട്ട്ലണ്ടിലെയും ദേശീയഭക്ഷണമായ കഞ്ഞിപ്പരുവത്തിലുള്ള ഓട്ടുമീലും പാലും ഇറച്ചിയും കാട്ടുകനികളുമായിരുന്നു ഭക്ഷണം.

കാലികളും കുതിരകളുമായിരുന്നു സമ്പത്ത്; രണ്ടും കുരിട്ടിനത്തിൽപെട്ടവയും. അൽപ്പമാത്രമായുണ്ടായിരുന്ന റോമൻ നാണയങ്ങൾ അപൂർവമായേ ഉപയോഗിച്ചിരുന്നുള്ളു. സ്വർണ്ണവും വെള്ളിയും കൊണ്ട് പാത്രങ്ങൾ ഉണ്ടാക്കിയിരുന്നില്ല. ആ ലോഹങ്ങൾക്ക് യാതൊരു വിലയും കൽപ്പിച്ചിരുന്നതുമില്ല. ഇരുമ്പും അപൂർവമായിരുന്നു. ഉള്ളതുതന്നെയും പുറത്തുനിന്നു വന്നതാണ്, ഗ്രീക്കിലെയും ലത്തീനിലെയും അക്ഷരങ്ങളെ അനുകരിച്ചുകൊണ്ടുള്ള അക്ഷരമാലകളും എഴുത്തും മതപരമായ മന്ത്രവാദങ്ങൾക്കു മാത്രമാണ് ഉപയോഗിച്ചിരുന്നത്. നരബലി അന്നും നിലവിലുണ്ടായിരുന്നു. ചുരുക്കത്തിൽ അപരിഷ്കൃതാവസ്ഥയുടെ മധ്യഘട്ടത്തിൽനിന്ന് ഉന്നതഘട്ടത്തിലേക്ക് കഷ്ടിച്ചു കടന്നുകഴിഞ്ഞ ഒരു ജനതയായിരുന്നു അവർ. റോമക്കാരുമായി ബന്ധപ്പെടുവാനിടയാവുകയും അതുവഴി അവരുടെ വ്യാവസായികോൽപ്പന്നങ്ങൾ പ്രചരിക്കുകയും ചെയ്തതു കാരണം സ്വന്തമായൊരു ലോഹവ്യവസായവും തുണിവ്യവസായവും വികസിപ്പിച്ചെടുക്കാൻ ജർമൻകാർക്കു പൊതുവിൽ കഴിഞ്ഞില്ല. എങ്കിലും വടക്കുകിഴക്കൻ മേഖലയിലെയും ബാൾടിക്ക് പ്രദേശങ്ങളിലെയും ഗോത്രങ്ങൾ ഈ വ്യവസായങ്ങൾ വളർത്തിയെടുത്തിരുന്നു എന്നു നിസംശയം പറയാം.

അപരിഷ്കൃതാവസ്ഥയുടെ ഉന്നതഘട്ടത്തിനിണങ്ങുന്നതായിരുന്നു അവരുടെ ഭരണഘടനയും. പൊതുവെ മൂപ്പൻമാരുടെ ഒരു കൗൺസിലും ജനകീയസഭയും ഉണ്ടായിരുന്നു എന്നാണ് ടാസിറ്റസ് പറയുന്നത്. കൗൺസിൽ ചെറിയ കാര്യങ്ങളിൽ തീരുമാനമെടുക്കുകയും പ്രധാനപ്പെട്ട കാര്യങ്ങൾ ജനകീയസഭയുടെ തീരുമാനത്തിനു വിടുകയും ചെയ്യുന്നു. കൗൺസിലിലെ മൂപ്പൻമാരും പടത്തലവൻമാരും തമ്മിലുള്ള അന്തരം പൂർണമായിത്തന്നെ അന്നും നിലനിന്നിരുന്നു. ഗണാംഗങ്ങൾ കാഴ്ചയായി കൊടുക്കുന്ന കന്നുകാലികളും ധാന്യവുമായിരുന്നു മൂപ്പൻമാരുടെ ഉപജീവനമാർഗം. പൊതുവെ ഒരേ കുടുംബത്തിൽ നിന്നാണ് മൂപ്പനെ തെരഞ്ഞെടുത്തിരുന്നത്. യദാക്രമം പിതൃദായമായി മാറിയത് തെരഞ്ഞെടുപ്പുവഴിയുള്ള മൂപ്പൻ സ്ഥാനം ക്രമേണ പാരമ്പര്യസ്ഥാനമായി മാറാൻ സഹായകമായി. അങ്ങനെ ഓരോ ഗണത്തിലും ഓരോ ആഢ്യകുടുംബം നിലവിൽ വന്നു. കുടിയേറ്റക്കാലത്തും അതിനു തൊട്ടു പിന്നാലെയുമായി പഴയ ഈ ആഢ്യൻമാരിൽ ബഹുഭൂരിപക്ഷവുംഅപ്രത്യക്ഷമാവുകയും ചെയ്തു. പടത്തലവൻമാരെ അവരുടെ കുടുംബപാരമ്പര്യമൊന്നും നോക്കാതെ തികച്ചും കഴിവിന്റെ അടിസ്ഥാനത്തിൽ

മാത്രമാണ് തെരഞ്ഞെടുത്തിരുന്നത്. പഴയ വഴക്കങ്ങൾ അനുസരിക്കുകയെന്നല്ലാതെ മറ്റ് അധികാരങ്ങളൊന്നും അവർക്കില്ലായിരുന്നു. ടാസിറ്റസ് പറയുന്നതുപോലെ സൈന്യങ്ങളുടെ മേൽ ശരിക്കുള്ള ശിക്ഷണാധികാരം പുരോഹിതൻമാർക്കായിരുന്നു, യഥാർഥ അധികാരസ്ഥാനം ജനകീയസഭയും. അവിടെ രാജാവോ ഗോത്രത്തലവനോ ആധ്യക്ഷം വഹിക്കും, ജനങ്ങൾ തീരുമാനമെടുക്കും. ജനകീയസഭ നീതിന്യായ കോടതിയും കൂടി ആയിരുന്നു. എവിടെയും അന്തിമവിധി കൽപ്പിക്കുന്നത് സമൂഹം ഒന്നടങ്കം ചേർന്നാണ്.

സീസറുടെ കാലം മുതൽക്ക് ഗോത്രങ്ങളുടെ കോൺഫെഡറസികളും നിലവിൽവന്നു. ചിലതിന്റെ തലവനായി രാജാവും ഉണ്ടായിക്കഴിഞ്ഞിരുന്നു. ഗ്രീസിലും റോമിലുമെന്നപോലെ ഇവിടെയും പട്ടാളത്തിന്റെ പരമോന്നതമേധാവി സ്വേച്ഛാധികാരം കയ്യാളാൻ കൊതിക്കുകയും ചിലപ്പോൾ അതിൽ വിജയിക്കുകയും ചെയ്തു. അങ്ങനെ വിജയിച്ചവർതന്നെയും പരമാധികാരികളായിരുന്നില്ല. എങ്കിലും അവർ ഗണസംവിധാനത്തിന്റെ ചങ്ങലക്കെട്ടുകൾ പൊട്ടിക്കുവാൻ തുടങ്ങി. സ്വതന്ത്രരാക്കപ്പെട്ട അടമികൾ ഒരു ഗണത്തിലും പെടാത്തവരായതുകൊണ്ട് അവർ പൊതുവെ സമൂഹത്തിൽ തരംതാണവരായിരുന്നു. പക്ഷെ ഈ പുതിയ രാജാക്കൻമാരുടെ പ്രീതിക്കു പാത്രമായിത്തീർന്നതുവഴി അവർ പദവിയും ബഹുമതികളും സമ്പത്തും നേടി. പുതിയ ആഢ്യവർഗത്തിൽ വലിയൊരു വിഭാഗം അവരുടെ പിൻഗാമികളാണ്.

രാജപരമ്പരയുടെ ഉദയത്തിനു വിശേഷാൽ സഹായകമായിത്തീർന്ന ഒരു സാമൂഹ്യസ്ഥാപനമാണ് പരിവാരം അഥവാ മാടമ്പിസംഘം. അമേരിക്കൻ ഇന്ത്യാക്കാർക്കിടയിൽ യുദ്ധത്തിനായുള്ള സ്വകാര്യസംഘങ്ങൾ ഗണത്തിനു സമാന്തരമായി രൂപീകരിക്കപ്പെട്ടിരുന്നതായി നാം കണ്ടുകഴിഞ്ഞു. ജർമനിയിലാകട്ടെ, ഈ സംഘങ്ങൾ സ്ഥിരതനേടി. കൊള്ളമുതലിൽ കൊതിയുള്ള ചെറുപ്പക്കാർ പ്രസിദ്ധനായ ഒരു പടത്തലവന്റെ കീഴിൽ സംഘടിക്കുന്നു. അവർ അയാളോടും അയാൾ അവരോടും കൂറുപുലർത്തും. അയാൾ അവരെ ചെറുതും വലുതുമായ പടയോട്ടങ്ങൾക്കു പാകത്തിനു പരിശീലിപ്പിക്കുകയും അധികാരത്തിന്റെ ശ്രേണീ സംവിധാനത്തിൽ സംഘടിപ്പിക്കുകയും പോറ്റിപ്പുലർത്തുകയും മാത്രമല്ല പാരിതോഷികങ്ങൾ നൽകി സന്തോഷിപ്പിക്കുകയും ചെയ്യുന്നു. പിൽക്കാലത്ത് ജനകീയ സ്വാതന്ത്ര്യങ്ങൾക്കു ഇവ വിനയായിത്തീർന്നു. കാരണം, ഒന്നാമതായി രാജാധികാരത്തിനു വേരുറപ്പിക്കാൻ പറ്റിയ മണ്ണ് ഇവ ഒരുക്കിക്കൊടുത്തു. രണ്ടാമതായി, നിരന്തരമായി യുദ്ധവും കൊള്ളയടിയും ഉണ്ടെങ്കിൽ മാത്രമേ ഇവയ്ക്കു നിലനിൽക്കുവാൻ ആവുമായിരുന്നുള്ളു. എന്തിന്, ജർമൻകാരുടെ മാനം കെടുത്തിയ അഭിശപ്തമായ ആ ചോറ്റുപട്ടാള സമ്പ്രദായത്തിന്റെ ആദ്യബീജങ്ങളായിരുന്നു അവ.

പിൽക്കാലത്തെ ആഢ്യവർഗത്തിലെ രണ്ടാമത്തെ മുഖ്യഘടകമായി ത്തീർന്നത് ഈ പരിവാരങ്ങളാണ്.

അപ്പോൾ വീരയുഗത്തിലെ ഗ്രീക്കുകാരുടെയും റോമക്കാരു ടെയും ഇടയിൽ വളർന്ന അതേ ജനകീയസഭയും ഗണനായകൻമാ രുടെ കൗൺസിലും രാജാധികാരം കൊതിച്ചുകഴിയുന്ന പടത്തല വൻമാരും ഉൾപ്പെട്ട ഒരു ഭരണസംവിധാനമാണ് ജനതകൾ എന്ന നിലയിൽ സംയോജിച്ചുകൊണ്ടിരുന്ന ജർമൻകാർക്കിടയിലും ഉണ്ടാ യിരുന്നത്. ഗണവ്യവസ്ഥക്ക് വികസിപ്പിച്ചെടുക്കുവാൻ കഴിയുമായി രുന്ന ഏറ്റവും ഉയർന്ന ഭരണഘടനാരൂപമായിരുന്നു അത്; അതു പോലെതന്നെ അപരിഷ്കൃതാവസ്ഥയുടെ അവസാനഘട്ടത്തിലെ മാതൃകാഭരണഘടനയും ഈ സംവിധാനത്തിന്റെ പരിധികൾക്കപ്പുറ ത്തേക്കു സമൂഹം കടന്നുകഴിഞ്ഞപ്പോൾ ഗണവ്യവസ്ഥയുടെ കഥയും കഴിഞ്ഞു. അതിന്റെ സ്ഥാനത്തു ഭരണകൂടം വന്നു.

8

ജർമൻകാർക്കിടയിൽ ഭരണകൂടത്തിന്റെ രൂപീകരണം

ജർമൻകാർ എണ്ണത്തിൽ വളരെ വലിയ ഒരു ജനതയായിരുന്നു എന്നാണ് ടാസിറ്റസ് പറയുന്നത്. ഇറോക്വോയ്കളുടെ അംഗസംഖ്യ 20,000–ൽ കവിഞ്ഞില്ല എന്നു നാം കണ്ടുകഴിഞ്ഞു. എന്നാൽ ജർമൻകാരുടെ ശരാശരി ഒരു ലക്ഷമായിരുന്നു. അങ്ങനെ മൊത്തം ജനസംഖ്യ അൻപതു ലക്ഷവും വിശാലജർമനിയുടെ വിസ്തീർണം 5 ലക്ഷം ചതുരശ്രകിലോമീറ്ററും. അപരിഷ്കൃതദശയിലുള്ള ഒരു ജനവിഭാഗത്തെ സംബന്ധിച്ചിടത്തോളം വളരെ വലിയ ഒരു സംഖ്യയാണിത്. അപ്പോൾ ക്രിസ്ത്വബ്ദാരംഭത്തിൽ ജർമൻകാരുടെ സംഖ്യ അറുപതുലക്ഷമായിരുന്നു എന്നനുമാനിക്കാം.

ജർമനിയിൽ സ്ഥിരവാസം ഉറപ്പിച്ചുകഴിഞ്ഞതിനു ശേഷം ജനസംഖ്യാവർധനവ് കൂടുതൽ ദ്രുതഗതിയിലായിട്ടുണ്ടാവണം. നേരത്തെ സൂചിപ്പിച്ച വ്യാവസായിക പുരോഗതി അതാണ് തെളിയിക്കുന്നത്. ഷ്ലെസ്വിഗിൽ നിന്നു കണ്ടുകിട്ടിയ പുരാവസ്തുക്കൾ മൂന്നാംനൂറ്റാണ്ടിലേതാണെന്ന് അവയുടെ കൂടെയുണ്ടായിരുന്ന നാണയങ്ങളിൽ നിന്നു മനസിലാക്കാൻ കഴിഞ്ഞിട്ടുണ്ട്. അപ്പോൾ അക്കാലത്തു തന്നെ ലോഹവ്യവസായവും തുണിവ്യവസായവും നല്ലപോലെ അഭിവൃദ്ധിപ്പെട്ടിരുന്നു.

റോമാസാമ്രാജ്യവുമായുള്ള വ്യാപാരവും നല്ലതോതിലുണ്ടായിരുന്നു. സമ്പന്നവർഗങ്ങൾ ഒരുതരം സുഖസമൃദ്ധിയിൽ കഴിയുകയും ചെയ്തിരുന്നു. ജർമൻകാരുടെ ഉയർന്ന ജനസാന്ദ്രതക്കുള്ള തെളിവുകളാണിതെല്ലാം. ഇക്കാലത്തുതന്നെ റോമൻ അതിർത്തികൾ ആക്രമിച്ചു തുടങ്ങാൻ അവർക്കു പ്രേരണയായി ഭവിച്ചതും മറ്റൊന്നുമല്ല. മൂന്നു നൂറ്റാണ്ടുകൾ നീണ്ടുനിന്ന ആ യുദ്ധം, അഞ്ചാം നൂറ്റാണ്ടിന്റെ അവസാനമായപ്പോഴേക്കും, ചോരയും നീരും വറ്റി

തളർന്ന റോമാസാമ്രാജ്യത്തിന്റെ കവാടം, അതിനെ ആക്രമിച്ചു മുന്നേറിക്കൊണ്ടിരുന്ന ജർമൻകാർക്കായി മലർക്കെ തുറന്നുകിടന്നു.

പ്രാചീനഗ്രീക്ക്, റോമൻനാഗരികതയുടെ കളിത്തൊട്ടിലായിരുന്നു എന്നാണ് കഴിഞ്ഞ അധ്യായങ്ങളിൽ നാം കണ്ടതെങ്കിൽ ഇവിടെ അതിന്റെ ചുടലക്കളമാണു കാണുന്നത്. റോമൻ ലോകാധിപത്യം നൂറ്റാണ്ടുകളായി മെഡിറ്ററേനിയൻ രാജ്യങ്ങളുടെ സാമൂഹ്യതലങ്ങൾ ആകമാനം നിരപ്പാക്കിക്കൊണ്ടിരിക്കുകയായിരുന്നു. ഗ്രീക്കുഭാഷക്ക് പ്രതിരോധിക്കാൻ കഴിയാത്ത ഇടങ്ങളിലെല്ലാം ദേശീയഭാഷകൾ ലത്തീൻഭാഷയുടെ വികൃതമായ ഒരു രൂപാന്തരത്തിനു വഴിമാറിക്കൊടുത്തു. പ്രാദേശികവും ദേശീയവുമായ ആത്മപ്രകാശത്തിന്റെ അവസാന അവശിഷ്ടങ്ങളും തകർക്കപ്പെട്ടു. എല്ലാവരും റോമാക്കാർ മാത്രം. ഇത് ദേശീയതയെയല്ല അതിന്റെ അഭാവത്തെയാണ് പ്രതിനിധാനം ചെയ്തത്. പുതിയ ദേശീയ ജനവിഭാഗങ്ങളുടെ രൂപീകരണത്തിനാവശ്യമായ ഘടകങ്ങൾ എല്ലായിടത്തുമുണ്ടായിരുന്നു. പക്ഷെ, ഈ ഘടകങ്ങളെ കൂട്ടിയിണക്കി അവയ്ക്ക് രൂപം നൽകുവാൻ കഴിവുള്ള ഒരു ശക്തിയോ അത്തരത്തിൽ വളർച്ച നേടുവാൻ കഴിയുമെന്നതിന്റെ എന്തെങ്കിലും ലക്ഷണമോ സർഗശക്തിയോ ഒരിടത്തുമില്ലായിരുന്നു. പിന്നെ അന്തമില്ലാത്തവിധം വിസ്തൃതമായ ആ ഭൂവിഭാഗത്തിൽ ജനങ്ങളെ ഒന്നിച്ചു നിർത്തിയിരുന്നത് റോമാസാമ്രാജ്യം എന്ന ഒരൊറ്റക്കണ്ണിയാണ്, അത് സമയം വന്നപ്പോൾ അവരുടെ ഏറ്റവും കടുത്തശത്രുവും മർദ്ദകനുമായി മാറുകയും ചെയ്തു. പ്രവിശ്യകളാണ് റോമിനെ നശിപ്പിച്ചത്. റോം തന്നെ മറ്റെല്ലാറ്റിനെയുംപോലെ ഒരു പ്രവിശ്യാ പട്ടണമെന്ന നിലയിലേക്കു താണു. പ്രത്യേകാനുകൂല്യങ്ങൾ ഉണ്ടായിരുന്നുവെങ്കിലും അത് രാജധാനി അല്ലാതായി. സാമ്രാജ്യത്തിന്റെ സിരാകേന്ദ്രമല്ലാതായി. എന്തിന്, ചക്രവർത്തിമാരുടെ വാസസ്ഥലം എന്ന ബഹുമതിപോലും ഇല്ലാതായി. അവർ റോം വിട്ട് കോൺസ്റ്റാന്റിനോപ്പിളിലും മിലാനിലും മറ്റും പാർക്കാൻ തുടങ്ങിക്കഴിഞ്ഞിരുന്നു. റോമൻഭരണകൂടം പ്രജകളെ ചൂഷണം ചെയ്യുവാൻ വേണ്ടി മാത്രമായി ഉണ്ടാക്കപ്പെട്ട സങ്കീർണമായ ഒരു പടുകൂറ്റൻ യന്ത്രമായി മാറി. ഭരണകൂടത്തിനു നൽകേണ്ട സേവനങ്ങളും നികുതികളും മറ്റു കണ്ണിൽകണ്ട എല്ലാ വിഹിതങ്ങളും കൂടി ബഹുജനങ്ങളെ ദുരിത–ദാരിദ്ര്യ ഗർത്തത്തിലേക്ക് ചവിട്ടിത്താഴ്ത്തി. കരംപിരിവുകാരുടെയും പട്ടാളക്കാരുടെയും ദണ്ഡനമുറകളും കൂടിയായപ്പോൾ അവർക്ക് പൊറുതിമുട്ടി. ലോകാധിപത്യത്തിന്റെ മുഖമുദ്രയണിഞ്ഞ റോമാഭരണകൂടം ഈ പതനത്തിലേക്കാണ് കാര്യങ്ങൾ കൊണ്ടെത്തിച്ചത്. അകത്ത് ക്രമസമാധാനം നിലനിർത്തുകയും പുറത്ത് അപരിഷ്കൃതരുടെ ആക്രമണത്തിൽനിന്നു സംരക്ഷിക്കുകയും ചെയ്യുക എന്നതിന്റെ പേരിലാണ് റോമൻഭരണകൂടം അതിന്റെ

നിലനിൽപ്പിനുള്ള അർഹത അവകാശപ്പെട്ടിരുന്നത്. പക്ഷെ, അതു പുലർത്തിയ ക്രമസമാധാനം ഏറ്റവും വഷളായ ക്രമസമാധാനരാഹിത്യത്തെക്കാളും വഷളായിരുന്നു; ആരിൽനിന്നാണോ സംരക്ഷിക്കാമെന്നു ജനങ്ങളെ പറഞ്ഞു വിശ്വസിപ്പിച്ചിരുന്നത് അതേ അപരിഷ്കൃതരെ തങ്ങളുടെ രക്ഷകരായിട്ടാണ് അവർ എതിരേറ്റത്.

സാമൂഹ്യസ്ഥിതിഗതികളും ഒട്ടും ആശാവഹമായിരുന്നില്ല. കീഴടക്കപ്പെട്ട പ്രവിശ്യകളെ പിഴിഞ്ഞെടുത്താണ് റോമൻ റിപ്പബ്ലിക്ക് അതിന്റെ അവസാനകാലത്തു നിലനിന്നിരുന്നത്. ചക്രവർത്തിമാരുടെ ഭരണം വന്നിട്ടും ആ ചൂഷണം അവസാനിപ്പിച്ചില്ലെന്നു മാത്രമല്ല, അവർ അതിനെ വ്യവസ്ഥാപിതമാക്കുകയും കൂടി ചെയ്തു. സാമ്രാജ്യത്തിന്റെ ശക്തി കുറഞ്ഞു കുറഞ്ഞു വന്നതിനനുസരണമായി നികുതികളും നിർബന്ധിതസേവനങ്ങളും അതുപോലെ ഉദ്യോഗസ്ഥൻമാരുടെ നെറികെട്ട കൊള്ളയും തട്ടിപ്പും കൂടിക്കൊണ്ടുമിരുന്നു. ജനങ്ങളുടെയാകമാനം യജമാനൻമാരായി വിലസിയിരുന്ന റോമാക്കാർക്ക് ഒരിക്കലും താൽപര്യമുള്ള കാര്യങ്ങളായിരുന്നില്ല വാണിജ്യവും വ്യവസായവും. കൊള്ളപ്പലിശയിൽ മാത്രമാണ് അവർ അന്നും അതിനുമുമ്പും പിമ്പുമുള്ള മറ്റു സകലമാന ജനങ്ങളെയും കവച്ചു വച്ചിരുന്നത്. സ്വന്തം കാലിൽ നിലനിന്നു പോന്നിരുന്ന വാണിജ്യം ദുർവഹമായ നികുതികൾകൊണ്ടും നിലംപരിശായി. സാർവത്രികമായ സാമ്പത്തികാധഃപതനം വാണിജ്യത്തിന്റെയും കൈത്തൊഴിലിന്റെയും കലകളുടെയും അപചയം, ജനസംഖ്യാലോപം, പട്ടണങ്ങളുടെ തകർച്ച, കൃഷിയുടെ അധോഗതി–ഇവയെല്ലാമായിരുന്നു റോമാക്കാരുടെ ലോകാധിപത്യത്തിന്റെ അന്തിമഫലം.

പ്രാചീനകാലങ്ങളിൽ ആദ്യവസാനം ഉൽപ്പാദനത്തിന്റെ നിർണായകശാഖയായി വർത്തിച്ചിരുന്ന കൃഷി ഇപ്പോൾ കൂടുതൽ പ്രധാനമായി. ഇറ്റലിയിലെ അതിവിസ്തൃതങ്ങളായ തോട്ടപ്രദേശങ്ങൾ ഒന്നുകിൽ മേച്ചിൽസ്ഥലങ്ങളായോ അല്ലെങ്കിൽ വൻതോതിൽ ഫലവൃക്ഷങ്ങൾ കൃഷിചെയ്യുന്നതിനായോ ഉപയോഗിക്കപ്പെട്ടു. പക്ഷെ, ഉടമകളുടെ സാമ്പത്തികാധഃപതനത്തോടും പട്ടണങ്ങളുടെ തകർച്ചയോടും കൂടി ഈ ഉൾനാടൻ തോട്ടങ്ങളും ഫലവർഗകൃഷിയും അധഃപതനത്തിലേക്കു നീങ്ങി. അടിമകളുടെ അധ്വാനത്തെ ആശ്രയിച്ചുകൊണ്ടുള്ള ഈ കൃഷി ആദായകരമല്ലെന്നുവന്നു. പക്ഷെ, അക്കാലത്ത് അടിമകളുടെ അധ്വാനത്തെ ആശ്രയിച്ചുകൊണ്ടല്ലാതെ വൻതോതിലുള്ള കൃഷി സാധ്യവുമായിരുന്നില്ല. ചെറുകിടകൃഷി മാത്രമാണ് ആദായകരമെന്നുള്ള നില വീണ്ടും വന്നു. തോട്ടങ്ങൾ ഒന്നിനു പിറകെ ഒന്നായി വീതിച്ചു കൊടുക്കുവാൻ തുടങ്ങി. ഇങ്ങനെ വീതിക്കപ്പെട്ട ഭൂമികളിൽ കൃഷിനടത്തിപ്പുകാരാണ് കൃഷിചെയ്തത്. ഇതിന് ആണ്ടുതോറും വിളവിന്റെ ഒരു നിശ്ചിത വിഹിതം അവർ

നോട്ടക്കൂലിയായി എടുത്തു. ഈ നോട്ടക്കാരെ അവർ കൃഷിചെയ്യുന്ന ഭൂമിയോടൊപ്പം വിൽക്കാൻ ഉടമക്കവകാശമുണ്ടായിരുന്നു. എങ്കിലും ഇവർ അടിമകളായിരുന്നില്ല. എന്നാൽ സ്വതന്ത്രപൗരൻമാരാണോ എന്നു ചോദിച്ചാൽ അതുമില്ല. അടിമകളെപ്പോലെ ഇവർക്കും സ്വാതന്ത്ര്യപൗരൻമാർക്കിടയിൽനിന്ന് വിവാഹം കഴിക്കാൻ പാടില്ലായിരുന്നു തങ്ങൾക്കിടയിൽനിന്നുതന്നെയുള്ള വിവാഹത്തിന് നിയമസാധുതയുമില്ലായിരുന്നു. മധ്യകാല അടിയാളൻമാരുടെ പൂർവഗാമികളാണിവർ.

പഴയ കാലത്തെ അടിമത്തം കാലഹരണപ്പെട്ടു. വൻതോതിലുള്ള കൃഷിയിലായാലും പട്ടണങ്ങളിലെ നിർമാണശാലകളിലായാലും അടിമകളുടെ അധ്വാനം ലാഭകരമല്ലാതായി. അവരുടെ ഉൽപ്പന്നങ്ങൾക്ക് വിപണിയുമില്ലാതായി. സാമ്രാജ്യത്തിന്റെ പ്രഭാവകാലത്തെ വൻകിട ഉൽപ്പാദനം ചെറുകിട കൃഷിയിലേക്കും കൈത്തൊഴിലിലേക്കും ചുരുങ്ങിയതോടെ അടിമകളെ അധികമായി ആവശ്യമില്ലെന്നു വന്നു. സമ്പന്നൻമാരുടെ ആർഭാടത്തിനും വീട്ടുജോലികൾക്കും മാത്രം ആവശ്യമായി വരുന്ന അടിമകൾക്കേ സമൂഹത്തിൽ ഇടമുണ്ടായിരുന്നുള്ളു. പക്ഷെ, മൃതപ്രായമായിക്കഴിഞ്ഞ അടിമത്തത്തിന് അതിന്റെ അധ്വാനമാണ് ഉൽപ്പാദനത്തിന്റെ ഉറവിടം എന്ന ധാരണ നിലനിർത്തുവാൻമാത്രം പോന്ന ജീവസ് അന്നും ഉണ്ടായിരുന്നു. ആ അധ്വാനം സ്വതന്ത്രറോമക്കാരന്റെ അന്തസിന് ചേരുന്നതല്ലല്ലോ. അങ്ങനെ ഒരുവശത്ത് അധികപ്പറ്റായിത്തീർന്നതുകൊണ്ടുമാത്രം അടിമത്തത്തിൽനിന്നു മോചനം നൽകപ്പെട്ട് സ്വതന്ത്രപൗരൻമാരായിത്തീരുന്നവരുടെയും മറുവശത്ത് ഉപജീവനമാർഗമില്ലാത്തതുകൊണ്ട് തെരുവു തെണ്ടികളായിത്തീരുന്ന സ്വതന്ത്രപൗരൻമാരുടെയും എണ്ണം പെരുകിവന്നു. പഴയ അടിമത്തം ക്രമേണ ഊർധ്വശ്വാസം വലിച്ചതിൽ ക്രിസ്തുമതം തികച്ചും നിർദോഷിയാണ്. റോമാസാമ്രാജ്യത്തിൻകീഴിൽ നൂറ്റാണ്ടുകളായി അതും അടിമത്തത്തിന്റെ ഗുണഫലങ്ങളിൽ പങ്കുപറ്റിയിരുന്നു. അക്കാലത്തെ വെള്ളക്കാരായ അടിമകളും പിൽക്കാലത്തെ നീഗ്രോഅടിമകളും ക്രിസ്ത്യാനികളായിരുന്നിട്ടും അവരെ കച്ചവടം ചെയ്യുന്നത് തടയാൻ ക്രിസ്തുമതം ശ്രമിച്ചിട്ടില്ല. അടിമത്തംകൊണ്ട് നേട്ടമില്ലെന്നുവന്നപ്പോഴാണ് അത് നാമാവശേഷമായത്. എങ്കിലും അധ്വാനം അന്തസിന് നിരക്കാത്തതാണെന്ന ധാരണയുടെ വിഷം സ്വതന്ത്രപൗരന്റെ മനസിൽ കുത്തിവച്ചിട്ടാണ് അത് പോയത്. ഇവിടെ റോമൻലോകത്തിന് ഗതിമുട്ടി; അടിമത്തം സാമ്പത്തികമായി അസാധ്യം, അധ്വാനമാണെങ്കിൽ സ്വതന്ത്രപൗരന്റെ കണ്ണിൽ മ്ലേച്ഛവും. സാമൂഹ്യോൽപ്പാദനത്തിന്റെ അടിസ്ഥാനരൂപമെന്ന നിലയിൽ ഒന്ന് തുടരാൻ കഴിയാത്തതും മറ്റത് ഇനിയും തുടങ്ങിക്കഴിഞ്ഞിട്ടില്ലാത്തതും എന്നതായിരുന്നു അവസ്ഥ. അതിൽനിന്ന് പുറത്തുകടക്കാൻ ഒരു സമ്പൂർണവിപ്ലവമല്ലാതെ മറ്റ് യാതൊരു മാർഗവുമില്ലായിരുന്നു.

പ്രവിശ്യകളിലെ സ്ഥിതിയും ഒട്ടും ഭേദമായിരുന്നില്ല. നമുക്ക് കിട്ടിയിട്ടുള്ളത് കൂടുതലും ഗാൾ പ്രവിശ്യയെക്കുറിച്ചുള്ള വിവരങ്ങളാണ്. സ്വതന്ത്രരായ കുറെ ചെറുകിട കൃഷിക്കാർ അന്നും അവിടെ അവശേഷിച്ചിരുന്നു. ഉദ്യോഗസ്ഥൻമാരുടെയും ന്യായാധിപൻമാരുടെയും കൊള്ളപ്പലിശക്കാരുടെയും പിടിച്ചുപറിയിലും ദണ്ഡനങ്ങളിലും നിന്ന് രക്ഷപ്പെടുന്നതിനുവേണ്ടി അവർ അധികാരവും പിടിപാടുമുള്ള ആളുകളെ ശരണം പ്രാപിച്ചു. വ്യക്തികൾ ഒറ്റക്കല്ല, സമൂഹങ്ങൾ ഒന്നടങ്കമായിത്തന്നെയും ഇങ്ങനെ ചെയ്തിരുന്നു. ഈ പരിരക്ഷക്ക് കൃഷിക്കാർ നൽകേണ്ടിവന്ന വില കടുത്തതായിരുന്നു. ഭൂമിയുടെ ജന്മാവകാശം പരിരക്ഷ നൽകുന്ന പ്രമാണിക്ക് വിട്ടുകൊടുക്കണം, ജീവനാംശം അനുഭവിക്കുകയും ചെയ്യാം– ഇതായിരുന്നു വ്യവസ്ഥ. നാലാം നൂറ്റാണ്ടിലെ ഈ സൂത്രം വിശുദ്ധപള്ളി ഓർത്തുവച്ചിരുന്നു. ദൈവത്തിന് മഹത്വമേറ്റുന്നതിനും സ്വന്തം ഭൂസ്വത്ത് വർധിപ്പിക്കുന്നതിനുംവേണ്ടി ഒൻപതും പത്തും നൂറ്റാണ്ടുകളിൽ പള്ളി ഇത് പ്രയോഗിക്കുകയും ചെയ്തു. നിർധനരായിത്തീർന്നവർ സ്വന്തം കുട്ടികളെ അടിമകളാക്കി വിൽക്കുന്ന സംഭവങ്ങൾ അന്ന് സാധാരണമായിരുന്നു. ആ നടപടി നിരോധിച്ചുകൊണ്ടുള്ള ഒരു നിയമം അന്ന് നിലവിലുണ്ടായിരുന്നത് അതിന് തെളിവാണ്.

റോമക്കാരെ, അവർക്കുതന്നെ കണ്ഠകോടാലിയായിത്തീർന്ന അവരുടെ ഭരണകൂടത്തിൽനിന്നു മോചിപ്പിച്ചത് ജർമൻ അപരിഷ്കൃതരാണ്. അതിനു പ്രതിഫലമായി അവർ ആകെയുണ്ടായിരുന്ന ഭൂമിയുടെ മൂന്നിൽ രണ്ടുഭാഗം കൈവശപ്പെടുത്തി. ആ ഭൂമി ഗണവ്യവസ്ഥപ്രകാരമാണ് ജർമൻകാർ വീതിച്ചെടുത്തത്. അവർ എണ്ണത്തിൽ കുറവായിരുന്നതുകൊണ്ട് ധാരാളം ഭൂമി വീതിക്കാതെ അവശേഷിച്ചു. അതിൽ കുറെ ഭൂമി ജനങ്ങളുടെയാകെ പൊതുസ്വത്തായി, കുറെ ഭൂമി ഗണങ്ങളുടെയോ ഗോത്രങ്ങളുടെയോ സ്വത്തുമായി. തുല്യപങ്കുകളായി വീതിച്ച് നറുക്കിട്ടാണ് ഓരോ ഗണവും അതിൽ പെട്ട കുടുംബങ്ങൾക്ക് ഭൂമി വിതരണം ചെയ്തത്. അത് ആവർത്തിച്ചാവർത്തിച്ച് പുനർവിഭജനം ചെയ്യുന്ന ഏർപ്പാട് അക്കാലത്തുണ്ടായിരുന്നോ എന്ന് നമുക്കറിയില്ല, എന്തായാലും റോമൻ പ്രവിശ്യകളിൽ ആ ഏർപ്പാട് ഇല്ലാതാവുകയും ഓരോരുത്തർക്കും കിട്ടിയ ഭൂമി അവർക്കു വിൽക്കാനവകാശമുള്ള സ്വകാര്യസ്വത്തായി മാറുകയും ചെയ്തു. വനങ്ങളും മേച്ചിൽസ്ഥലങ്ങളും പൊതുവായിത്തന്നെ നിലനിർത്തിയതിനും പങ്കുവയ്ക്കപ്പെട്ട കൃഷിഭൂമിയിൽ കൃഷിയിറക്കുന്ന രീതിക്കുമെല്ലാം നിദാനം പഴയ നാട്ടുനടപ്പുകളും സമൂഹത്തിന്റെ പൊതുവായ ഇച്ഛയുമായിരുന്നു. ജർമൻകാരും റോമാക്കാരും തമ്മിൽ കൂടുതൽ കൂടുതൽ കൂടിക്കലരുകയും ഓരോ ഗണവും അതിന്റെ തറയിൽ ഉറയ്ക്കുകയും ചെയ്തതോടെ രക്താധിഷ്ഠിതബന്ധങ്ങൾ പ്രാദേശികബന്ധങ്ങൾക്കു വഴിമാറിക്കൊടു

ത്തു. ഗണം ഗ്രാമസമൂഹത്തിൽ ലയിച്ചു. ഗണസംവിധാനം അഗോചരമായ രീതിയിലൂടെ പ്രദേശാധിഷ്ഠിത ഭരണസംവിധാനമായി പരിണമിച്ചു. അതാകട്ടെ ഭരണകൂടത്തെ ഉൾക്കൊള്ളാൻ പാകവുമായിരുന്നു. എന്നിരിക്കിലും ആ ഭരണഘടന ഗണവ്യവസ്ഥയുടെ സവിശേഷതയായ സ്വാഭാവിക ജനാധിപത്യസ്വഭാവം നിലനിർത്തുകയും അതിലൂടെ ഗണഭരണഘടനയുടെ ഒരംശം കാത്തുസൂക്ഷിക്കുവാൻ നിർബന്ധിതമാവുകയും ചെയ്തു. അങ്ങനെ മർദ്ദിതവർഗത്തിന് ഇന്നത്തെക്കാലത്തുപോലും മർദ്ദകർക്കെതിരെ എടുത്തു പ്രയോഗിക്കാൻ പറ്റിയ ഒരായുധം അവശേഷിച്ചു.

റോമക്കാരെ കീഴടക്കിയ ജർമൻകാർക്ക് അവരുടെ വെട്ടിപ്പിടുത്തത്തെ സംഘടിപ്പിച്ചു ഭദ്രമാക്കേണ്ടിയിരുന്നു. കീഴടക്കപ്പെട്ടവരെ ഭരിക്കുക എന്നത് ഗണവ്യവസ്ഥക്ക് അജ്ഞാതമായിരുന്നു. ഇവിടെയാണെങ്കിൽ അതു വൻതോതിൽ വേണംതാനും. എണ്ണംപെരുത്ത റോമാക്കാരെ ഗണത്തിൽ ചേർക്കാനാവില്ല. ഗണസംവിധാനംവെച്ച് അവരെ ഭരിക്കാനൊട്ടു സാധ്യവുമല്ല. പഴയ റോമൻ പ്രാദേശിക ഭരണസ്ഥാപനങ്ങൾ അപ്പോഴും നിലനിൽക്കുകയായിരുന്നു. മുമ്പ് അവയുടെ നേതൃസ്ഥാനത്ത് റോമൻ ഭരണകൂടമുണ്ടായിരുന്നു. അത് ഇല്ലാതായിക്കഴിഞ്ഞ സ്ഥിതിക്ക് അതിന്റെ സ്ഥാനത്ത് പുതിയൊരു ഭരണകൂടം ഉണ്ടാവണം. അതുകൊണ്ട് ഗണസംവിധാനത്തിന്റെ സ്ഥാപനങ്ങളെ ഭരണകൂടസംവിധാനത്തിന്റെ സ്ഥാപനങ്ങളാക്കി മാറ്റി. സാഹചര്യങ്ങളുടെ സമ്മർദം കാരണം അതു ധടുതിയിൽ ചെയ്യേണ്ടതായും വന്നു. ജേതാക്കളുടെ പ്രതിനിധികളിൽ ഒന്നാമൻ എന്തുകൊണ്ടും പടത്തലവനാണല്ലോ. അതുകൊണ്ട് കീഴടക്കപ്പെട്ട പ്രദേശങ്ങൾ പരിരക്ഷിക്കുന്നതിനുവേണ്ടി അയാൾക്ക് കൂടുതൽ അധികാരങ്ങൾ കൊടുക്കേണ്ടത് ആവശ്യമായിത്തീർന്നു. അങ്ങനെ ചെയ്യുകയും ചെയ്തു. പടത്തലവൻ രാജാവായി മാറിയ നിമിഷം അതായിരുന്നു.

അങ്ങനെ ഫ്രാൻസിൽ രാജാവായിത്തീർന്ന ആളിന്റെ കഥയെടുക്കാം. ഒരു വെറും പടത്തലവന്റെ നിലയിൽനിന്ന് ശരിക്കും ഏകാധിപതിയുടെ സ്ഥാനത്തേക്കുയർന്ന അയാൾ പൊതുവകയായി ഉണ്ടായിരുന്ന ഭൂമി മുഴുവൻ കൈവശപ്പെടുത്തി തന്റെ പരിവാരങ്ങൾക്ക് ഇഷ്ടദാനമായോ തോട്ടമായോ കൊടുക്കുകയാണ് ആദ്യമായി ചെയ്തത്. ആദ്യം പടയാളികൾ മാത്രമായിരുന്നു പരിവാരങ്ങൾ, താമസിയാതെതന്നെ എഴുത്തും ഭാഷയും നിയമങ്ങളും വശമുള്ളവരെ മാത്രമല്ല മറ്റ് സ്വതന്ത്രപൗരൻമാരേയും അടിമകളെയും അടിയാളൻമാരെയും കൂടി പരിവാരങ്ങളിൽ ഉൾപ്പെടുത്തി. അവർ ചേർന്നുണ്ടായതാണ് രാജസഭ. അവരിൽ തന്നെ ചിലരെ രാജാവ് തന്റെ ഇഷ്ടഭാജനമായി പ്രത്യേകം പരിഗണിച്ചു. അവർക്ക് കര

മൊഴിവായി ധാരാളം ഭൂമികൊടുക്കുകയും ചെയ്തു. അങ്ങനെ ജനങ്ങളുടെ ചെലവിൽ പുതിയൊരു കുലീനവർഗത്തിന് അടിത്തറപാകി.

അതുമാത്രമല്ല, ജനങ്ങളിൽ ഭൂരിപക്ഷവും സ്വന്തമായി ഭൂമിയുള്ള സ്വതന്ത്ര കൃഷിക്കാരായിരുന്നു. ആദ്യകാലത്ത് പട്ടാളത്തിന്റെ നട്ടെല്ല് അവരായിരുന്നു. പക്ഷെ, രാജ്യത്തിനകത്തും പുറത്തും നിരന്തരമായി നടന്ന യുദ്ധങ്ങൾ അവരെ വശം കെടുത്തുക മാത്രമല്ല പാപ്പരാക്കുകയും ചെയ്തു. ഒൻപതാം നൂറ്റാണ്ടിന്റെ തുടക്കമായപ്പോഴേക്കും അവർ അമ്പേ നിർധനരായിക്കഴിഞ്ഞിരുന്നു.

അവർക്കുപകരം പുതുതായി ഉയർന്നുവന്ന കുലീനവർഗത്തിന്റെ സേവകൻമാരെ ചേർത്തുകൊണ്ടുള്ള പട്ടാളം നിലവിൽ വന്നു. ഷാർലിമെയിനിന്റെ കാലത്തെ സ്ഥിതി ഇതായിരുന്നെങ്കിൽ അയാളുടെ പിൻഗാമികളുടെ കാലത്ത് ആഭ്യന്തരയുദ്ധങ്ങളും രാജസ്ഥാനത്തിനു വന്നു ഭവിച്ച ശക്തിക്ഷയവും പുത്തൻപ്രമാണിമാരുടെ പിടിച്ചുപറിയും എല്ലാംകൂടി കൃഷിക്കാരെ അധഃപതനത്തിന്റെ നെല്ലിപ്പലകയിൽ എത്തിച്ചു. അങ്ങനെ നാനൂറു വർഷങ്ങൾക്കു മുൻപ്, ഇതേ ജനവിഭാഗങ്ങൾക്കു മുമ്പിൽ അന്നത്തെ റോമാസാമ്രാജ്യം എങ്ങനെ നിസഹായകമായി മുട്ടുമടക്കിയോ അതേപോലെ തന്നെ, ജർമൻകാർ ഫ്രാൻസിൽ പടുത്തുയർത്തിയ സാമ്രാജ്യം ഷാർലിമെയിൻ മരിച്ച് അൻപതുവർഷം കഴിഞ്ഞപ്പോൾ നോർമൻകാരുടെ കാൽക്കീഴിൽ തളർന്നു വീണു.

ആഭ്യന്തരസ്ഥിതിയും മിക്കവാറും പഴയ റോമാസാമ്രാജ്യത്തിലേതു തന്നെയായിരുന്നു. യുദ്ധവും കൊള്ളയടിയും കൊണ്ടു പൊറുതിമുട്ടിയ കൃഷിക്കാരെ പരിരക്ഷിക്കാൻ രാജസ്ഥാനത്തിനു ശക്തിയില്ലായിരുന്നു. അതുകൊണ്ട് സംരക്ഷണത്തിനുവേണ്ടി അവർ പ്രമാണിമാരെയും പള്ളിയെയും അഭയംപ്രാപിച്ചു. പഴയ റോമൻ കൃഷിക്കാരെപ്പോലെതന്നെ അവരുടെ കൃഷിഭൂമി മാത്രമല്ല വ്യക്തിസ്വാതന്ത്ര്യവും കൂടി അവർക്ക് അടിയറവയ്ക്കേണ്ടിവന്നു. ചില തലമുറകൾ കഴിഞ്ഞപ്പോഴേക്കും അവരെല്ലാം അടിയാളൻമാരായി മാറി. അങ്ങനെ നാനൂറുവർഷങ്ങൾക്കു മുൻപ് എവിടെനിന്നായിരുന്നോ തുടങ്ങിയത് അതേ അവസ്ഥയിലേക്കുതന്നെ ബഹുജനങ്ങൾ തിരിച്ചെത്തിയതുപോലെ കാണപ്പെട്ടു.

ഇതിൽനിന്ന് വ്യക്തമാവുന്നത് രണ്ട് കാര്യങ്ങളാണ്: ഒന്ന്, റോമാസാമ്രാജ്യത്തിന്റെ അപചയകാലത്തെ സാമൂഹ്യവിതാനങ്ങളും സ്വത്തിന്റെ വിതരണവും, അന്ന് കൃഷിയും വ്യവസായവും എത്തിനിന്നിരുന്ന ഉൽപ്പാദനഘട്ടത്തിന് തികച്ചും അനുയോജ്യമാവും അതുകൊണ്ടുതന്നെ അനിവാര്യവുമായിരുന്നു. രണ്ട്, തുടർന്നുള്ള നാനൂറ് വർഷക്കാലത്തിനിടയിൽ ഈ ഉൽപ്പാദനഘട്ടം മേലോട്ടോ താഴോട്ടോ കാര്യമായി വ്യതിചലിക്കാതെ നിന്നതു

കൊണ്ട് സ്വത്തിന്റെ വിതരണവും വർഗവിഭജനവും അതേനിലയിൽ തന്നെ തുടരുകയും ചെയ്തു. റോമാസാമ്രാജ്യത്തിന്റെ അവസാനശതകങ്ങളിൽ നഗരത്തിന് നാട്ടുമ്പുറങ്ങളുടെ മേലുണ്ടായിരുന്ന സർവാധീശത്വം നഷ്ടപ്പെട്ടിരുന്നു. ജർമൻ ആധിപത്യത്തിന്റെ ആദിശതകങ്ങളിൽപോലും അത് വീണ്ടെടുക്കുവാൻ കഴിഞ്ഞില്ല. കൃഷിയും അതുപോലെതന്നെ വ്യവസായവും താഴ്ന്ന ഒരു ഘട്ടത്തിലായിരുന്നു എന്നുള്ളതാണ് അതിന് കാരണം. അത്തരമൊരവസ്ഥയിൽ അധികാരസ്ഥരായ വൻകിട ജന്മിമാരും ആശ്രിതരായ ചെറുകിട കൃഷിക്കാരും ഉണ്ടായിരിക്കുക അനിവാര്യമാണ്. പക്ഷെ റോമക്കാർ അടിമകളുടെ അധ്വാനവും ജർമൻകാർ അടിയാളൻമാരുടെ അധ്വാനവും ഉപയോഗിച്ച് നടത്താൻ ശ്രമിച്ച വൻതോതിലുള്ള കൃഷി ഏറെക്കാലം നിലനിർത്തിക്കൊണ്ടുപോവുക അസാധ്യമായിരുന്നു.

എന്നിരിക്കിലും ഈ നാനൂറ് വർഷങ്ങൾക്കിടയിൽ ചില കാര്യങ്ങളിലെങ്കിലും പുരോഗതിയും ഉണ്ടായിട്ടുണ്ട്. തുടക്കത്തിലെ മുഖ്യവർഗങ്ങളെത്തന്നെയാണ് അവസാനത്തിലും നാം കാണുന്നതെങ്കിലും ആ വർഗങ്ങൾക്കകത്തെ ആളുകൾക്ക് മാറ്റം സംഭവിച്ചു. പഴയ അടിമത്തം അപ്രത്യക്ഷമായി. തെരുവുതെണ്ടികളായി മാറിയിട്ടും അധ്വാനം അന്തസിന് പോരാത്ത കാര്യമായി കരുതിയിരുന്ന സ്വതന്ത്രപൗരൻമാരും ഇല്ലാതായി. തകർന്നുകൊണ്ടിരുന്ന ഒരു നാഗരികതയുടെ ചളിക്കുണ്ടിൽനിന്നല്ല, പ്രത്യുത പുതുതായി പിറവിയെടുത്ത ഒരു നാഗരികതയുടെ തീവ്രയത്നത്തിൽ നിന്നാണ് ഒൻപതാം നൂറ്റാണ്ടിലെ സാമൂഹ്യവർഗങ്ങൾ രൂപമെടുത്തത്. ഉടയോൻമാരായ ജന്മിമാരും അടിയാൻമാരായ കൃഷിക്കാരും തമ്മിലുള്ള ബന്ധം രണ്ടാമത്തെ കൂട്ടരെ സംബന്ധിച്ചിടത്തോളം പുതിയൊരു വളർച്ചയുടെ തുടക്കമായിരുന്നു. ആ നാനൂറ് വർഷക്കാലം പൊതുവെ ഊഷരമാണെന്നുവരികിലും അത് അവശേഷിപ്പിച്ചിട്ടുപോയ മഹത്തായ ഒരു സൃഷ്ടിയുണ്ട്- ആധുനിക ദേശീയ ജനവിഭാഗങ്ങൾ. അതുവഴി വരുംകാല ചരിത്രത്തിന്റെ അരങ്ങിലേക്കുവേണ്ടി പടിഞ്ഞാറൻ യൂറോപ്പിലെ മാനവസമൂഹത്തെ വീണ്ടും അണിയിച്ചൊരുക്കിയതും പുനഃസംഘടിപ്പിച്ചതും ആ കാലമാണ്. യൂറോപ്പിന് പുതുജീവൻ പകർന്നുകൊടുക്കുകയാണ് വാസ്തവത്തിൽ ജർമൻകാർ ചെയ്തത്.

ഊർധ്വശ്വാസം വലിച്ചുകൊണ്ടിരുന്ന യൂറോപ്പിന് നവചൈതന്യം പകർന്നുകൊടുക്കാൻ ജർമൻകാർക്ക് കഴിഞ്ഞത് എന്ത് മാന്ത്രികശക്തികൊണ്ടായിരുന്നു? നമ്മുടെ ചില ചരിത്രകാരൻമാർ പറയുന്നതുപോലെ ജർമൻകാരുടെ വംശസിദ്ധിയായിരുന്നോ അത്? ഒരിക്കലുമില്ല. അനുഗൃഹീതമായ ഒരു ആര്യഗോത്രമായിരുന്നു ജർമൻജനത എന്നത് തീർച്ച. പക്ഷെ, അവരുടെ ദേശീയതയുടെ

ഗുണവിശേഷങ്ങളൊന്നുമായിരുന്നില്ല യൂറോപ്പിന് നവചൈതന്യം പകർന്നുകൊടുത്തത്; അവരുടെ സാമൂഹ്യസംവിധാനമാണ് അതു ചെയ്തത്.

റോമക്കാർക്ക് നഷ്ടപ്പെട്ടവയും എന്നാൽ റോമൻ ലോകത്തിന്റെ ജീർണാവശിഷ്ടങ്ങളിൽനിന്ന് പുതിയ ഭരണകൂടങ്ങളെയും പുതിയ ദേശീയതകളെയും പടുത്തുയർത്തുവാൻ അവശ്യം ആവശ്യവുമായ ആ ഗുണവിശേഷങ്ങൾ, അവരുടെ കരുത്തും ധൈര്യവും അവരുടെ സ്വാതന്ത്ര്യപ്രേമവും അവരുടെ ജനാധിപത്യബോധവും പൊതുകാര്യങ്ങൾ സ്വന്തം കാര്യങ്ങളായി കാണാനുള്ള മനോഭാവവും എല്ലാംതന്നെ അപരിഷ്കൃതാവസ്ഥയുടെ അവസാനഘട്ടത്തിലെ പ്രത്യേകതകളും അവരുടെ ഗണസംവിധാനത്തിന്റെ സദ്ഫലങ്ങളുമല്ലാതെ മറ്റെന്താണ്?

ഏകഭാര്യാത്വത്തിന്റെ പഴയ രൂപത്തിൽ മാറ്റം വരുത്തുവാനും കുടുംബത്തിനകത്ത് പുരുഷമേധാവിത്വത്തെ മാർദവപ്പെടുത്തുവാനും മുമ്പൊരിക്കലും സ്ത്രീകൾക്കു കിട്ടിയിട്ടില്ലാത്ത ഉന്നതപദവി കൽപ്പിച്ചുകൊടുക്കുവാനും അവരെ പ്രാപ്തരാക്കിയത് ആ അപരിഷ്കൃതാവസ്ഥയിലെ ഗണാചാരക്രമങ്ങളും അവരിൽ അന്നും ചൈതന്യവത്തായിത്തന്നെ നിലനിന്നിരുന്ന മാതൃദായ പൈതൃകവുമല്ലാതെ മറ്റെന്താണ്?

ജർമനിയിലും വടക്കൻ ഫ്രാൻസിലും ഇംഗ്ളണ്ടിലുമെങ്കിലും ഗ്രാമസമൂഹത്തെ ഭദ്രമായി നിലനിർത്തുകവഴി ഫ്യൂഡൽ ഭരണകൂടത്തിലേക്ക് ഒരസൽ ഭരണഘടനയുടെ അംശങ്ങൾ സന്നിവേശിപ്പിക്കാൻ അവർക്കു കഴിഞ്ഞു. അങ്ങനെ മർദിതവർഗമായ കൃഷിക്കാർക്ക്, അടിയാളത്തം അങ്ങേയറ്റം കഠിനമായിത്തീർന്നിരുന്ന മധ്യകാലങ്ങളിൽപോലും, ഒരുമയോടും സ്വരുമയോടും കൂടി ഒന്നിച്ചുകഴിയാനും സ്വയം പ്രതിരോധിക്കാനുമുള്ള അവസരം ഒരുക്കിക്കൊടുത്തു. പണ്ടത്തെ അടിമകൾക്കോ ഇന്നത്തെ തൊഴിലാളിവർഗത്തിനോ കിട്ടിയിട്ടില്ലാത്ത ഈ സൗഭാഗ്യം അവർക്കു ലഭ്യമാക്കിയത്, അവരുടെ അപരിഷ്കൃതാവസ്ഥയും ഗണങ്ങളായി സംഘടിച്ചു ജീവിക്കുക എന്ന ആ അവസ്ഥക്കുമാത്രം പ്രത്യേകമായ രീതിയുമല്ലാതെ മറ്റെന്താണ്?

അടിയാളത്തത്തിന്റെ കാർക്കശ്യം കുറഞ്ഞ ഒരു രൂപം അവർ ആവിഷ്കരിക്കുകയും സാർവത്രികമായി നടപ്പാക്കുകയും ചെയ്തു. റോമൻസാമ്രാജ്യത്തിൽ നടമാടിയിരുന്ന അടിമത്തത്തെ കൂടുതൽ കൂടുതൽ ഒതുക്കിക്കൊണ്ട് അതിന്റെ സ്ഥാനം ഏറ്റെടുക്കുകയും മർദ്ദിതർക്ക് ഒരു വർഗമെന്ന നിലയിൽ അവരുടെ ക്രമാനുഗതമായ മോചനത്തിന് വഴിയൊരുക്കിക്കൊടുക്കുകയും ചെയ്ത ഈ രൂപം അക്കാരണം കൊണ്ടുതന്നെ അടിമത്തത്തെക്കാൾ എത്രയോ മെച്ചമാണ്. ഒന്നുകിൽ അടിമത്തം അല്ലെങ്കിൽ സ്വാതന്ത്ര്യം എന്നല്ലാതെ

ഇവയ്ക്കു രണ്ടിനുമിടയിൽ മറ്റൊരുഘട്ടത്തിന് അടിമത്തത്തിൽ ഇടമില്ല. എന്നാൽ മധ്യകാലങ്ങളിലെ അടിയാൻമാരാകട്ടെ ഒരു വർഗമെന്ന നിലയിൽതന്നെ പടിപടിയായി മോചനം കൈവരിച്ചു. അതു സാധ്യമാക്കിത്തീർത്തതും ആ അപരിഷ്കൃതാവസ്ഥയല്ലാതെ മറ്റെന്താണ്?

ജർമൻകാർ റോമൻലോകത്തിനു പകർന്നുകൊടുത്തവയിൽ ഓജസ്കരവും ജീവദായകവുമായതെല്ലാം അപരിഷ്കൃതാവസ്ഥയുടെതായിരുന്നു. ഒരു നാഗരികതയുടെ മരണവേദനയിൽ കിടന്നു പിടയുന്ന ഒരു ലോകത്തിനു നവചൈതന്യം പകർന്നു കൊടുക്കാൻ വാസ്തവത്തിൽ അപരിഷ്കൃതാവസ്ഥക്കു മാത്രമേ കഴിയൂ. ജർമൻകാരാകട്ടെ, അപരിഷ്കൃതാവസ്ഥയുടെ ഏറ്റവും ഉയർന്ന ഘട്ടത്തിലെത്തിക്കഴിഞ്ഞവരുമായിരുന്നു. ഈ വസ്തുത എല്ലാം വിശദമാക്കുന്നു.

9

അപരിഷ്കൃതാവസ്ഥയും നാഗരികതയും

ഗ്രീക്കുകാർ, റോമക്കാർ, ജർമൻകാർ എന്നിങ്ങനെ വ്യതിരിക്തങ്ങളായ മൂന്നു പ്രധാന ജനതകളെ ആധാരമാക്കി ഗണസംവിധാനത്തിന്റെ വിലയിനം നാം പരിശോധിക്കുകയുണ്ടായി. അപരിഷ്കൃതാവസ്ഥയുടെ അവസാനദശയിൽ ഗണസംവിധാനത്തെ അട്ടിമറിക്കുകയും നാഗരികതയുടെ ആഗമനത്തോടുകൂടി അതിനെ പാടെ തുടച്ചുമാറ്റുകയും ചെയ്ത സാമാന്യ സാമ്പത്തിക സാഹചര്യങ്ങളെക്കുറിച്ചുള്ള ഒരു അന്വേഷണത്തോടെ ഈ പഠനം ഉപസംഹരിക്കാം. അതിന്, മോർഗന്റെ ഗ്രന്ഥംപോലെ തന്നെ അത്യന്താപേക്ഷിതമാണ് മാർക്സിന്റെ *മൂലധനം*.

നമുക്കു കിട്ടിയിട്ടുള്ള വിവരങ്ങൾവച്ചു നോക്കിയാൽ ഗണസംവിധാനം, കാടത്തത്തിന്റെ മധ്യഘട്ടത്തിൽ ജന്മമെടുത്ത് ഉന്നതഘട്ടത്തിലൂടെ വികാസം നേടി അപരിഷ്കൃതാവസ്ഥയുടെ താഴ്ന്നഘട്ടത്തിലെത്തുമ്പോഴേക്കും പൂർണ പുഷ്കലമാവുന്നു. അതുകൊണ്ട് നമുക്ക് ഈ ഘട്ടത്തിൽ നിന്നു തുടങ്ങാം.

ഈ ഘട്ടത്തിൽ ഗണവ്യവസ്ഥ പൂർണവികാസം നേടിക്കഴിഞ്ഞു. അമേരിക്കൻ ഇന്ത്യക്കാരെ ഉദാഹരണമായി എടുക്കാം. ഒരു ഗോത്രം പല ഗണങ്ങളായി, മിക്ക സന്ദർഭങ്ങളിലും രണ്ടു ഗണങ്ങളായി, വിഭജിക്കപ്പെട്ടിരുന്നു. ജനങ്ങൾ പെരുത്തപ്പോൾ ഈ ആദിഗണങ്ങൾ അനേകം പുത്രികാഗണങ്ങളായി പിരിഞ്ഞു. അവയുമായുള്ള ബന്ധത്തിൽ മാതൃഗണങ്ങൾ ഭ്രാതൃഗണങ്ങളായി, ഗണസംഘങ്ങളായി, പ്രത്യക്ഷപ്പെട്ടു. ചിലേടങ്ങളിൽ ഒരു ഗോത്രംതന്നെ പല ഗോത്രങ്ങളായി വഴിപിരിഞ്ഞു. അങ്ങനെ പിരിഞ്ഞ മിക്ക ഗോത്രങ്ങളിലും പഴയ ഗണവ്യവസ്ഥ നിലനിന്നു. ചിലയിടങ്ങളിൽ കോൺഫെഡറസികളിലൂടെ ഏകോപിതരായി. ലളിതമായ ഈ സംവിധാനം

അതിനു ജന്മം നൽകിയ സാമൂഹ്യസാഹചര്യങ്ങൾക്ക് തികച്ചും പര്യാപ്തമായിരുന്നു. ഇത്തരത്തിലുള്ള ഒരു സാമൂഹ്യഘടനക്ക കത്ത് ഉണ്ടാവാനിടയുള്ള പൊരുത്തക്കേടുകളെ സമരസപ്പെടുത്തു വാൻ കഴിവുള്ള, പ്രത്യേകതരത്തിലുള്ളതും അതേസമയംതന്നെ സ്വാഭാവികവുമായ, ഒരു സംഘംചേരൽ മാത്രമായിരുന്നു അത്. പുറംലോകവുമായുണ്ടാവുന്ന ഭിന്നതകൾ പരിഹരിച്ചിരുന്നത് യുദ്ധം വഴിയാണ്. യുദ്ധത്തിൽ ഒരു ഗോത്രത്തെ മുഴുവനും കൊന്നൊടുക്കി യെന്നുവരാം, പക്ഷെ, കീഴടക്കി ഭരിക്കുന്ന ഏർപ്പാട് ഒരിക്കലും ഉണ്ടായിരുന്നില്ല. ഗണവ്യവസ്ഥക്കകത്ത് ഭരണകർത്താക്കൾക്കോ ഭ രിക്കപ്പെടുന്നവർക്കോ സ്ഥാനമില്ലായിരുന്നു എന്നതാണ് അതിന്റെ മഹത്വവും പരിമിതിയും. ആഭ്യന്തരതലത്തിൽ അവകാശങ്ങളും കട മകളും തമ്മിലുള്ള വ്യവച്ഛേദനം വന്നുകഴിഞ്ഞിരുന്നില്ല. പൊതുകാ ര്യങ്ങളിൽ പങ്കെടുക്കുന്നതും ചോരക്കു പകരം ചോദിക്കുന്നതും പശ്ചാത്താപം പ്രകടിപ്പിക്കുന്നതും നഷ്ടപരിഹാരം കൊടുക്കുന്നതു മെല്ലാം അവകാശങ്ങളാണോ അതോ കടമകളാണോ എന്നുള്ളത് പ്രശ്നമേ ആയിരുന്നില്ല. ഉണ്ണുന്നതും ഉറങ്ങുന്നതും വേട്ടയാടു ന്നതും അവകാശമോ കടമയോ എന്ന ചോദ്യം പോലെതന്നെ അർഥ ശൂന്യമായ ഒരു ചോദ്യമായിരുന്നു അത്. ഗോത്രത്തിനോ ഗണത്തി നോ വിവിധ വർഗങ്ങളായി ഭിന്നിക്കാൻ സാധ്യമല്ലായിരുന്നു. ഇത് അന്നത്തെ സാഹചര്യങ്ങളുടെ സാമ്പത്തികാടിത്തറയെക്കുറിച്ചുള്ള അന്വേഷണത്തിലേക്കു നമ്മെ നയിക്കുന്നു.

ജനസംഖ്യ വളരെക്കുറവായിരുന്നു. ഗോത്രത്തിന്റെ ആസ്ഥാന ത്തിൽ മാത്രമാണ് ജനസാന്ദ്രത ഉണ്ടായിരുന്നത്. അതിനു ചുറ്റും വിശാലമായ നായാട്ടുപ്രദേശങ്ങളും അതിനുമപ്പുറം അതിർത്തിയെ ക്കുറിക്കുന്ന നിഷ്പക്ഷമേഖലകളായ വനങ്ങളുമായിരുന്നു. പ്രകൃതി യിൽനിന്നു കടംകൊണ്ട ശുദ്ധവും ലളിതവുമായ ഒന്നായിരുന്നു തൊഴിൽവിഭജനം. അത് സ്ത്രീയും പുരുഷനും തമ്മിൽ മാത്രമായി രുന്നുതാനും, പുരുഷൻ യുദ്ധത്തിനും വേട്ടയാടലിനും മീൻപിടിത്ത ത്തിനും പോയി, അതിനാവശ്യമുള്ള ആയുധങ്ങളും ഉപകരണ ങ്ങളും ഉണ്ടാക്കി, ആഹാരത്തിനുള്ള വക അന്വേഷിച്ചുകൊണ്ടുവ ന്നു. സ്ത്രീ വീട്ടിലെ കാര്യങ്ങൾ നോക്കി, ആഹാരം പാകം ചെയ്തു, വസ്ത്രങ്ങൾ ഉണ്ടാക്കി. ഓരോരുത്തരും അവരവരുടെ പ്രവർത്തന മേഖലയിലെ, പുരുഷൻ കാട്ടിലെയും സ്ത്രീ വീട്ടിലെയും, അധിപ തിയായിരുന്നു. ഓരോരുത്തരും ഉണ്ടാക്കുകയും ഉപയോഗിക്കു കയും ചെയ്യുന്ന ഉപകരണങ്ങൾ അവരവരുടെ വകയായിരുന്നു. അനവധി കുടുംബങ്ങൾ ഒന്നിച്ച് ഒരു വീട്ടിൽ കഴിയുന്നു. പൊതു വായി ഉണ്ടാക്കിയതും ഉപയോഗിക്കുന്നതുമായ സകലതും, വീടും തോട്ടവും നീളൻവള്ളവുമെല്ലാം, പൊതുസ്വത്താണ്. നിയമ ജ്ഞൻമാരും സാമ്പത്തികശാസ്ത്രകാരൻമാരും നാഗരിക സമൂഹ

ത്തിന്റേതെന്നു തെറ്റായി വിവക്ഷിക്കുന്ന 'ആർജിതസ്വത്ത്' വാസ്തവത്തിൽ ഇവിടെയാണ്, ഇവിടെ മാത്രമാണ്, നമുക്കുകാണാൻ കഴിയുന്നത്. ആ വിവക്ഷയിൽ ഊന്നിക്കൊണ്ടുള്ള നിയമക്കസർത്താണല്ലോ ആധുനിക മുതലാളിത്തത്തിന്റെ അവസാനത്തെ അത്താണി.

പക്ഷെ, മനുഷ്യൻ എല്ലായിടത്തും ഇതേ ഘട്ടത്തിൽതന്നെ അങ്ങു നിൽക്കുകയായിരുന്നില്ല. ഏഷ്യയിൽ അവൻ മെരുക്കിയെടുക്കുകയും പോറ്റി വളർത്തുകയും ചെയ്യാവുന്ന മൃഗങ്ങളെ കണ്ടെത്തി. കാട്ടെരുമയെ നായാടിപ്പിടിക്കുകയേ മാർഗമുണ്ടായിരുന്നുള്ളു. വീട്ടിൽ വളർത്തുന്ന പശുവാകട്ടെ പാലുതരും, ആണ്ടുതോറും ഓരോ കന്നിനെയും. ഏറ്റവും പുരോഗതി നേടിയ ആര്യൻമാർ, സെമൈറ്റുകൾ തുടങ്ങിയവർ മൃഗങ്ങളെ മെരുക്കിയെടുക്കുക മാത്രമല്ല കാലക്രമത്തിൽ മൃഗപാലനം മുഖ്യതൊഴിലായി സ്വീകരിക്കുകയും ചെയ്തു. അങ്ങനെ ഇടയഗോത്രങ്ങൾ അപരിഷ്കൃതരുടെ പൊതുസമൂഹത്തിൽനിന്നു സ്വയം വേർപിരിഞ്ഞു. *സാമൂഹ്യതലത്തിൽ നടന്ന ഒന്നാമത്തെ വലിയ തൊഴിൽവിഭജനം* അതായിരുന്നു. ഈ ഇടയഗോത്രങ്ങൾ കൂടുതൽ ഭക്ഷണപദാർഥങ്ങൾ മാത്രമല്ല, കൂടുതൽ വൈവിധ്യമുള്ള വസ്തുക്കളും ഉൽപ്പാദിപ്പിച്ചു. പാലും അതിന്റെ ഉൽപ്പന്നങ്ങളും ഇറച്ചിയും മാത്രമല്ല, മൃഗചർമവും ആട്ടിൻരോമവും മറ്റു ഗോത്രങ്ങളുടെതിനെക്കാൾ സമൃദ്ധിയായി ഉണ്ടായിരുന്നു. അസംസ്കൃത വസ്തുക്കൾ കൂടുതൽ സുലഭമായതോടെ നെയ്തെടുത്ത തുണിത്തരങ്ങൾ സർവസാധാരണമായി. ഇത്, ഇദംപ്രഥമമായി സ്ഥിരമായ കൈമാറ്റം സാധ്യമാക്കിത്തീർത്തു. മുൻഘട്ടങ്ങളിൽ വല്ലപ്പോഴും മാത്രമേ കൈമാറ്റം നടത്തിയിരുന്നുള്ളു; ആയുധങ്ങളും ഉപകരണങ്ങളും നിർമിക്കാനുള്ള സവിശേഷമായ വൈഭവവും മറ്റും താൽക്കാലികമായ തൊഴിൽവിഭജനത്തിനുമാത്രമാണ് വഴിവെച്ചത്. എന്തുതന്നെയായാലും, ഗോത്രത്തിനകത്തുള്ള കൈമാറ്റമല്ലാതെ മറ്റു രീതിയിലുള്ള കൈമാറ്റമൊന്നും ആ ഘട്ടത്തിൽ സാധ്യമായിരുന്നില്ല. അകത്തുള്ള കൈമാറ്റം തന്നെയും ഒരു അപവാദം മാത്രമായിരുന്നു. എന്നാൽ ഇടയഗോത്രങ്ങൾ വേരുറപ്പിച്ചുകഴിഞ്ഞതോടെ വ്യത്യസ്ത ഗോത്രങ്ങൾ തമ്മിൽ കൈമാറ്റം നടത്തുന്നതിനും അതു വികസിച്ച് സാമ്പത്തികജീവിതത്തിന്റെ ഒരു സ്ഥിര ഭാഗമായി തീരുന്നതിനും പറ്റിയ എല്ലാ സാഹചര്യങ്ങളും ഉയർന്നുവരുന്നതാണ് നമുക്ക് കാണാൻ കഴിയുന്നത്. ഗോത്രവും ഗോത്രവും തമ്മിൽ, അവരുടെ തലവൻമാർ മുഖാന്തിരം, ആദ്യകാലത്ത് കൈമാറ്റം നടന്നിരുന്നു. പക്ഷെ, കാലിപ്പറ്റങ്ങളെ പ്രത്യേക സ്വത്താക്കി മാറ്റാൻ തുടങ്ങിയതോടെ വ്യക്തികൾ തമ്മിലുള്ള കൈമാറ്റം ഏറിവരികയും അവസാനം കൈമാറ്റത്തിന്റെ രൂപം അതു മാത്രമായിത്തീരുകയും ചെയ്തു. കൈമാറ്റം ചെയ്യുന്ന വസ്തുക്ക

ളിൽ പ്രഥമസ്ഥാനം കാലികൾക്കായിരുന്നു. അതുകൊണ്ട് മറ്റെല്ലാ വസ്തുക്കളുടെയും കൈമാറ്റത്തിന്റെ മാനദണ്ഡവും കാലികളായിരുന്നു. ചുരുക്കത്തിൽ ഈ ഘട്ടത്തിൽ പണത്തിന്റെ സ്ഥാനം വഹിച്ചിരുന്നത് കാലികളായിരുന്നു. ഉൽപ്പന്നക്കൈമാറ്റത്തിന്റെ ആരംഭദശയിൽതന്നെ പണത്തിനു തുല്യമായ ഒരു ചരക്ക് കണ്ടെത്തേണ്ടതിന്റെ ആവശ്യകതയും തിടുക്കവും അത്തരത്തിലുള്ളതായിരുന്നു.

ഏഷ്യയിലെ അപരിഷ്കൃതാവസ്ഥയുടെ ആദ്യഘട്ടത്തിൽ തോട്ടകൃഷി അജ്ഞാതമായിരുന്നിരിക്കണം. മധ്യഘട്ടത്തിൽ വച്ചെങ്കിലും അതു തുടങ്ങിയിട്ടുമുണ്ടാവണം. മഴക്കാലത്തു കാലികൾക്കു തീറ്റ സംഭരിക്കാൻ വേണ്ടിയാണ് ആദ്യം ധാന്യം കൃഷിചെയ്തത്, താമസിയാതെ, അതു മനുഷ്യർക്കും കഴിക്കാമെന്നായി. കൃഷിഭൂമി അന്നും ഗോത്രത്തിന്റെ പൊതുസ്വത്തായിരുന്നു. അത് ഗണങ്ങൾക്കും പിന്നെ ഗണങ്ങൾ തറവാട്ടുസമൂഹങ്ങൾക്കും അവസാനം വ്യക്തികൾക്കുമായി വീതിച്ചുകൊടുക്കുന്നു. ഇവയിലെല്ലാം താൽക്കാലികമായ കൈവശാവകാശം മാത്രമാണുണ്ടായിരുന്നത്.

ഈ ഘട്ടത്തിലെ വ്യാവസായികനേട്ടങ്ങളിൽ പ്രത്യേകം പ്രാധാന്യമർഹിക്കുന്നത് രണ്ടെണ്ണമാണ്. ഒന്ന് തറിയും മറ്റത് ഉലയും, ചെമ്പും ഈയവും അവയുടെ സങ്കരമായ ഓടുമായിരുന്നു ഏറ്റവും പ്രധാനം. ഓടുകൊണ്ടു നിർമിച്ച ആയുധങ്ങൾ ഉപയോഗപ്രദങ്ങളായിരുന്നെങ്കിലും ശിലായുധങ്ങൾക്കു പകരംവയ്ക്കാവുന്നവയായിരുന്നില്ല. കല്ലിനു പകരം വയ്ക്കാവുന്നത് ഇരുമ്പു മാത്രമാണ്. പക്ഷെ, അതിന്റെ ഉൽപ്പാദനം അന്ന് അജ്ഞാതമായിരുന്നു. സ്വർണവും വെള്ളിയും ആഭരണങ്ങൾക്കും അലങ്കാരപ്പണികൾക്കും ഉപയോഗിച്ചുതുടങ്ങി. അവക്ക് ചെമ്പിനെക്കാളും ഓടിനെക്കാളും വളരെ കൂടിയവില കൈവന്നുകഴിഞ്ഞിട്ടുമുണ്ടാവണം.

ഉൽപ്പാദനത്തിന്റെ എല്ലാ മണ്ഡലങ്ങളിലും-കാലിവളർത്തലിലും കൃഷിയിലും കൈത്തൊഴിലിലും- ഉണ്ടായ അഭിവൃദ്ധി കാരണം ഉൽപ്പാദകന് അവന്റെ ഉപഭോഗത്തിന് ആവശ്യമുള്ളതിനെക്കാൾ കൂടുതൽ ഉൽപ്പാദിപ്പിക്കുവാൻ കഴിവുണ്ടായി. അതേസമയം തന്നെ ഗണത്തിലെയോ തറവാട്ട് സമൂഹത്തിലെയോ വ്യക്തിഗത കുടുംബത്തിലെയോ ഓരോ അംഗവും ദിവസവും കൂടുതൽ പണിയെടുക്കേണ്ടതായും വന്നു. അധ്വാനിക്കാൻ കൂടുതലാളുകളെ കിട്ടുക അഭികാമ്യമായിത്തീർന്നു. യുദ്ധം അതിനുവഴിയുണ്ടാക്കിക്കൊടുത്തു, യുദ്ധത്തിൽ പിടികൂടിയവരെ അടിമകളാക്കി. അന്നത്തെ സാമാന്യ ചരിത്രസാഹചര്യത്തിൽ, അധ്വാനത്തിന്റെ ആദ്യത്തെ വലിയ സാമൂഹ്യവിഭജനത്തിന്, അതിന്റെ തുടക്കത്തിൽ, അധ്വാനത്തിന്റെ ഉൽപ്പാദനക്ഷമത; അതായത് സമ്പത്ത്, വർധിപ്പിക്കുകയും ഉൽപ്പാദനമേഖലയെ വിപുലപ്പെടുത്തുകയും ചെയ്യുന്നതിനുവേണ്ടി അടിമത്തത്തെ ആശ്രയിക്കേണ്ടത് ആവശ്യമായി വന്നു. അധ്വാനത്തിന്റെ ആദ്യത്തെ

ആ വലിയ സാമൂഹ്യവിഭജനത്തിൽ നിന്നു സമൂഹത്തെ രണ്ടുവർഗ ങ്ങളായി തിരിച്ചുകൊണ്ടുള്ള ആദ്യത്തെ വലിയ വർഗവിഭജനം ആവിർഭവിച്ചു; ഉടമകളും അടിമകളും, ചൂഷകരും ചൂഷിതരും.

പൊതുസ്വത്തായിരുന്ന കാലിപ്പറ്റങ്ങളെയും മറ്റും സ്വകാര്യ സ്വത്താക്കി മാറ്റിയത് എങ്ങനെയെന്നും എപ്പോഴെന്നുമുള്ളതിനെക്കു റിച്ച് ഇന്നോളവും അറിയാൻ കഴിഞ്ഞിട്ടില്ല. എങ്കിലും അത് ഈ ഘട്ട ത്തിലായിരിക്കണം മുഖ്യമായും സംഭവിച്ചത്. കാലിപ്പറ്റങ്ങളും മറ്റു പുതിയ സമ്പത്തുകളും കുടുംബത്തിൽ ഒരു വിപ്ലവം വരുത്തിത്തീ ർത്തു. ഉപജീവനത്തിനുള്ള വക അന്വേഷിക്കുക എന്നും പുരുഷന്റെ ചുമതലയിൽപ്പെട്ട കാര്യമായിരുന്നു. അവൻ ഉൽപ്പാദിപ്പിച്ചു, ഉൽപ്പാ ദനോപാധികളുടെ ഉടമസ്ഥതയും വഹിച്ചു. കാലിപ്പറ്റങ്ങൾ ഉപജീവ നത്തിനുള്ള പുതിയ ഉപാധിയായിരുന്നു. അവയെ മെരുക്കിയെടു ത്തതും പോറ്റിവളർത്തിയതും പുരുഷനായിരുന്നു. അതുകൊണ്ട് അവൻ കാലികളുടെയും അവയെ കൈമാറി സമ്പാദിക്കുന്ന മറ്റ് ഉൽപ്പന്നങ്ങളുടെയും ഉടമയായി. ഈ ഘട്ടത്തിൽ ഉൽപ്പാദനത്തിൽ നിന്നുണ്ടായ മിച്ചം പുരുഷന്റെ കൈകളിലാണ് ചെന്നുചേർന്നത്. ഉപഭോഗത്തിലല്ലാതെ ഉടമസ്ഥതയിൽ സ്ത്രീക്കു പങ്കില്ലാതായി ത്തീർന്നു. കാടത്തകാലത്തെ പോരാളിയും നായാടിയും കുടിയിലെ ഒന്നാസ്ഥാനം സ്ത്രീക്കു വിട്ടുകൊടുത്തിട്ട് രണ്ടാംസ്ഥാനംകൊണ്ടു സ്വയം തൃപ്തിപ്പെട്ടിരുന്നു. 'കൂടുതൽ മാന്യനായ'ഇടയനാകട്ടെ തന്റെ സമ്പത്തിന്റെ ഊറ്റംവച്ചുകൊണ്ട് സ്ത്രീയെ രണ്ടാംസ്ഥാന ത്തേക്കു തള്ളിയിട്ട് ഒന്നാം സ്ഥാനത്തേക്കു കയറിക്കൂടി. ഉപജീവന ത്തിനുള്ള വകയുണ്ടാക്കുക എന്ന പുരുഷന്റെ ജോലിയുമായി തട്ടി ച്ചുനോക്കുമ്പോൾ സ്ത്രീ ചെയ്യുന്ന വീട്ടുജോലി നിസാരമാണെന്നു വന്നു. സ്ത്രീകളെ സാമൂഹ്യോൽപ്പാദനപരമായ ജോലികളിൽനിന്ന് ഒഴിച്ചുനിർത്തുകയും സ്വകാര്യമാത്രമായ വീട്ടുജോലിയിൽ തളച്ചിടു കയും ചെയ്യുന്ന കാലത്തോളം അവരുടെ മോചനവും സ്ത്രീപുരുഷ സമത്വവും അസാധ്യമായിത്തന്നെ അവശേഷിക്കുമെന്നാണ് ഇത് കാണിക്കുന്നത്. ആധുനിക വൻകിടവ്യവസായത്തിനുമാത്രമേ ഈ മോചനത്തിന് വഴിതെളിക്കാൻ കഴിയൂ. സ്ത്രീകളെ ധാരാളമായി ഉൽപ്പാദനത്തിൽ പങ്കെടുക്കാൻ അനുവദിക്കുക മാത്രമല്ല അതിനാവ ശ്യപ്പെടുകയുമാണ് ആധുനിക വൻകിടവ്യവസായം ചെയ്യുന്നത്. സ്വകാര്യ മാത്രമായ വീട്ടുജോലിതന്നെയും ഒരു പൊതു വ്യവസായ മായി മാറ്റാനും അത് യത്നിക്കുന്നു.

വീട്ടിനകത്തു ശരിക്കുള്ള അധീശത്വം കിട്ടിക്കഴിഞ്ഞതോടെ പുരുഷന് അവന്റെ സ്വേഛാധിപത്യം സ്ഥാപിക്കുന്നതിനുള്ള അവ സാനത്തെ പ്രതിബന്ധവും നീങ്ങിക്കിട്ടി. മാതൃദായത്തെ തുടച്ചുമാറ്റി യതും പിതൃദായത്തെ കുടിയിരുത്തിയതും യുഗ്മ കുടുംബ ത്തിൽനിന്ന് ക്രമേണ ഏകഭാര്യാത്വത്തിലേക്കുള്ള മാറ്റവും ഈ

സ്വേച്ഛാധിപത്യത്തെ അരക്കിട്ടുറപ്പിക്കുകയും ശാശ്വതീകരിക്കുകയും ചെയ്തു. പഴയ ഗണവ്യവസ്ഥയിൽ ഇതൊരു വിള്ളലുണ്ടാക്കി. ഏകഭാര്യാത്വകുടുംബം ഒരു ശക്തിയായി മാറി. അത് ഗണത്തിനൊരു ഭീഷണിയായി.

അടുത്തപടി നമ്മെ അപരിഷ്കൃതാവസ്ഥയുടെ അവസാന ഘട്ടത്തിലെത്തിക്കുന്നു; എല്ലാ പരിഷ്കൃത ജനതകളും അവരുടെ വീരയുഗത്തിലൂടെ കടന്നുപോയ ഘട്ടം. ഇരുമ്പുവാളിന്റെ കാലമാണത്. പക്ഷെ, ഇരുമ്പുകൊഴുവിന്റെയും മഴുവിന്റെയും കാലം കൂടിയാണ്. ഇരുമ്പ് മനുഷ്യന്റെ ദാസനായിത്തീർന്നു. ചരിത്രത്തിൽ വിപ്ലവാത്മകമായ പങ്കുവഹിച്ച അസംസ്കൃതവസ്തുക്കളിൽ വച്ച് ഏറ്റവും പ്രധാനവും ഉരുളക്കിഴങ്ങൊഴിച്ചാൽ ഏറ്റവും ഒടുവിലത്തേതും ഇരുമ്പാണ്. കൂടുതൽ വിപുലമായ തോതിൽ നിലംകൃഷി ചെയ്യുവാനും കൃഷിക്കുവേണ്ടി വനഭൂമികൾ വൻതോതിൽ തെളിച്ചെടുക്കുവാനും അതാണ് മനുഷ്യനെ പ്രാപ്തനാക്കിയത്. ഇരുമ്പുകൊണ്ടുണ്ടാക്കിയ ആയുധങ്ങളോളം കടുപ്പവും മൂർച്ചയും മറ്റ് അറിയപ്പെടുന്ന ലോഹങ്ങൾകൊണ്ടോ ശിലകൊണ്ടോ ഉണ്ടാക്കിയ ആയുധങ്ങൾക്കില്ലായിരുന്നു. സാവകാശമായിട്ടാണ് ഇതെല്ലാം സംഭവിച്ചത്. ആദ്യമൊക്കെ ഉണ്ടാക്കിയ ഇരുമ്പ് ഓടിനെക്കാൾ കടുപ്പംകുറഞ്ഞതായിരുന്നു. അതുകൊണ്ട് ശിലായുധങ്ങൾ സാവധാനത്തിൽ മാത്രമാണ് അപ്രത്യക്ഷമായത്. പക്ഷെ, ഈ ഘട്ടമായപ്പോഴേക്കും പുരോഗതി അപ്രതിഹതവും അവിരാമവും ദ്രുതവുമായിത്തീർന്നു. കോട്ടകൊത്തളങ്ങളും കല്ലും ഇഷ്ടികയും കൊണ്ടു നിർമിച്ച വീടുകളുമുള്ള പട്ടണം ഗോത്രത്തിന്റേയോ ഗോത്രങ്ങളുടെ കോൺഫെഡറസിയുടെയോ അധിവാസകേന്ദ്രമായി. ഭവനനിർമാണകലയുടെ ദ്രുതഗതിയിലുള്ള പുരോഗതിയെയാണ് അത് സൂചിപ്പിക്കുന്നത്. പക്ഷെ, അതോടൊപ്പംതന്നെ പുറത്തുനിന്നുള്ള വർധിച്ച ആക്രമണഭീഷണിയും പ്രതിരോധത്തിന്റെ ആവശ്യകതയുംകൂടി അതു സൂചിപ്പിക്കുന്നുണ്ട്. സമ്പത്ത് വളരെവേഗം വർധിച്ചു, വർധിച്ചതു പക്ഷെ, വ്യക്തികളുടെ സമ്പത്തായിരുന്നുവെന്നുമാത്രം. അധികമധികം വിശേഷവൽകൃതങ്ങളായിക്കൊണ്ടിരുന്ന നെയ്ത്തും ലോഹപ്പണിയും മറ്റുകൈത്തൊഴിലുകളും ഉൽപ്പന്നങ്ങളിൽ വർധമാനമായ വൈവിധ്യവും മിഴിവും കാഴ്ചവച്ചു. കൃഷിയുടെ രംഗത്ത് ധാന്യങ്ങളും പയർവർഗങ്ങളും പഴവർഗങ്ങളും; മാത്രമല്ല, എണ്ണയും വീഞ്ഞും ഉണ്ടാക്കുവാനുംകൂടി പഠിച്ചുകഴിഞ്ഞിരുന്നു. നാനാമുഖങ്ങളായ ഇത്തരം പ്രവൃത്തികൾ ഒരു വ്യക്തിക്ക് ഒറ്റക്ക് ചെയ്യുവാനാവില്ലെന്നു വന്നു. അങ്ങനെ *രണ്ടാമത്തെ വലിയ തൊഴിൽ വിഭജനം* നടന്നു. കൈത്തൊഴിലും കൃഷിയും വേർപിരിഞ്ഞു. ഉൽപ്പാദനവും അതോടൊപ്പം ഉൽപ്പാദനക്ഷമതയും തുടർച്ചയായി വർധിച്ചപ്പോൾ, മനുഷ്യന്റെ അധ്വാനശക്തിയുടെ മൂല്യവും വർധിച്ചു. തൊട്ടുമു

മ്പത്തെ ഘട്ടത്തിൽ നവജാതവും നാമമാത്രവുമായിരുന്ന അടിമത്തം ഇപ്പോൾ സാമൂഹ്യവ്യവസ്ഥയിലെ അവശ്യഘടകമായി മാറി. അടിമകളെ വെറും സഹായികളായിമാത്രം നിയോഗിക്കുന്ന രീതി ഇല്ലാതായി. അവരെ കൂട്ടത്തോടെ പാടങ്ങളിലും പണിശാലകളിലും പണിക്കായി ആട്ടിത്തെളിച്ചുകൊണ്ടുപോയി. ഉൽപ്പാദനത്തെ കൃഷിയെന്നും കൈത്തൊഴിലെന്നുമുള്ള രണ്ടു വലിയ ശാഖകളായി വിഭജിച്ചതോടെ കൈമാറ്റത്തിനുവേണ്ടിയുള്ള ഉൽപ്പാദനം, ചരക്കുകളുടെ ഉൽപ്പാദനം നിലവിൽവന്നു, അതോടൊപ്പം വ്യാപാരവും നിലവിൽവന്നു. അത് ആഭ്യന്തരവിപണിയും ഗോത്രത്തിന്റെ അതിർത്തികളും കടന്ന് കടലുകൾക്കപ്പുറത്തേക്കുവരെ ചെന്നെത്തി. വിലയേറിയ ലോഹങ്ങൾ സാർവദേശീയമായ പണത്തിനു തുല്യമായ ചരക്കിന്റെ സ്ഥാനത്തേക്കുയർന്നു; കമ്മട്ടം ആരംഭിച്ചുകഴിഞ്ഞിരുന്നില്ല. ഈ ലോഹങ്ങളുടെ കൊട്ടത്താപ്പുതൂക്കം വച്ചാണ് കൈമാറ്റം നടത്തിയിരുന്നത്.

സ്വതന്ത്രപൗരനും അടിമയും എന്നതിനുപുറമെ സമ്പന്നനും ദരിദ്രനും എന്ന വേർതിരിവുംകൂടി വന്നു. പുതിയ തൊഴിൽവിഭജനത്തോടൊപ്പം സമൂഹത്തെ വർഗങ്ങളായി തിരിച്ചുകൊണ്ടുള്ള വിഭജനവും നടന്നു. പഴയ കമ്യൂണിസ്റ്റ് സ്വഭാവത്തിലുള്ള തറവാട്ടുസമൂഹങ്ങൾ അന്നും അങ്ങിങ്ങ് അവശേഷിച്ചിരുന്നു. പക്ഷെ, കുടുംബത്തലവൻമാരുടെ സമ്പത്തിൽ ഉണ്ടായ അന്തരം ആ സമൂഹങ്ങളെയും ഛിന്നഭിന്നമാക്കി. അതോടെ സമൂഹത്തിനു വേണ്ടിയുള്ള കൂട്ടായ കൃഷിയും ഇല്ലാതായി. കൃഷിഭൂമി വിവിധ കുടുംബങ്ങൾക്കായി വീതിച്ചുകൊടുത്തു. ആദ്യം അതു കുറഞ്ഞ കാലത്തേക്കുമാത്രമായിരുന്നു. പിന്നെ അതു ശാശ്വതമായി. യുഗ്മകുടുംബത്തിൽനിന്ന് ഏകഭാര്യാത്വത്തിലേക്കുള്ള മാറ്റത്തിനൊപ്പവും ക്രമാനുഗതവുമായിട്ടാണ് പൂർണമായ സ്വകാര്യസ്വത്തിലേക്കുള്ള പരിണാമവും സംഭവിച്ചത്. അതോടെ വ്യക്തികുടുംബം സമൂഹത്തിന്റെ സാമ്പത്തിക യൂണിറ്റായി മാറുവാനും തുടങ്ങി.

ജനസംഖ്യാവർധനവ് ആഭ്യന്തരമായും ബാഹ്യമായും കൂടുതൽ ഐക്യം ആവശ്യമാക്കിത്തീർത്തു. എവിടെയും ചാർച്ചക്കാരായ ഗോത്രങ്ങൾ ഏകോപിച്ചുകൊണ്ടുള്ള ഫെഡറേഷൻ അനിവാര്യമായിത്തീർന്നു. ആ ഏകോപനം സാധിച്ചതിനെത്തുടർന്ന് ഫെഡറേഷനിൽപ്പെടുന്ന ഗോത്രങ്ങളുടെ ഭൂവിഭാഗവും ഏകീകരിക്കപ്പെട്ടു. പടത്തലവന്റെ സ്ഥാനം ഒഴിച്ചുകൂടാൻ പാടില്ലാത്തതും സ്ഥിരവുമായി. ജനകീയസഭ ഇല്ലാതിരുന്ന ഇടങ്ങളിലെല്ലാം അതു രൂപീകരിക്കപ്പെട്ടു. യുദ്ധവും അതിനുവേണ്ടിയുള്ള സന്നാഹങ്ങൾ ഒരുക്കുകയുമായിരുന്നു ഈ ഘട്ടത്തിലെ ജനജീവിതത്തിന്റെ മുഖ്യവൃത്തികൾ, ഗണസമൂഹം സൈനിക ജനാധിപത്യത്തിലേക്കു വികസിച്ചത് അതുകൊണ്ടാണല്ലോ. ആ സൈനിക ജനാധിപത്യത്തിന്റെ ഘടക

ങ്ങൾ പടത്തലവനും കൗൺസിലും ജനകീയസഭയുമായിരുന്നു. ധനസമ്പാദനം ജീവിതത്തിന്റെ മുഖ്യലക്ഷ്യങ്ങളിലൊന്നായി കണക്കാക്കിത്തുടങ്ങിയ ജനതകളെ അയൽക്കാരുടെ സമ്പത്ത് കൊതിപിടിപ്പിച്ചു. ഈ അപരിഷ്കൃതാവസ്ഥയിൽ, ഉൽപ്പാദനവൃത്തിയെക്കാൾ അനായാസവും മാന്യവും കൊള്ളയടിയായിരുന്നു. പണ്ട് ആക്രമണത്തിനു പ്രത്യാക്രമണമെന്ന നിലയിലോ അതിർത്തികൾ വിസ്തൃതിപ്പെടുത്തുന്നതിനുവേണ്ടിയോ നടത്തിയിരുന്ന യുദ്ധം ഇപ്പോൾ കൊള്ളയടിക്കുവേണ്ടി മാത്രമായി; അതൊരു സ്ഥിരംതൊഴിലുമായി. സുസജ്ജമായി നിർമിക്കപ്പെട്ട പുതിയ പട്ടണങ്ങൾക്കു ചുറ്റും പടുകൂറ്റൻ മതിലുകൾ ഉയർത്തിയതു വെറുതേയല്ല. അവക്കു ചുറ്റും വായ് പിളർന്നുകിടന്നിരുന്ന കിടങ്ങുകൾ ഗണസംവിധാനത്തിന്റെ ശവക്കുഴിയായിരുന്നു. അവയുടെ ഗോപുരാഗ്രങ്ങൾ നാഗരികതയിലോളം പൊന്തുകയും ചെയ്തിരുന്നു. ഏതാദൃശ്യമായ മാറ്റം ആഭ്യന്തരകാര്യങ്ങളിലും സംഭവിച്ചു. കൊള്ളയടിയുദ്ധങ്ങൾ സർവസൈന്യാധിപന്റെയും ഉപസൈന്യാധിപൻമാരുടെയും അധികാരം വർധിപ്പിച്ചു. ആചാരമുറയനുസരിച്ച് തെരഞ്ഞെടുപ്പിലൂടെ ഒരു കുടുംബത്തിൽപെട്ട ആളിനു നൽകപ്പെട്ടിരുന്ന അനന്തരാവകാശം, പിതൃദായത്തിന്റെ ആവിർഭാവത്തിനുശേഷം പ്രത്യേകിച്ചും, ക്രമേണ ആ കുടുംബത്തിന്റെ പാരമ്പര്യാവകാശമാക്കി മാറ്റി. അങ്ങനെ രാജപരമ്പരക്കും കുലീനപരമ്പരക്കും അടിത്തറപാകി. ജനങ്ങളിലും ഗണത്തിലും ഗണസംഘത്തിലും ഗോത്രത്തിലും ആഴത്തിൽ വേരുറപ്പിച്ചിരുന്ന ഗണഭരണസംവിധാനം ക്രമേണ പിഴുതുമാറ്റുകയും ഗണവ്യവസ്ഥയെ അപ്പാടെ അതിനുനേരെ വിപരീതമായ ഒന്നായി മാറ്റിത്തീർക്കുകയും ചെയ്തു. അതായത് ഗോത്രങ്ങൾ തങ്ങളുടെ സ്വന്തം കാര്യങ്ങളുടെ സ്വതന്ത്രമായ ഭരണ നടത്തിപ്പിനുവേണ്ടി ഉണ്ടാക്കിയ സംവിധാനം അയൽഗോത്രങ്ങളെ കൊള്ളയടിക്കാനും അടിച്ചമർത്താനുമുള്ള സംവിധാനമായും അതിനനുസരണമായി അതിന്റെ ഘടകങ്ങളെ ജനേച്ഛയുടെ ഉപകരണങ്ങൾ എന്ന നിലയിൽനിന്ന് സ്വന്തം ജനങ്ങളെത്തന്നെ ഭരിക്കാനും അടിച്ചമർത്താനുമുള്ള ഉപാധികളായും രൂപാന്തരപ്പെടുത്തി. ധനമോഹം ഗണങ്ങളെ സമ്പന്നനും ദരിദ്രനുമായി വേർതിരിക്കുകയും, മാർക്സ് പറയുന്നപോലെ സ്വത്തിൽവന്ന അന്തരം ഗണാംഗങ്ങൾക്കുണ്ടായിരുന്ന താൽപര്യപ്പൊരുത്തത്തെ അവർക്കു തമ്മിൽതമ്മിലുള്ള ശത്രുതയായി മാറ്റുകയും അടിമത്തത്തിന്റെ വളർച്ച ഉപജീവനത്തിനുവേണ്ടി ജോലിചെയ്യുന്നതിനെ ദാസവൃത്തിയായും കൊള്ളയടിയെക്കാൾ നികൃഷ്ടമായ കാര്യമായും മുദ്രയടിക്കുകയും ചെയ്തില്ലായിരുന്നുവെങ്കിൽ ഇതു സംഭവിക്കുമായിരുന്നില്ല.

ഇത് നമ്മെ നാഗരികതയുടെ കവാടത്തിലെത്തിക്കുന്നു. തൊഴിൽവിഭജനത്തിന്റെ ഏറിവന്ന പുരോഗതിയാണ് ഈ ഘട്ടം

ഉദ്ഘാടനം ചെയ്തത്. നാഗരികത നിലവിലുള്ള തൊഴിൽ വിഭജനങ്ങളെ ശക്തിപ്പെടുത്തിയതിന് പുറമെ അതിന് തനതും അതേസമയം തന്നെ മർമപ്രധാനവുമായ മൂന്നാമതൊരു തൊഴിൽവിഭജനവും കൂടി വരുത്തിത്തീർത്തു. എങ്ങനെയെന്നോ? ഉൽപ്പാദനത്തിൽ പങ്കില്ലാത്തവരും അതേസമയം ഉൽപ്പന്നങ്ങളുടെ കൈമാറ്റത്തിൽമാത്രം വ്യാപൃതരുമായ ഒരു വർഗത്തെ നാഗരികത സൃഷ്ടിച്ചു. ആ വർഗമാണ് 'കച്ചവടക്കാർ'. മുമ്പത്തെ മുപ്പെത്താത്ത വർഗ വ്യവച്ഛേദനങ്ങളാകെത്തന്നെയും തീർത്തും ഉൽപ്പാദനത്തോട് ബന്ധപ്പെട്ടുള്ളവയായിരുന്നു. ഉൽപ്പാദനത്തിൽ ഏർപ്പെട്ടിരുന്നവരെ പ്രവൃത്തിയെടുക്കുന്നവരെന്നും മേൽനോട്ടം വഹിക്കുന്നവരെന്നും അല്ലെങ്കിൽ വൻകിട ഉൽപ്പാദകരെന്നും ചെറുകിട ഉൽപ്പാദകരെന്നും മാത്രമേ വിഭജിക്കപ്പെട്ടിരുന്നുള്ളു. ഇവിടെയാകട്ടെ ഉൽപ്പാദനത്തിൽ യാതൊരു രീതിയിലും പങ്കെടുക്കാത്ത ഒരു വർഗം ആദ്യമായി രംഗ പ്രവേശം ചെയ്യുന്നു. ഉൽപ്പാദനത്തിന്റെ നിയന്ത്രണം അപ്പാടെ തട്ടിയെടുക്കുകയും ഉൽപ്പാദകരെ സാമ്പത്തികമായി കീഴടക്കി ഭരിക്കുകയും ചെയ്യുന്നു. രണ്ട് ഉൽപ്പാദകരുടെ നടുവിൽ രണ്ടുപേർക്കും അനുപേക്ഷണീയനായ മധ്യവർത്തിയായി നിന്നുകൊണ്ട് രണ്ടുപേരെയും ചൂഷണം ചെയ്യുന്നവന്റെ വർഗമാണിത്. കൈമാറ്റത്തിൽ വന്നുഭവിക്കാവുന്ന നാശനഷ്ടങ്ങളിൽ നിന്നും വിദേശവിപണികൾ കണ്ടെത്തുന്നതിനുള്ള ബുദ്ധിമുട്ടിൽനിന്നും ഉൽപ്പാദകരെ രക്ഷിക്കുന്നവരും അതുകൊണ്ടുതന്നെ സമൂഹത്തിന് അവശ്യം ആവശ്യമായവരുമാണ് തങ്ങളെന്ന കപടനാട്യത്തിൽ സമൂഹത്തിൽ സ്ഥാനം പിടിച്ച പരോപജീവികളുടെ ഒരു വർഗമാണിത്. സമൂഹത്തിലെ തനി വിദൂഷകപ്പരിഷകളായ ഈ വർഗം സമൂഹത്തിന് നൽകുന്ന യഥാർഥ സേവനം എത്രയോ നിസാരമാണ്! എങ്കിലും അതിന് പ്രതിഫലമായി നാട്ടിലും പുറത്തുംനിന്ന് ഉൽപ്പാദനത്തിന്റെ സത്ത് ഊറ്റിയെടുക്കുകയും അതിവേഗം അന്തമില്ലാതെ സമ്പത്ത് വാരിക്കൂട്ടുകയും അതിനനുസരണമായി സമൂഹത്തിന്റെമേൽ കൂടുതൽ കൂടുതൽ സ്വാധീനം ചെലുത്തുകയുമാണ് ഇവർ ചെയ്യുന്നത്. അതേ കാരണം കൊണ്ടുതന്നെ നാഗരികതയുടെ ഘട്ടത്തിൽ സമൂഹത്തിൽ കൂടുതൽ മാന്യത നേടുവാനും ഉൽപ്പാദനത്തിൻമേലുള്ള പിടി കൂടുതൽ ഉറപ്പിക്കുവാനും വിധിക്കപ്പെട്ടിരിക്കുന്ന ഒരു വർഗമാണിത്. ഈ മുന്നേറ്റഗതിയിൽ അവസാനം ഇവർ ഇവരുടേതായ ഒരു ഉൽപ്പന്നം നിർമിക്കും- ആനുകാലിക വാണിജ്യ പ്രതിസന്ധികൾ.

പക്ഷെ, ഭാവിയിലെ വികാസപരിണാമത്തെ സംബന്ധിച്ച് ബാലദശയിലായിരുന്ന വ്യാപാരിവർഗത്തിന് യാതൊരു പിടിയുമില്ലായിരുന്നു. അത് രൂപമെടുക്കുകയും അനുപേക്ഷണീയമായ ഒരു സ്ഥാനം കരസ്ഥമാക്കുകയും ചെയ്തു. അതോടെ ലോഹനിർമിതമായ നാണയം പ്രചാരത്തിൽവന്നു. ഉൽപ്പാദകനെയും അവന്റെ

ഉൽപ്പന്നങ്ങളെയും വരുതിയിൽ നിർത്തുവാൻ പറ്റിയ ഒരു പുതിയ ഉപാധിയായി അത് മാറുകയും ചെയ്തു. അതായത്, മറ്റെല്ലാ ചരക്കുകളെയും തന്നിലൊളിപ്പിക്കുന്ന ആ ചരക്കുകളുടെ ചരക്ക് കണ്ടുപിടിക്കപ്പെട്ടു. മനസിൽ നിനയ്ക്കാത്തതാമസം, ഇഷ്ടപ്പെട്ടതും ഇഷ്ടപ്പെടാവുന്നതുമായ എന്തായി വേണമെങ്കിലും രൂപാന്തരപ്പെടുന്ന മാന്ത്രികച്ചെപ്പാണത്. അത് കയ്യിലുള്ളവന് ഉൽപ്പാദനത്തിന്റെ ലോകത്തെ അടക്കി ഭരിക്കാം. മറ്റാരേയുംകാൾ കൂടുതലായി അതുണ്ടായിരുന്നതോ, കച്ചവടക്കാരന്റെ കൈവശം. പണത്തിന്റെ സംപൂജ്യത അവൻ ഭദ്രമായി കാത്തുസൂക്ഷിച്ചു. എല്ലാ ചരക്കുകളും, അതുകൊണ്ടുതന്നെ എല്ലാ ചരക്കുൽപ്പാദകരും, പണത്തിന്റെ മുമ്പിൽ സാഷ്ടാംഗപ്രണാമം നടത്തിക്കൊള്ളണമെന്ന് തുറന്നടിച്ചു പറയുവാൻ അവൻ പ്രത്യേകം ശ്രദ്ധിച്ചു. സമ്പത്തിന്റെ സാക്ഷാൽ അവതാരമായ പണവുമായി താരതമ്യപ്പെടുത്തിയാൽ, സമ്പത്തിന്റെ മറ്റെല്ലാ രൂപങ്ങളും വെറും കപടഛായകൾ മാത്രമാണെന്ന് അവൻ പ്രവൃത്തിയിലൂടെ തെളിയിച്ചു കാട്ടി. പണത്തിന്റെ അധീശശക്തി, അതിന്റെ ശൈശവകാലത്തെ അത്ര പ്രാകൃതമായ വൈകൃതത്തോടും കരാളതയോടുംകൂടി പിന്നീടൊരിക്കലും നഗ്നതാണ്ഡവമാടിയിട്ടില്ല. ചരക്കുകൾക്ക് വിലയായിക്കൊടുത്തിരുന്ന പണം പിന്നെ കടമായിക്കൊടുക്കുവാനും തുടങ്ങി. അങ്ങനെ പലിശയെന്ന പേരിൽ കടക്കാരെ കൊള്ളയടിക്കുന്ന ഏർപ്പാടും നിലവിൽവന്നു. അത് എല്ലാ നിയമ പരിരക്ഷകളോടും കൂടി കൊടികുത്തിവാണത് പ്രാചീന ഏഥൻസിലും റോമിലുമായിരുന്നു.

ചരക്കുകൾ, അടിമകൾ, പണം എന്നീ രൂപങ്ങളിലുള്ള സമ്പത്തുകൾക്കു പുറമെ ഭൂമിയുടെ രൂപത്തിലുള്ള സമ്പത്തും നിലവിൽ വന്നു. ആദികാലത്ത് ഗണമോ ഗോത്രമോ വ്യക്തികളുടെ പേർക്ക് ഭാഗിച്ചുകൊടുത്ത ഭൂമികളിൻമേൽ അവരുടെ അവകാശം ഉറയ്ക്കുകയും അങ്ങനെ കാലക്രമത്തിൽ അത് അവരുടെ പൈതൃകസ്വത്തായി മാറുകയും ചെയ്തു. ആ ഭൂമികളിൻമേൽ ഗണസമൂഹത്തിനുണ്ടായിരുന്ന അവകാശം അവർക്കൊരു വിലങ്ങായിരുന്നു. അതിൽനിന്ന് ആ ഭൂമികളെ മോചിപ്പിച്ചെടുക്കുന്നതിനുള്ള തീവ്രശ്രമമാണ് അതിനു തൊട്ടുമുൻപ് അവർ നടത്തിയിരുന്നത്. ആ വിലങ്ങിൽ നിന്നു മോചനം കിട്ടി. ഏറെത്താമസിയാതെ തന്നെ അങ്ങനെ കൈവന്ന പുതിയ ഭൂസ്വത്തിൽ നിന്നുംകൂടി അവർക്കു മോചനം കിട്ടി. ഭൂമിയിൻമേലുള്ള സർവതന്ത്ര സ്വാതന്ത്ര്യമെന്നു പറഞ്ഞാൽ അതു യഥേഷ്ടം കൈവശം വച്ചനുഭവിക്കാൻ മാത്രമല്ല വിൽക്കാനും കൂടിയുള്ള അവകാശമാണല്ലോ. ഭൂമി ഗണത്തിന്റെ വകയായിരുന്നപ്പോൾ വിൽക്കാൻ സാധ്യമായിരുന്നില്ല. പക്ഷെ, പുതിയ ഭൂവുടമ ഗണത്തിനും ഗോത്രത്തിനും ഭൂമിയിൻമേലുണ്ടായിരുന്ന പരമാധികാരത്തിന്റെ ചങ്ങലകൾ ഊരിക്കളഞ്ഞപ്പോൾ അവനെ മണ്ണു

മായി അഭേദ്യമാംവിധം ബന്ധിപ്പിച്ചിരുന്ന കണ്ണികൾ കൂടിയാണ് മുറിച്ചു കളഞ്ഞത്. അതിന്റെ അർഥമെന്തെന്ന് അവനെ ബോധ്യപ്പെടുത്തിക്കൊടുത്തത് സ്വകാര്യഭൂസ്വത്തിന്റെ ആവിർഭാവത്തോടൊപ്പം കണ്ടുപിടിക്കപ്പെട്ട പണമാണ്. വിൽക്കുകയോ പണയപ്പെടുത്തുകയോ ചെയ്യാവുന്ന ഒരു ചരക്കാകാം ഇപ്പോൾ ഭൂമിയുമെന്നുവന്നു. സ്വകാര്യഭൂസ്വത്ത് നിലവിൽവരാത്ത താമസം പണയ സമ്പ്രദായം കണ്ടുപിടിക്കപ്പെട്ടുകഴിഞ്ഞു. ഏകഭാര്യാത്വത്തിന്റെ കാലുകളിൻമേൽ വെപ്പാട്ടിസമ്പ്രദായവും വ്യഭിചാരവും എങ്ങനെയോ അതേപോലെ ഭൂവുടമാവകാശത്തിന്റെ കാലുകളിൻമേൽ ഇവിടം മുതൽക്കങ്ങോട്ട് പണയസമ്പ്രദായവും ചുറ്റിപ്പിണഞ്ഞു കിടന്നു.

അങ്ങനെ വാണിജ്യവികാസവും പണവും കൊള്ളപ്പലിശയും ഒരു വശത്ത്, ഭൂസ്വത്ത് അതിവേഗം വളരെ ചെറിയൊരു വർഗത്തിന്റെ കൈകളിൽ കേന്ദ്രീകരിക്കാനും മറുവശത്ത്, ബഹുജനങ്ങളെ കൂടുതൽ കൂടുതലായി നിർധനരും തെരുവുതെണ്ടികളുമാക്കുവാനും ഇടയാക്കി. സമ്പത്തുകൊണ്ട് ആഢ്യത്വം നേടിയ ഈ പുതിയവർഗം ആദ്യകാലത്ത് പഴയ ഗണവ്യവസ്ഥയിലെ കുലീനവർഗവുമായി സമരസപ്പെടാതിരുന്നതുകൊണ്ട് അവരെ പിൻനിരയിലേക്കു തള്ളി. സമ്പത്തിനെ അടിസ്ഥാനമാക്കി സ്വതന്ത്രപൗരൻമാരെ വർഗങ്ങളാക്കി തിരിച്ചുകൊണ്ടുള്ള ഈ വിഭജനം, ഗ്രീസിൽ പ്രത്യേകിച്ചും അടിമകളുടെ എണ്ണം അതിഭയങ്കരമായി പെരുകുന്നതിനു കാരണമായി. അവരുടെ നിർബന്ധിതഅധ്വാനത്തിൻമേലാണ് എല്ലാ സമൂഹങ്ങളുടെയും മേൽക്കൂരകൾ പടുത്തുയർത്തപ്പെട്ടത്.

ഈ സാമൂഹ്യവിപ്ലവത്തിന്റെ ഫലമായി ഗണവ്യവസ്ഥക്കെന്തു സംഭവിച്ചു എന്ന് നമുക്കിനി നോക്കാം. അതിന്റെ ആശ്രയം കൂടാതെ ഉയർന്നുവന്ന പുതിയ ഘടകങ്ങൾക്കുമുമ്പിൽ അത് അസ്തശക്തമായിത്തീരുകയാണുണ്ടായത്. ഉപജീവനം തേടുന്നതിനുള്ള സാഹചര്യങ്ങളിലും അതിനനുസരിച്ച് സാമൂഹ്യഘടനയിലും ഉണ്ടായ വിപ്ലവത്തിൽനിന്നുയർന്നുവന്ന പുതിയ ആവശ്യങ്ങളും താൽപര്യങ്ങളും ഗണവ്യവസ്ഥക്ക് അന്യമായിരുന്നു. എന്നുമാത്രമല്ല അതിനെ എല്ലാവിധത്തിലും തുരങ്കംവയ്ക്കുകയും ചെയ്തു. ആദ്യകാലത്ത് സ്വാഭാവികമായി വളർന്നുവന്ന അതേ ജനാധിപത്യംതന്നെ നിന്ദ്യമായ ആഢ്യത്വമായി രൂപാന്തരപ്പെടുത്തപ്പെട്ടു. ആഭ്യന്തര വൈരുധ്യങ്ങൾ എന്താണെന്നുപോലും അറിവില്ലാത്ത ഒരു സമൂഹത്തിൽനിന്ന്, ആ സമൂഹത്തിനുമാത്രം പാകമാകുംവണ്ണം, ഉയർന്നുവന്ന ഒന്നാണല്ലോ ഗണസംവിധാനം. പൊതുജനാഭിപ്രായമല്ലാതെ മറ്റു യാതൊരു ദണ്ഡനാധികാരവും അതിനില്ലായിരുന്നു. പക്ഷെ, ഇപ്പോൾ സാമ്പത്തിക-സാമൂഹ്യസമ്മർദങ്ങൾകൊണ്ട് സ്വതന്ത്രരെന്നും അടിമകളെന്നും, ചൂഷകരായ ധനികരെന്നും ചൂഷിതരായ ദരിദ്രരെന്നും രണ്ടായിപ്പിരിഞ്ഞ ഒരു സമുദായം ആവിർഭവിച്ചിരിക്കുന്നു. ആ സമു

ദായത്തിന് ഈ വൈരുധ്യങ്ങളെ അനുരഞ്ജിപ്പിക്കുവാൻ കഴിവുണ്ടായിരുന്നില്ല. അത്തരമൊരു സമൂഹത്തിൽ, ഒന്നുകിൽ ഈ വർഗങ്ങളെ നിരന്തരമായും പരസ്യമായും പോരാടിക്കുവാൻ അനുവദിക്കണം; അതല്ലെങ്കിൽ ഈ വർഗങ്ങൾക്കതീതമായി നിലകൊള്ളുന്നു എന്നു ഭാവിക്കുന്ന ഒരു മൂന്നാംശക്തിയുടെ ഭരണത്തിനു സമൂഹം വഴങ്ങണം. ഈ രണ്ടിലൊരു മാർഗം സ്വീകരിക്കാതെ പോംവഴിയില്ലാതായി. ആ മൂന്നാംശക്തി, നിയമാനുസൃതം എന്നുവിശേഷിപ്പിക്കപ്പെടുന്ന ഒരു രൂപത്തിൽമാത്രം, ഇവരുടെ പരസ്യമായ തമ്മിലടിയെ ഒതുക്കിനിർത്തും. അങ്ങേയറ്റം വന്നാൽ, സാമ്പത്തിക രംഗത്തുമാത്രം വർഗസമരം, അതും നിയമാനുസൃതമെന്നു പറയപ്പെടുന്ന രൂപത്തിൽ അനുവദിക്കും. ഗണസംവിധാനത്തിന് ഈ കർമം നിർവഹിക്കാനാവുമായിരുന്നില്ല. അത് കാലഹരണപ്പെട്ടുകഴിഞ്ഞു. തൊഴിൽ വിഭജനവും അതിന്റെ ഫലമായി സമൂഹത്തിൽ ഉളവായ വർഗവിഭജനവും ഗണവ്യവസ്ഥയെ നാമാവശേഷമാക്കി. അതിന്റെ സ്ഥാനം *ഭരണകൂടം* ഏറ്റെടുത്തു.

ഗണവ്യവസ്ഥയുടെ അവശിഷ്ടങ്ങളിൽനിന്നാണ് ഭരണകൂടം പടുത്തുയർത്തപ്പെട്ടത്. ഇതിന്റെ ഏറ്റവും ശുദ്ധവും ലക്ഷണയുക്തവുമായ രൂപം ഏഥൻസിലേതായിരുന്നു. ഗണസമൂഹത്തിനകത്ത് തലയുയർത്തിയ വർഗ വൈരുധ്യങ്ങളിൽനിന്ന് നേരിട്ടാണ് മുഖ്യമായും ഭരണകൂടം ഇവിടെ മുളപൊട്ടിയത്. റോമിലാകട്ടെ ഗണസമൂഹം ആഢ്യത്വത്തെ മാത്രം ഉൾക്കൊള്ളുന്ന ഒന്നായി മാറി. ബഹുഭൂരിപക്ഷംവരുന്ന സാധാരണക്കാർ അതിനു പുറത്തായിരുന്നു. അവർക്ക് കടമകളല്ലാതെ അവകാശങ്ങൾ യാതൊന്നുമില്ലായിരുന്നുതാനും. സാധാരണക്കാർ കൈവരിച്ച വിജയം ഇതിനെ തകർത്ത് അതിന്റെ അവശിഷ്ടങ്ങളിൽമേൽ ഭരണകൂടത്തെ പടുത്തുയർത്തിയെന്നതാണ്. താമസിയാതെ തന്നെ സാധാരണക്കാരെയും ആഢ്യരെയും ഒരുപോലെ ഒന്നടങ്കമായി അത് ഉൾക്കൊള്ളുകയും ചെയ്തു. റോമാസാമ്രാജ്യത്തെ കീഴടക്കിയ ജർമൻകാർക്ക് പുതുതായി കൈവന്ന അതിവിസ്തൃതങ്ങളായ ഭൂവിഭാഗങ്ങൾ ഭരിക്കുവാൻ ഗണവ്യവസ്ഥ പര്യാപ്തമല്ലാതെ വന്നതുകൊണ്ടാണ് അവർക്കിടയിൽ ഭരണകൂടം രൂപമെടുത്തത്. കീഴടക്കിയവരും കീഴടക്കപ്പെട്ടവരും സാമ്പത്തിക വികാസത്തിന്റെ മിക്കവാറും ഒരേ ദിശയിലായിരുന്നു. അക്കാരണത്താൽതന്നെ സമൂഹത്തിന്റെ സാമ്പത്തികാടിത്തറയിൽ മാറ്റം വേണ്ടിയിരുന്നില്ല. കൂടുതൽ പുരോഗമിച്ച തൊഴിൽവിഭജനത്തിനും കാരണമില്ലായിരുന്നു. മാത്രമല്ല, വെട്ടിപ്പിടുത്തങ്ങൾ നടന്നതുതന്നെ സാരമായ സംഘട്ടനങ്ങളൊന്നും കൂടാതെയാണ്. ഈ സാഹചര്യത്തിൽ, ഗണസംവിധാനത്തിനു തന്നെ, ഗണം എന്ന അടിസ്ഥാനത്തിനുപകരം പ്രദേശത്തിന്റെ അടിസ്ഥാനത്തിൽ, ചില മാറ്റങ്ങളോടുകൂടിയാണെങ്കിലും, ഏറെക്കാലം തുടരാൻ കഴിഞ്ഞു.

അപ്പോൾ ഭരണകൂടം എന്നുപറയുന്നത് യാതൊരു കാരണവശാലും സമൂഹത്തിൻമേൽ പുറത്തുനിന്നും അടിച്ചേൽപിക്കപ്പെടുന്ന ഒന്നല്ല; ഹെഗൽ വാദിക്കുന്നതുപോലെ ധാർമികബോധത്തിന്റെ മൂർത്തരൂപമോ യുക്തിയുടെ പ്രതിബിംബവും മൂർത്തരൂപവുമോ അല്ല. പിന്നെയോ സാമൂഹ്യവികാസത്തിന്റെ ഒരു നിശ്ചിതഘട്ടത്തിൽ സമൂഹം നിർമിച്ചെടുക്കുന്ന ഒരു ഉൽപ്പന്നമാണത്. ഈ സമൂഹം അപരിഹാര്യമായ ഒരു ആഭ്യന്തരവൈരുധ്യത്തിൽ അകപ്പെട്ടിരിക്കുന്നുവെന്നും, ഒരിക്കലും പൊരുത്തപ്പെടാനാകാത്ത വൈരുധ്യങ്ങളായി അതു ഭിന്നിച്ചിരിക്കുന്നുവെന്നും, ആ വൈരുധ്യങ്ങളെ ഒഴിച്ചുകളയുവാൻ അതിനു ശക്തിയില്ലെന്നുമുള്ള ഏറ്റുപറച്ചിലും കൂടിയാണ് ഭരണകൂടം. പക്ഷെ, ആ വൈരുധ്യങ്ങൾ, പരസ്പര വിരുദ്ധങ്ങളായ സാമ്പത്തികതാൽപര്യങ്ങളുള്ള വർഗങ്ങൾ, അവരുടെ വിഫലങ്ങളായ ഏറ്റുമുട്ടലുകളിൽ അവരെയും സമൂഹത്തെയും മുക്കിക്കളയാതിരിക്കണമെങ്കിൽ അതിന് സമൂഹത്തിനും മീതെ നിലകൊള്ളുന്നതെന്നു തോന്നിപ്പിക്കുന്നതും സംഘട്ടനത്തെ സമരസപ്പെടുത്തി 'നിയമക്രമ'ത്തിന്റെ പരിധക്കകത്തൊതുക്കി നിർത്തുന്നതുമായ ഒരു അധികാരശക്തി ആവശ്യമാണ്. സമൂഹത്തിൽനിന്നുയർന്നുവന്നതും, എന്നാൽ സമൂഹത്തിനുമീതെ സ്വയം നിലയുറപ്പിക്കുന്നതും; അതിൽനിന്ന് അധികമധികം അന്യമായിക്കൊണ്ടിരിക്കുന്നതുമായ ആ അധികാരശക്തിയാണ് ഭരണകൂടം.

പഴയ ഗണവ്യവസ്ഥയിൽനിന്ന് വ്യത്യസ്തമായി ഭരണകൂടം അതിന്റെ കീഴിലുള്ള പ്രജകളെ *പ്രദേശത്തിന്റെ അടിസ്ഥാനത്തിൽ* വിഭജിക്കുകയാണ് ഒന്നാമതായി ചെയ്യുന്നത്. ഗണസംവിധാനത്തിന്റെ അടിസ്ഥാനം രക്തബന്ധമായിരുന്നു. ഭൂമിയുടെമേലുള്ള അവകാശംപോലും രക്തബന്ധത്തിന്റെ അടിസ്ഥാനത്തിലായിരുന്നു. അത് കാലഹരണപ്പെട്ടപ്പോൾ അതിൽനിന്നുള്ള പൂർണവ്യതിയാനത്തിന് തുടക്കം കുറിച്ചുകൊണ്ട് ഉയർന്നുവന്ന ഒന്നായിരുന്നു പ്രാദേശികാടിസ്ഥാനത്തിലുള്ള സംവിധാനം. പൗരൻമാർ, അവരുടെ ഗണമോ ഗോത്രമോ നോക്കാതെ, അവർ പാർപ്പുറപ്പിച്ച പ്രദേശങ്ങളിൽ അവരുടെ അവകാശങ്ങളും കടമകളും നിറവേറ്റുവാൻ അനുവദിക്കപ്പെട്ടു. പൗരൻമാരെ പ്രദേശത്തിന്റെ അടിസ്ഥാനത്തിൽ സംഘടിപ്പിക്കുക എല്ലാ ഭരണകൂടങ്ങളുടെയും ഒരു സാമാന്യ സവിശേഷതയാണ്. അതുകൊണ്ടുതന്നെയാണ്, അത് സ്വാഭാവികമായി ഉണ്ടായതാണെന്ന് നമുക്ക് തോന്നുന്നത്. പക്ഷെ, ഏഥൻസിലും റോമിലും മറ്റും എത്ര ദീർഘവും രൂക്ഷവുമായ സമരങ്ങൾക്കുശേഷമാണ് അത് സ്ഥാപിച്ചെടുക്കാൻ സാധിച്ചതെന്ന് നാം കണ്ടുകഴിഞ്ഞതാണല്ലോ. സ്വയം ഒരു സായുധശക്തിയായി സംഘടിച്ച ജനങ്ങളിൽ നിന്നും വ്യത്യസ്തമായി ഒരു പൊതുശക്തിയെ സ്ഥാപിച്ചു എന്നതാണ് ഭരണകൂടത്തിന്റെ രണ്ടാമത്തെ സവിശേഷത. സമൂഹം സാമ്പത്തിക

വർഗങ്ങളായി തിരിഞ്ഞതോടെ, ജനങ്ങളിൽ നിന്നും ഉയർന്നുവരുന്ന ഒരു സ്വയം പ്രവർത്തിക്കുന്ന സായുധസംഘടന അസാധ്യമായിക്കഴിഞ്ഞതുകൊണ്ടാണ് വിശേഷവിധിയായ ഈ പൊതുഅധികാരശക്തി ആവശ്യമായിത്തീർന്നത്. ഇത് എല്ലാ ഭരണകൂടങ്ങൾക്കുമുള്ളതാണ്. സായുധരായ ആളുകൾ മാത്രമല്ല തടവറകളും ബലപ്രയോഗത്തിനുള്ള എല്ലാ അനുസാരികളും അതിൽ ഉൾപ്പെടുന്ന ഗോത്രസമൂഹത്തിന് തികച്ചും അജ്ഞാതവുമായ കാര്യങ്ങളാണിതെല്ലാം. വർഗവൈരുധ്യങ്ങൾ ശരിക്ക് തലയുയർത്തിക്കഴിഞ്ഞിട്ടില്ലാത്ത സമൂഹങ്ങളിൽ ഈ മർദനോപാധികൾ തീരെ നിസാരങ്ങളായിരുന്നെന്നുവരാം. പക്ഷെ, രാജ്യത്തിനകത്തെ വർഗവൈരുധ്യങ്ങൾ മൂർഛിച്ചുവരുന്നതിനും അയൽരാജ്യങ്ങളുടെ വിസ്തൃതിയും ജനസംഖ്യയും വർധിച്ചുവരുന്നതിനും ആനുപാതികമായി പൊതുശക്തിയും കൂടുതൽ പ്രബലമാകുന്നു. ഇന്നത്തെ യൂറോപ്പിലേക്കു മാത്രമൊന്ന് നോക്കിയാൽ മതി. അവിടെ വർഗസമരവും വെട്ടിപ്പിടുത്തത്തിനുവേണ്ടിയുള്ള മത്സരവും പൊതുഅധികാരത്തെ വല്ലാതെ ഉശിരുപിടിപ്പിച്ചിരിക്കുകയാണ്. സമൂഹത്തെ ഒന്നടങ്കം, ഭരണകൂടത്തെപ്പോലും, പിടിച്ചുവിഴുങ്ങാനുള്ള ഭാവത്തിലാണ് അത് നിൽക്കുന്നത്.

ഈ പൊതുശക്തിയെ നിലനിർത്താൻ പൗരൻമാരുടെ സംഭാവന വേണം. അതാണ് നികുതികൾ. ഗണസമൂഹത്തിന് നികുതികൾ തികച്ചും അജ്ഞാതമായിരുന്നു; ഇന്നാണെങ്കിൽ അവയെക്കുറിച്ച് നമുക്ക് ശരിക്കറിയാം. നാഗരികത മുന്നേറുംതോറും നികുതികൾ കൊണ്ടും മതിയാവാതെ വരുന്നു; ഭാവിപൗരൻമാരുടെമേൽ ബാധ്യതകൾ ഉണ്ടാക്കിക്കൊണ്ട് ഭരണകൂടം കടം വാങ്ങുന്നു. അതാണ് *പൊതുക്കടം.*

പൊതുശക്തിയും നികുതിചുമത്താനുള്ള അവകാശവും സ്വായത്തമായതോടെ ഉദ്യോഗസ്ഥൻമാർ, സമൂഹത്തിന്റെ കൈകാര്യകർത്താക്കളെന്ന നിലയിൽ, സമൂഹത്തിനതീതമായി നിലയുറപ്പിക്കുന്നു. ഗണവ്യവസ്ഥയിൽ ജനങ്ങൾ സ്വമനസാലെ കാട്ടിയിരുന്ന ആദരവ് ഇന്നും കിട്ടുമെന്നുവന്നാൽ പോലും അതുകൊണ്ട് ഈ ഉദ്യോഗസ്ഥൻമാർ തൃപ്തരാവില്ല. സമൂഹത്തിന് അന്യമായിക്കൊണ്ടിരിക്കുന്ന ഒരു അധികാരശക്തിയുടെ ഉപകർത്താക്കളെന്ന നിലയിൽ, അവരോടുള്ള ആദരവ് പ്രത്യേക നിയമങ്ങൾ വഴി അടിച്ചേൽപ്പിക്കപ്പെടുകയും അതുവഴി അവർക്ക് സവിശേഷമായ ദിവ്യത്വവും അലംഘ്യമായ പവിത്രതയും കൽപ്പിച്ചു കൊടുക്കുകയും വേണം. ഗണഭരണവിതാനങ്ങളുടെ അധികാരങ്ങൾ സമസ്തവും ചേർന്നാലും നാഗരികഭരണകുടത്തിലെ പരമപ്പീറയായ ഒരു പൊലീസുകാരന്റെ അധികാരത്തോളം പോലും വരില്ല. അതേസമയംതന്നെ അങ്ങേയറ്റം എളിയവനായ ഗോത്രത്തലവനു കിട്ടുന്ന അയത്നവും നിർവി

ശങ്കവുമായ ആദരത്തിൽ നാഗരിക ലോകത്തിലെ ഏറ്റവും ശക്തനായ രാജാവും രാജ്യതന്ത്രജ്ഞനും സൈനികമേധാവിയും അസുയപ്പെടുകയും ചെയ്യും. ഒന്ന് സമൂഹത്തിന് നടുവിൽതന്നെ നിൽക്കുന്നു. മറ്റേതാകട്ടെ സമൂഹത്തിനു ബാഹ്യവും അതീതവുമായ ഒന്നിന്റെ പ്രതിനിധി മാത്രമാണ്.

വർഗവൈരുധ്യങ്ങളെ അടക്കിനിർത്താൻവേണ്ടി ഉള്ളതാണല്ലോ ഭരണകൂടം. പക്ഷെ, അതേസമയംതന്നെ ഈ വർഗങ്ങൾ തമ്മിലുള്ള സംഘട്ടനത്തിന്റെ നടുവിലുമാണ് അത് ജന്മമെടുത്തത്. അതുകൊണ്ട് നിയാമകമായും അത് സമൂഹത്തിലെ ഏറ്റവും ശക്തവും സാമ്പത്തികമായി പ്രബലവുമായ വർഗത്തിന്റെ ഭരണകൂടമാവാതെ തരമില്ല. ആ വർഗമാവട്ടെ ഭരണകൂടത്തെ ഉപയോഗപ്പെടുത്തിക്കൊണ്ട് രാഷ്ട്രീയതലത്തിലും മേൽക്കൈനേടുകയും അങ്ങനെ മർദ്ദിതവർഗത്തെ അടക്കിവാഴാനും ചൂഷണം ചെയ്യാനുമുള്ള പുതിയ ഉപാധികൾ കണ്ടെത്തുകയും ചെയ്യുന്നു. പ്രാചീനകാലത്തെ ഭരണകൂടം മറ്റെന്തിലുമുപരിയായി അടിമകളെ അടക്കിനിർത്തുവാൻ വേണ്ടിയുണ്ടാക്കപ്പെട്ട യജമാനൻമാരുടെ ഭരണകൂടമായിരുന്നു. അതുപോലെതന്നെ ഫ്യൂഡൽഭരണകൂടം കുലീനർക്ക് കർഷകരായ അടിയാൻമാരെയും അടിയാളരെയും അടക്കിനിർത്തുന്നതിനുള്ള ഉപാധിയും. പ്രാതിനിധ്യസ്വഭാവമുള്ള ആധുനിക ഭരണകൂടമാകട്ടെ, മൂലധനത്തിന് കൂലിവേലയെ ചൂഷണം ചെയ്യുന്നതിനുള്ള ഉപകരണമാണ്. സംഘട്ടനത്തിൽ കഴിയുന്ന വർഗങ്ങളുടെ ശക്തി തുല്യമായിത്തീരുന്ന അപൂർവസന്ദർഭങ്ങളിൽ മാത്രം ഭരണകൂടം മധ്യസ്ഥനെന്ന നിലയിൽ ഒട്ടൊരു നിഷ്പക്ഷത അവലംബിച്ചുവെന്നും വരാം. പതിനേഴും പതിനെട്ടും നൂറ്റാണ്ടുകളിലെ സംപൂർണ ഏകാധിപത്യങ്ങളും മറ്റും അതിനുദാഹരണങ്ങളാണ്.

ചരിത്രകാലത്തെ ഭരണകൂടങ്ങളിൽ ബഹുഭൂരിപക്ഷവും പൗരൻമാർക്ക് അവരുടെ സമ്പത്തിനനുസരിച്ചാണ് അവകാശങ്ങൾ നിർണയം ചെയ്തുകൊടുത്തിരുന്നത്. ഭരണകൂടം ഉള്ളവരുടെ വർഗത്തിന്റേതും അവരെ ഇല്ലാത്തവരിൽനിന്നു സംരക്ഷിക്കാൻ വേണ്ടിയുള്ളതുമാണെന്ന വസ്തുതയാണ് ഇതു വിളിച്ചു പറയുന്നത്. ഏഥൻസിലെയും റോമിലെയും ഭരണകൂടങ്ങളും മധ്യകാലങ്ങളിലെ ഫ്യൂഡൽഭരണകൂടങ്ങളും അത്തരത്തിലുള്ളവയായിരുന്നു. പ്രാതിനിധ്യസ്വഭാവമുള്ള ആധുനിക ഭരണകൂടങ്ങൾ സമ്മതിദാനാവകാശത്തിനുള്ള അർഹത നിർണയിക്കുന്നതിലും അതുകാണാം. എങ്കിൽകൂടിയും സ്വത്തുനോക്കിയുള്ള ഈ രാഷ്ട്രീയ പരിഗണന സർവപ്രധാനമായ ഒരു കാര്യമൊന്നുമല്ല. ഭരണകൂടത്തിന്റെ വികാസഗതിയിലെ താഴ്ന്ന ഒരു ഘട്ടത്തെ മാത്രമാണ് അതു കുറിക്കുന്നത്. ഭരണകൂടത്തിന്റെ ഏറ്റവും ഉയർന്ന രൂപമായ ജനാധിപത്യ റിപ്പബ്ളിക്ക് –നമ്മുടെ ആധുനിക സാമൂഹിക സാഹചര്യങ്ങളിൽ അധികമധികം

അനുപേക്ഷണീയമായി മാറിക്കൊണ്ടിരിക്കുന്ന ഒന്നാണ്. തൊഴിലാളിവർഗത്തിന് ബൂർഷ്വാസിക്കെതിരായി അന്തിമമായ നിർണായകസമരത്തിലേർപ്പെടുവാൻ കഴിയുന്നതും ആ ഭരണകൂടരൂപത്തിൻ കീഴിൽ മാത്രമാണ്. അതിന് സ്വത്തിനെ അടിസ്ഥാനമാക്കിയുള്ള വിവേചനം ഔദ്യോഗികമായിട്ടെങ്കിലും തികച്ചും അജ്ഞാതമാണ്. അതിൽ സ്വത്ത് പരോക്ഷമായിട്ടാണ് അതിന്റെ ശക്തി പ്രയോഗിക്കുന്നത്. പക്ഷെ, പൂർവാധികം കൃത്യതയോടുകൂടിയുമാണ്. ഉദ്യോഗസ്ഥൻമാരുടെ പ്രത്യക്ഷമായ അഴിമതിയുടെ രൂപത്തിലാണ് ഒരു വശത്ത്. അമേരിക്ക അതിന്റെ ഏറ്റവും നല്ല ഉദാഹരണമാണ്. മറുവശത്താകട്ടെ ഗവൺമെന്റും സ്റ്റോക്ക് എക്സ്ചേഞ്ചും തമ്മിലുള്ള സഖ്യത്തിലൂടെയാണ് സ്വത്ത് സ്വാധീനം ചെലുത്തുന്നത്. ആ സഖ്യത്തിന്റെ അടിസ്ഥാനത്തിൽ ജോയിന്റ്-സ്റ്റോക്ക് കമ്പനികൾ സ്റ്റോക്ക് എക്സ്ചേഞ്ചിനെ കേന്ദ്രമാക്കിക്കൊണ്ട് ഉൽപ്പന്നങ്ങളുടെ കയറ്റിറക്കു മാത്രമല്ല, ഉൽപ്പാദനത്തെത്തന്നെയും കൂടുതൽ കൂടുതലായി തങ്ങളുടെ കൈകളിലൊതുക്കുന്നു. അതിനനുസരിച്ച് പൊതുക്കടം ഏറിവരികയും ചെയ്യുന്നു. അവസാനമായി സാർവത്രിക സമ്മതിദാനാവകാശത്തിൽകൂടി പ്രത്യക്ഷമായും ഉള്ളവരുടെ വർഗം അധികാരം നടത്തുന്നു. മർദ്ദിതവർഗം, ഇപ്പോൾ തൊഴിലാളിവർഗം, സ്വയം മോചനംനേടുവാൻ പാകമാകാത്ത കാലത്തോളം, അവരിൽ ഭൂരിപക്ഷവും, നിലവിലുള്ള സാമൂഹ്യക്രമം മാത്രമാണ് സാധ്യമായ ഒരേയൊരു സാമൂഹ്യക്രമമെന്നു ധരിച്ചുവശാവുകയും അങ്ങനെ രാഷ്ട്രീയമായി മുതലാളിവർഗത്തിന്റെ, അതിന്റെ ഏറ്റവും ഇടതറ്റത്തെ വിഭാഗത്തിന്റെ, വാലായി നിൽക്കുകയും ചെയ്യും. പക്ഷെ, തൊഴിലാളിവർഗം സ്വയം വിമോചനം നേടുന്നതിനുള്ള വളർച്ചയെത്തുന്നതിന് അനുസരിച്ച് അവർ സ്വന്തം പാർട്ടി രൂപീകരിക്കാനും സ്വന്തം പ്രതിനിധികളെ തെരഞ്ഞെടുക്കാനും തുടങ്ങുന്നു. അപ്പോൾ സാർവത്രിക സമ്മതിദാനവകാശം തൊഴിലാളിവർഗത്തിന്റെ വളർച്ചയുടെ അളവുകോലാണെന്നു വരുന്നു. അതാകട്ടെ, ഇന്നത്തെ ഭരണകൂടത്തിൻകീഴിൽ ഇനിയൊട്ടും കൂടാനാവില്ല, ഒരിക്കലും കൂടുകയുമില്ല. പക്ഷെ, ഇത്ര മാത്രം മതി. സാർവത്രിക സമ്മതിദാനാവകാശത്തിന്റെ തെർമോമീറ്റർ തൊഴിലാളികൾക്കിടയിൽ തിളയ്ക്കലിന്റെ ചൂടു കാണിച്ചുകഴിഞ്ഞാൽ പിന്നെ എന്തുചെയ്യണമെന്ന് അവർക്കും അതുപോലെ തന്നെ മുതലാളിമാർക്കും നല്ലതുപോലെ അറിയാം.

അപ്പോൾ ഭരണകൂടം അനാദികാലം മുതൽക്കെ ഉണ്ടായിരുന്നതല്ല. അതില്ലാതെയും, അതിനെയും അതിന്റെ അധികാരശക്തിയെയും കുറിച്ചു യാതൊരു രൂപവുമില്ലാതെയും നിലനിന്ന സമൂഹങ്ങളുണ്ടായിരുന്നു. സാമ്പത്തികവികാസത്തിന്റെ ഒരു നിശ്ചിതഘട്ടത്തിൽ സമൂഹം വർഗങ്ങളായി പിളർന്നതിന്റെ ഫലമായി ഭരണകൂടം ഒരാവശ്യമായിത്തീർന്നു. ഈ വർഗങ്ങൾ വർഗങ്ങളായി നില

നിൽക്കേണ്ട ആവശ്യമില്ലെന്നു മാത്രമല്ല ഉൽപ്പാദനത്തിനു സാരമായ പ്രതിബന്ധമുണ്ടാക്കുമെന്നും വരുന്ന ഒരു വികാസഘട്ടത്തിലേക്കാണ് നമ്മുടെ ഉൽപ്പാദനം അതിവേഗം നീങ്ങിക്കൊണ്ടിരിക്കുന്നത്. മുമ്പത്തെ ഒരു ഘട്ടത്തിൽ ഈ വർഗങ്ങൾ എങ്ങനെ ഉയർന്നുവന്നോ, അതേ അനിവാര്യതയോടെ അവ നിലംപതിക്കുകയും ചെയ്യും. അവയോടൊപ്പം ഭരണകൂടവും അനിവാര്യമായും നിലംപതിക്കും. അന്ന് സ്വാതന്ത്ര്യത്തിന്റെയും സമതയുടെയും അടിസ്ഥാനത്തിൽ ഉൽപ്പാദനത്തെ പുനഃസംഘടിപ്പിക്കും. കൂടെ ഭരണകൂടത്തെ അതിന്റെ സകല അനുസാരികളോടും കൂടി അതിനവകാശപ്പെട്ട സ്ഥലത്തേക്കു മാറ്റുകയും അവിടെ സൂക്ഷിക്കുകയും ചെയ്യും. എവിടെയെന്നോ? പുരാവസ്തുക്കളുടെ കാഴ്ചബംഗ്ലാവിൽ, ചർക്കയുടെയും വെങ്കല മഴുവിന്റെയും കൂടെ.

തൊഴിൽവിഭജനവും തൽഫലമായി വ്യക്തികൾ തമ്മിലുള്ള കൈമാറ്റവും ഇവ രണ്ടിനെയും ബന്ധിപ്പിക്കുന്ന ചരക്കുൽപ്പാദനവും പൂർണപുഷ്കലമായിത്തീരുകയും അന്നോളം നിലനിന്നിരുന്ന സമൂഹത്തിൽ വിപ്ലവാത്മകമായ മാറ്റം വരുത്തുകയും ചെയ്ത ഒരു സാമൂഹിക വികാസഘട്ടമാണ് നാഗരികതയെന്ന് മേൽപറഞ്ഞ കാര്യങ്ങളിൽ നിന്നു വ്യക്തമാവുന്നു.

മുൻ ഘട്ടങ്ങളിലെല്ലാം തന്നെയും ഉൽപ്പാദനവും അതുപോലെ തന്നെ ഉപഭോഗവും മുഖ്യമായും കൂട്ടായിട്ടായിരുന്നു എന്നു നാം കണ്ടുകഴിഞ്ഞു. ഉൽപ്പാദകർ ഉൽപ്പാദനപ്രക്രിയയുടെയും ഉൽപ്പന്നത്തിന്റെയും യജമാനൻമാരായിരുന്നു. പക്ഷെ, ഈ ഉൽപ്പാദന പ്രക്രിയയിലേക്ക് പ്രവൃത്തിവിജയം മെല്ലെമെല്ലെ കടന്നുവന്നു. അത് ഉൽപ്പാദനത്തിന്റെയും അതിലും വളരെകൂടുതലായി ഉപഭോഗത്തിന്റെയും കൂട്ടായ്മാസ്വഭാവത്തെ ഇല്ലായ്മചെയ്തു. ക്രമേണ ഉൽപ്പാദനത്തിന്റെ മുഖ്യരൂപം ചരക്കുൽപ്പാദനമായിത്തീർന്നു. അതോടെ, അതു കൈമാറ്റം ചെയ്യേണ്ടതും ആവശ്യമായി. തൽഫലമായി, ഉൽപ്പാദകനെ വിട്ടുപോകുന്ന ഉൽപ്പന്നത്തിന് പിന്നെ എന്തുസംഭവിക്കുന്നെന്ന് അയാൾക്കറിയാൻ കഴിയില്ല. ഉൽപ്പാദകർക്കു നടുവിൽ പണവും കൂടെ, ഒരു മധ്യവർത്തിയായി കച്ചവടക്കാരനും കടന്നുവന്നതോടെ കൈമാറ്റം കൂടുതൽ സങ്കീർണമായി. ഉൽപ്പന്നത്തിന്റെ ആത്യന്തികവിധി കൂടുതൽ ദുരൂഹവുമായി. കച്ചവടക്കാർ ധാരാളമായതുകൊണ്ട് ഒരാൾക്കും മറ്റൊരാൾ ചെയ്യുന്നതെന്തെന്ന് അറിയാൻ കഴിയില്ല. ചരക്കുകൾ ഇപ്പോൾ കൈകളിൽനിന്നു കൈകളിലേക്കു മാത്രമല്ല, വിപണിയിൽനിന്നു വിപണിയിലേക്കും പോകുന്നു. ഉൽപ്പാദകർക്ക് തങ്ങളുടെ സ്വന്തം ജീവിത സാഹചര്യങ്ങളുടെ ആകെത്തുകയായ ഉൽപ്പാദനത്തിൻമേലുള്ള നിയന്ത്രണം നഷ്ടപ്പെട്ടു. അത് കച്ചവടക്കാർക്കു കിട്ടിയതുമില്ല. ഉൽപ്പന്നങ്ങളും ഉൽപ്പാദനവും ആകസ്മികതയുടെ കളിപ്പാട്ടങ്ങളായിമാറി.

പക്ഷെ, ആകസ്മികത ഒരു പരസ്പര ബന്ധത്തിന്റെ ധ്രുവം മാത്രമാണ്, മറ്റേ ധ്രുവം ആവശ്യകതയും. പ്രകൃതിയിൽ ആകസ്മികതയും വാഴ്ച നടത്തുന്നതായി തോന്നിയെങ്കിലും അതിന്റെ ഓരോ മണ്ഡലത്തിലും അന്തർഹിതമായ ആവശ്യകതയും ക്രമവുമാണ് ഈ ആകസ്മികതയിലൂടെ സ്വയം പ്രതിഷ്ഠാപിതമാകുന്നതെന്നു പണ്ടേ തെളിയിച്ചുകഴിഞ്ഞിട്ടുള്ളതാണ്.

പ്രകൃതിയെ സംബന്ധിച്ചു സത്യമായത് സമൂഹത്തെ സംബന്ധിച്ചും സത്യമാണ്. ഒരു സാമൂഹ്യവൃത്തി, സാമൂഹ്യപ്രക്രിയകളുടെ ഒരു പരമ്പര എന്ന നിലയിൽ, മനുഷ്യന്റെ ബോധപൂർവമായ നിയന്ത്രണത്തിൽ ഒതുങ്ങാത്തവിധം എത്ര കൂടുതൽ ശക്തിയാർജിക്കുകയും അവനു കയ്യെത്താത്തവിധം എത്ര കൂടുതൽ വളരുകയും ചെയ്യുന്നുവോ, അത്ര കൂടുതൽ അതു ശുദ്ധമായ ആകസ്മികതയിലേക്കു വഴുതിപ്പോകുന്നതായി തോന്നുന്നു; അത്ര കൂടുതൽ അതിന്റെ തനതും നിസർഗജവുമായ നിയമങ്ങൾ, പ്രാകൃതികമായ ആവശ്യകതയാലെന്നവണ്ണം, ഈ ആകസ്മികതയിലൂടെ സ്വയം പ്രതിഷ്ഠാപിതമാവുകയും ചെയ്യുന്നു. ഉൽപ്പാദനത്തിന്റെ ഗതിവിഗതികളെയും ചരക്കുകളുടെ കൈമാറ്റത്തെയും നിയന്ത്രിക്കുന്നതും അത്തരം നിയമങ്ങളാണ്. ഉൽപ്പാദകനെയും കൈമാറ്റക്കാരനെയും ഒരുപോലെ കുഴക്കിയ ഈ നിയമങ്ങൾ അവർക്ക് അപരിചിതവും ആദ്യകാലത്ത് അജ്ഞാതം തന്നെയുമായ ശക്തികളായിട്ടാണ് പ്രത്യക്ഷപ്പെട്ടത്. അവയുടെ സ്വഭാവമെന്തെന്നു പഠിച്ചറിയാൻ ആദ്യമൊക്കെ വല്ലാതെ പാടുപെടേണ്ടിയിരുന്നു. ചരക്കുൽപ്പാദനത്തിന്റെ സാമ്പത്തിക നിയമങ്ങൾക്ക് ആ ഉൽപ്പാദനരീതിയുടെ വ്യത്യസ്ത വികാസഘട്ടങ്ങൾക്കനുസരിച്ച് മാറ്റം വന്നിട്ടുണ്ടെന്നുവരികിലും, മൊത്തത്തിൽ ആ നിയമങ്ങൾ തന്നെയാണ് നാഗരികതയുടെ കാലഘട്ടത്തിലത്രയും പ്രാമുഖ്യം വഹിച്ചുപോരുന്നത്. ഇന്നേദിവസം വരെയും ഉൽപ്പന്നമാണ് ഉൽപ്പാദകന്റെ യജമാനൻ; ഇന്നേദിവസം വരെയും സമൂഹത്തിന്റെ മൊത്തം ഉൽപ്പാദനത്തെ നിയന്ത്രിക്കുന്നത് കൂട്ടായി ആലോചിച്ചുണ്ടാക്കിയ ഒരു പദ്ധതിയല്ല, പിന്നെയോ, അന്ധമായ നിയമങ്ങളാണ്. അന്തിമവിശകലനത്തിൽ ഈ നിയമങ്ങളാണ് ഇടക്കിടെ ഉണ്ടാക്കുന്ന വാണിജ്യ പ്രതിസന്ധികളാകുന്ന കൊടുങ്കാറ്റിലെ ഭൂതാത്മകശക്തിയായി വർത്തിക്കുന്നത്.

ഉൽപ്പാദനത്തിന്റെ പഴയൊരു വികാസഘട്ടത്തിൽ മനുഷ്യന്റെ അധ്വാനശക്തികൊണ്ട് ഉൽപ്പാദകന്റെ ഉപജീവനത്തിന് ആവശ്യമുള്ളതിൽകൂടുതൽ ഗണ്യമായ അളവിൽ ഉൽപ്പാദിപ്പിക്കുവാൻ എങ്ങനെ സാധ്യമായി എന്നും തൊഴിൽവിഭജനവും വ്യക്തികൾ തമ്മിലുള്ള കൈമാറ്റവും മുഖ്യമായും ഈ ഘട്ടത്തിൽ തന്നെ ആദ്യമായി ഉയർന്നുവന്നതെങ്ങനെയെന്നും നാം നേരത്തെ കണ്ടുകഴിഞ്ഞു. വേണ്ടി വന്നാൽ മനുഷ്യനും ഒരു ചരക്കായി തീരാമെന്നും

അവനെ അടിമയാക്കി മാറ്റി മനുഷ്യശക്തിയെ ക്രയവിക്രയം ചെയ്യുകയും വിനിയോഗിക്കുകയും ചെയ്യാമെന്നുമുള്ള വലിയ 'സത്യം' കണ്ടുപിടിക്കാൻ പിന്നെ അധികകാലം വേണ്ടിവന്നില്ല. മനുഷ്യർ കൈമാറ്റത്തിലേർപ്പെടുവാൻ തുടങ്ങിക്കഴിയാത്ത താമസം. അവർ അവരെത്തന്നെയും കൈമാറ്റം ചെയ്യാൻ തുടങ്ങി.

അടിമത്തം അങ്ങേയറ്റം വികാസം നേടിയത് നാഗരികതയിലാണല്ലോ. സമൂഹത്തെ ചൂഷകരും ചൂഷിതരുമെന്ന രണ്ടു വർഗങ്ങളാക്കിക്കൊണ്ടുള്ള ആദ്യത്തെ ഈ വലിയ പിളർപ്പ് നാഗരികതയുടെ കാലഘട്ടത്തിലത്രയും നിലനിന്നു പോരികയാണ്. ചൂഷണത്തിന്റെ ആദ്യരൂപമായ അടിമത്തം പ്രാചീനലോകത്തിനു തനതായ ഒന്നായിരുന്നു. അതിനു പിന്നാലെ മധ്യകാലങ്ങളിൽ അടിയാളത്തവും ആധുനികകാലത്ത് കൂലിവേലയും വന്നു. അടിമപ്പണിയുടെ വലിയ മൂന്നു രൂപങ്ങളാണിവ; നാഗരികതയുടെ മൂന്നു യുഗങ്ങളുടെ സ്വഭാവപ്രത്യേകതകളും അവ ഉൾക്കൊള്ളുന്നു.

ചരക്കുൽപ്പാദനത്തിന്റെ ഘട്ടത്തോടുകൂടിയാണല്ലോ നാഗരികതയുടെ തുടക്കം. ആ ഘട്ടത്തെ വേർതിരിച്ചുകാട്ടുന്ന സാമ്പത്തിക ഘടകങ്ങൾ താഴെപ്പറയുന്നവയാണ്; (1) ലോഹനാണയം, അങ്ങനെ നാണയമൂലധനവും പലിശയും പലിശക്കൊള്ളയും (2) ഉൽപ്പാദകർക്കിടയിൽ മധ്യവർത്തികളായി പ്രവർത്തിക്കുന്ന കച്ചവടക്കാർ (3) ഭൂമിയിൻമേലും പണയത്തിൻമേലും സ്വകാര്യ ഉടമാവകാശം (4) മുഖ്യമായും അടിമയുടെ അധ്വാനത്തെ അധാരമാക്കിയുള്ള ഉൽപ്പാദനം. നാഗരികതക്കൊത്തവിധം വികസിച്ചതും ക്രമേണ പ്രാമാണ്യം നേടിയതുമായ കുടുംബരൂപം, ഏകഭാര്യാത്വവും പുരുഷമേധാവിത്വവുമാണ്. സമൂഹത്തിന്റെ മൗലികസാമ്പത്തിക ഘടകം വ്യക്തികുടുംബമായി. നാഗരികസമൂഹത്തിലെ വിവിധ ഘടകങ്ങളെ സംയോജിപ്പിച്ചുനിർത്തുന്ന ശക്തി ഭരണകൂടമാണ്. അതാകട്ടെ എല്ലാ കാലഘട്ടങ്ങളിലും ഭരണവർഗത്തിന്റേതു മാത്രമാണ്; ചൂഷിതവർഗത്തെ അടക്കിവാഴുന്നതിനു വേണ്ടിയുള്ള ഒരുപകരണമാണ്. നാഗരികതയുടെ മറ്റൊരു ലക്ഷണം, സാമൂഹ്യാധ്വാനവിഭജനത്തിന്റെ മുഴുവൻ അടിത്തറയായി നാട്ടുമ്പുറവും പട്ടണവും തമ്മിലുള്ള അന്തരത്തെ നിലനിർത്തുകയെന്നതാണ്. സ്വത്തുടമക്ക് മരണശേഷം പോലും അയാളുടെ സ്വത്ത് യഥേഷ്ടം കൈകാര്യം ചെയ്യുന്നതിനുള്ള ഉപാധിയായി മരണപത്രം എന്ന ഏർപ്പാട് ആവിർഭവിച്ചു. മരണപത്രം പഴയ ഗണവ്യവസ്ഥക്ക് നേരിട്ടു കിട്ടിയ ഒരടിയായിരുന്നു. ഏഥൻസിൽ സൊളോന്റെ കാലംവരെയും അത് അജ്ഞാതമായിരുന്നു. റോമിൽ വളരെ നേരത്തെതന്നെ അതു വന്നു കഴിഞ്ഞു. പക്ഷെ, എന്നാണെന്നു തീർച്ചയില്ല. ജർമൻകാർക്കിടയിൽ പുരോഹിതരാണ് ഇതിന് പ്രചോദനം നൽകിയത്. നന്മയും നേരുമുള്ള

ജർമൻകാർ അയാളുടെ സ്വത്ത് തടസം കൂടാതെ പള്ളിയുടെ പേർക്ക് എഴുതിവയ്ക്കണമെങ്കിൽ അതു വേണമല്ലോ.

പഴയ ഗണസമൂഹത്തിന് തീർത്തും അസാധ്യമായിരുന്ന കാര്യങ്ങൾ നാഗരികത ഈ ഭരണഘടനയെ അടിസ്ഥാനമാക്കിക്കൊണ്ട് സാധിച്ചിരിക്കുന്നു. പക്ഷെ, മനുഷ്യന്റെ ഏറ്റവും ജുഗുപ്സാവഹമായ വാസനകളെയും വികാരങ്ങളെയും ഇളക്കിവിടുകയും അവയ്ക്കുവേണ്ടി അവന്റെ മറ്റുസിദ്ധികളെയെല്ലാം ഹോമിക്കുകയും ചെയ്തിട്ടാണ് അതെല്ലാം സാധിച്ചത്. നാഗരികത പിറവിയെടുത്ത നിമിഷം തൊട്ടിന്നോളവും അതിനെ നയിച്ചുപോരുന്ന ആന്തരചൈതന്യം നഗ്നമായ അത്യാഗ്രഹം ഒന്നുമാത്രമാണ്; ധനം, കൂടുതൽ ധനം, പിന്നെയും ധനം- സമൂഹത്തിന്റെയല്ല, അത്യാർത്തി പെരുത്ത വൃത്തികെട്ട വ്യക്തിയുടെ-അതൊന്നുമാത്രമാണ് പരമമായ ലക്ഷ്യം. ഈ ലക്ഷ്യത്തിലേക്കുള്ള പ്രയാണത്തിനിടയിൽ ശാസ്ത്രം കൂടുതൽ പുരോഗതി നേടുകയും കലകൾ പൂർണപുഷ്കലങ്ങളായ കാലങ്ങൾ ആവർത്തിച്ചുകൊണ്ടിരിക്കുകയും ചെയ്യുന്നുവെങ്കിൽ അതിനുള്ള കാരണം അവയെക്കൂടാതെ ഇന്നത്തെ ഇത്രയധികം സമ്പത്ത് വാരിക്കൂട്ടാൻ കഴിയുമായിരുന്നില്ല എന്നുമാത്രമാണ്.

ഒരു വർഗം മറ്റൊരു വർഗത്തിന്റെമേൽ നടത്തുന്ന ചൂഷണം നാഗരികതയുടെ അടിസ്ഥാനമായതുകൊണ്ട് അതിന്റെ വികാസമാകെത്തന്നെയും നിരന്തരമായ വൈരുധ്യത്തിലൂടെയാണ് നീങ്ങുന്നത്. ഉൽപ്പാദത്തിലുണ്ടാവുന്ന ഓരോ മുന്നേറ്റവും ബഹുഭൂരിപക്ഷമായ മർദിതവർഗത്തിന്റെ സ്ഥിതിയെ അത്രയുംതന്നെ പിന്നോട്ടടിക്കുന്നു. ഒന്നിന്റെ നേട്ടം മറ്റേതിനു കോട്ടമാണ്. ഒരു വർഗം പുതുതായി അടിമത്തത്തിലാഴ്ത്തുന്നു. അതിന്റെ ഏറ്റവും നല്ല ഉദാഹരണമാണ് ഉൽപ്പാദനത്തിൽ യന്ത്രങ്ങൾ ഏർപ്പെടുത്തിയത്. അതിന്റെ അനന്തരഫലങ്ങളെന്തെന്ന് ഇന്ന് നല്ലവണ്ണം അറിയാവുന്നതാണല്ലോ. അപരിഷ്കൃതർക്കിടയിൽ അവകാശങ്ങളും കടമകളും തമ്മിൽ വ്യത്യാസമില്ലായിരുന്നെങ്കിൽ നാഗരികതയിൽ നേരെമറിച്ചാണ്. അവകാശങ്ങൾ ഏതാണ്ടെല്ലാംതന്നെയും ഒരു വർഗത്തിനും അതുപോലെതന്നെ കടമകൾ ഏതാണ്ടെല്ലാംതന്നെയും മറ്റേവർഗത്തിനും നൽകുകയാണ് നാഗരികത ചെയ്തിരിക്കുന്നത്.

പക്ഷെ, ഇത് അങ്ങനെ ആവേണ്ടതല്ല. ഭരണവർഗം മൊത്തം സമൂഹമായി സാത്മ്യം പ്രാപിച്ചിരിക്കുന്നുവെന്നാണല്ലോ ഭാവം. അപ്പോൾ അതിന് നല്ലതായതെന്തും സമൂഹത്തിന് മൊത്തത്തിലും നല്ലതാകേണ്ടതാണല്ലോ. അതുകൊണ്ട് നാഗരികത മുന്നേറുംതോറും അത് അനിവാര്യമായും സൃഷ്ടിച്ചുവിടുന്ന അനർഥങ്ങളെ സ്നേഹത്തിന്റെ മേലങ്കികൊണ്ട് മറയ്ക്കാനും വെള്ളപൂശാനും അത്തരം അർഥങ്ങൾ യാതൊന്നുമില്ലെന്ന് വരുത്തിത്തീർക്കാനും ഭര

ണവർഗം നിർബന്ധിതമായിത്തീരുന്നു. അതിനുവേണ്ടി ആവിഷ്കരിക്കപ്പെട്ടതാണ് ആചാരമുറയിലുള്ള കപടനാട്യം. പഴയ സമൂഹരൂപങ്ങൾക്ക്, എന്തിന് നാഗരികതയുടെ ആരംഭകാലത്തുപോലും, ഇതജ്ഞാതമായിരുന്നു. അങ്ങനെ സമൂഹത്തിന്റെ ദുര്യോഗങ്ങളെ മൂടിവയ്ക്കുവാനുള്ള ഈ ശ്രമങ്ങൾ പര്യവസാനിക്കുന്നത് ഇങ്ങനെ ഒരു പ്രഖ്യാപനത്തിലാണ്; ചൂഷകവർഗം ചൂഷിതവർഗത്തെ ചൂഷണം ചെയ്യുന്നത് പൂർണമായും പ്രത്യേകമായും ചൂഷിതവർഗത്തിന്റെ സ്വന്തം താൽപര്യത്തിനുവേണ്ടി മാത്രമാണ്. അവർക്കതു മനസിലാവുന്നില്ലെങ്കിൽ അവർ പ്രക്ഷോഭത്തിനാണു പുറപ്പെടുന്നതെങ്കിൽ, അത് അവർക്ക് നന്മ ചെയ്യുന്നവരോടു കാട്ടുന്ന അതിനീചമായ നന്ദികേടാണ്.

ഇനി നാഗരികതയെക്കുറിച്ച് മോർഗൻ നൽകുന്ന വിധിതീർപ്പ് ഉദ്ധരിച്ചുകൊണ്ട് നമുക്ക് സമാപിപ്പിക്കാം.

> നാഗരികതയുടെ ആവിർഭാവത്തിനുശേഷം സ്വത്തിന്റെ അധികരിച്ച വളർച്ച അപാരവും രൂപങ്ങൾ ബഹുവിധങ്ങളും ഉപയോഗം വളരെ വിപുലവും മേൽനോട്ടം ഉടമകളുടെ താൽപര്യം വച്ചുനോക്കുമ്പോൾ വളരെയധികം ബുദ്ധിവൈഭവം ആവശ്യപ്പെടുന്നതുമായിത്തീർന്നിരിക്കുന്നു. അതുകൊണ്ട് ജനങ്ങളെ സംബന്ധിത്തിടത്തോളം, അത് *നിയന്ത്രിച്ചുകൊണ്ടുപോകുവാൻ കഴിയാത്ത ഒരു ശക്തിയായി മാറിയിരിക്കുന്നു; മനുഷ്യമനസ് അതിന്റെ സ്വന്തം സൃഷ്ടിക്കുമുമ്പിൽ അന്തം വിട്ടുനിൽക്കുകയാണ്*. എന്തൊക്കെയായാലും, മനുഷ്യന്റെ മേധാശക്തി സ്വത്തിനെ ചൊൽപ്പടിയിൽകൊണ്ടുവരികയും, ഭരണകൂടവും അത് സംരക്ഷിക്കുന്ന സ്വത്തും തമ്മിലുള്ള ബന്ധങ്ങളും, അതുപോലെ തന്നെ അതിന്റെ ഉടമകളുടെ ബാധ്യതകളും അവകാശങ്ങളുടെ സീമകളും നിർവചിക്കുകയും ചെയ്യുന്ന ഒരു കാലം വരും. സമൂഹത്തിന്റെ താൽപര്യങ്ങൾ വ്യക്തിയുടെ താൽപര്യങ്ങളെക്കാൾ പരമപ്രധാനമാണ്. അവയെ നീതിപൂർവകമായും സമ്യക്കായും സംയോജിപ്പിക്കേണ്ടതാണ്. ഭൂതകാലത്തിന്റെയെന്നപോലെ ഭാവിയുടെയും നിയമം പുരോഗതിയാവണമെങ്കിൽ മാനവരാശിയുടെ പരമലക്ഷ്യം ധനാർജനമാവരുത്. നാഗരികതയുടെ ആരംഭംതൊട്ട് കടന്നുപോയിട്ടുള്ള കാലം മനുഷ്യരാശിയുടെ ഇന്നുവരെയുള്ള കാലയളവിന്റെ ഒരംശംമാത്രമാണ്; വരാനിരിക്കുന്ന യുഗങ്ങളെ പരിഗണിച്ചാലും നിസാരമായ ഒരംശമാണ്; സ്വത്ത് സമ്പാദിക്കുകയെന്ന ഏക ലക്ഷ്യത്തോടെ ജീവിക്കുന്ന ഏതൊരു സമൂഹത്തിന്റെയും അനിവാര്യമായ അന്ത്യം അതിന്റെ വിലയനമാണ്; കാരണം, ആത്മനാശ

ത്തിന്റെ ബീജങ്ങൾ ആ പന്ഥാവിൽതന്നെ അടങ്ങിയിരിക്കുന്നു. ഗവൺമെന്റിൽ ജനാധിപത്യവും സമൂഹത്തിൽ സാഹോദര്യവും അവകാശാനുകൂല്യങ്ങളിൽ സമത്വവും സാർവത്രിക വിദ്യാഭ്യാസവും സമൂഹം കൂടുതലുയർന്ന അടുത്ത വിതാനത്തിലേക്ക് കടന്നുകയറാൻ പോകുന്നതിന്റെ രൂപസൂചനകളാണ്. അനുഭവവും വിവേകവും അറിവും അതിലേക്കാണ് വിരൽചൂണ്ടുന്നത്. പ്രാചീനഗണങ്ങളിൽ ദൃശ്യമായിരുന്ന സ്വാതന്ത്ര്യത്തിന്റെയും സമത്വത്തിന്റെയും സാഹോദര്യത്തിന്റെയും കൂടുതൽ ഉയർന്നരൂപത്തിലുള്ള ഒരു ഉയർത്തെഴുന്നേൽപ്പായിരിക്കും അത്.

www.ingramcontent.com/pod-product-compliance
Lightning Source LLC
LaVergne TN
LVHW090420051026
849518LV00006B/2393